AF535313

നേതാജി സുഭാസ് ചന്ദ്രബോസ്

nethaji subhash chandrabose

•

dr. d jayadeva das

•

first edition
may 2019

•

typesetting
star communications, thiruvananthapuram

•

published
chintha publishers, thiruvananthapuram

•

cover
vinod mangoes

Rights reserved

വിതരണം

ദേശാഭിമാനി ബുക്ക് ഹൗസ്

H O തിരുവനന്തപുരം-695 035
www.chinthapublishers.com
chinthapublishers@gmail.com

ബ്രാഞ്ചുകൾ

ഹെഡ്ഡാഫീസ് കുന്നുകുഴി • സ്റ്റാച്യു തിരുവനന്തപുരം • കെ എസ് ആർ ടി സി ബസ് സ്റ്റേഷൻ ആലപ്പുഴ • കെ എസ് ആർ ടി സി ബസ് സ്റ്റേഷൻ എറണാകുളം • ഐ ജി റോഡ് കോഴിക്കോട് • കെ എസ് ആർ ടി സി ബസ് സ്റ്റേഷൻ കോഴിക്കോട് • എൻ ജി ഒ യൂണിയൻ ബിൽഡിങ് കണ്ണൂർ • സെൻട്രൽ ബസ് ടെർമിനൽ കോംപ്ലക്സ് താവക്കര കണ്ണൂർ

CO - 2799 / 5061
ISBN - 978-93-88485-60-9

നേതാജി സുഭാസ് ചന്ദ്രബോസ്

ഡോ. ഡി ജയദേവദാസ്

ചിന്ത പബ്ലിഷേഴ്സ്
തിരുവനന്തപുരം-695 035

ഡോ. ഡി ജയദേവദാസ്

ജെ ദേവദാനം, എസ് നേശമ്മ എന്നീ അദ്ധ്യാപക ദമ്പതികളുടെ 5 മക്കളിൽ 4-ാമനായി 1942 ൽ നെയ്യാറ്റിൻകരയിൽ ജനിച്ചു. നെയ്യാറ്റിൻകര ഗവ. ഹൈസ്കൂൾ, തിരുവനന്തപുരം മഹാത്മാഗാന്ധി കോളേജ്, യൂണിവേഴ്സിറ്റി കോളേജ്, യൂണിവേഴ്സിറ്റി പൊളിറ്റിക്കൽ സയൻസ് ഡിപ്പാർട്ടുമെന്റ് എന്നിവിടങ്ങളിൽ വിദ്യാഭ്യാസം. 1969 ൽ കേരള സർവ്വകലാശാലയിൽനിന്നും എം എയും 1974 ൽ പി എച്ച് ഡിയും നേടി.

കേരള സംസ്ഥാന കൃഷി വകുപ്പിൽ എൽ ഡി ക്ലാർക്ക്, ഇന്ത്യൻ സ്കൂൾ ഓഫ് സോഷ്യൽ സയൻസിൽ അസോസിയറ്റ് പ്രൊഫസർ, സ്റ്റേറ്റ് എൻസൈക്ലോപീഡിയാ ഇൻസ്റ്റിറ്റ്യൂട്ടിൽ എഡിറ്റോറിയൽ അസിസ്റ്റന്റ്, കേരള സർവ്വകലാശാലയിൽ ലക്ചറർ, റീഡർ, പ്രൊഫസർ, കോളേജ് ഡെവലപ്മെന്റ് കൗൺസിൽ ഡയറക്ടർ, പ്ലാനിങ് ആന്റ് ഡെവലപ്മെന്റ് ഡയറക്ടർ, സർവ്വകലാശാലാ രജിസ്ട്രാർ എന്നീ നിലകളിൽ പ്രവർത്തിച്ചു. സർവ്വകലാശാലാ ബോർഡ് ഓഫ് സ്റ്റഡീസ്, ഫാക്കൽറ്റി അംഗമായിരുന്നു. 2002 നവംബറിൽ റിട്ടയർ ചെയ്തു. റിട്ടയർ ചെയ്ത ശേഷം 3 വർഷം സർവ്വകലാശാലയുടെ ക്രിസ്ത്യൻ സ്റ്റഡി സെന്റർ ഫോർ സോഷ്യൽ ചെയ്ഞ്ചിന്റെ ഡയറക്ടറായിരുന്നു. 2011 മുതൽ ചിന്ത പബ്ലിഷേഴ്സിൽ എഡിറ്റർ.

പ്രധാന കൃതികൾ: *ഇന്ത്യയുടെ രാഷ്ട്രീയ സംവിധാനം, രാഷ്ട്രതന്ത്രപ്രവേശം, ഇന്ത്യാ ചരിത്രം-പ്രാചീന കാലം* (തർജുമ), *രാഷ്ട്രതന്ത്ര തത്വങ്ങൾ* (നേശൻ ടി മാത്യുവിനൊപ്പം), *രാഷ്ട്രതന്ത്രം* (റ്റി ജെ ചന്ദ്രചൂഡനൊപ്പം) എന്നീ ഗ്രന്ഥങ്ങൾ കേരള ഭാഷാ ഇൻസ്റ്റിറ്റ്യൂട്ട് പ്രസിദ്ധീകരിച്ചു. *കേരളത്തിലെ മഹദ് വ്യക്തിത്വങ്ങൾ, വിദ്യാഭ്യാസം പ്രതിലോമപ്രവണതകൾ, ആഗോളവല്ക്കരണം കെട്ടുകഥകളും വസ്തുതകളും, വർളികളുടെ കലാപം, തേഭാഗാ സമരം, ഫലപ്രദമായ മാനേജ്മെന്റ് (പരിഭാഷ)* എന്നിവ ചിന്ത പ്രസിദ്ധീകരിച്ചു. *Profile of the Indian Church, Working class politics in Kerala.*

ഭാര്യ	:	ടി സി ലില്ലി ഗ്രേസ്
മക്കൾ	:	ഡോ. അനിഷ്യ
		ഡോ. അയോണ

ഉള്ളടക്കം

പ്രസാധകക്കുറിപ്പ്

ഇന്ത്യയിലെ രാഷ്ട്രീയ അധിനിവേശങ്ങൾക്കെതിരെ പോരാടിയ ധീരദേശാഭിമാനിയായ സുഭാസ് ചന്ദ്രബോസിന്റെ ജീവിതം പല നിലകളിലാണ് പില്ക്കാലത്തു വിലയിരുത്തപ്പെട്ടത്. ആയിരത്തിത്തൊള്ളായിരത്തി ഇരുപതുകളുടെ അന്ത്യപാദത്തിലും ആയിരത്തിത്തൊള്ളായിരത്തി മുപ്പതുകളുടെ ആദ്യപാദത്തിലും ഇന്ത്യയിൽ ജ്വലിച്ചു നിന്ന മൂന്നു ദേശീയ നേതാക്കളായിരുന്നു മഹാത്മാഗാന്ധി, ജവഹർലാൽ നെഹ്റു, സുഭാസ് ചന്ദ്രബോസ്. ഈ കൂട്ടു നേതൃത്വത്തിൽനിന്നും ആദ്യം വേർപെട്ടുപോയി സ്വന്തമായൊരു പാത തെരഞ്ഞെടുത്ത് പ്രവർത്തനങ്ങൾ നടത്തിയത് സുഭാസ് ചന്ദ്ര ബോസായിരുന്നു. നേതാജിയെന്നുള്ള വിശേഷണം ചാർത്തിക്കിട്ടിയ ഏകനേതാവ്. അദ്ദേഹത്തിന്റെ ചടുലമായ നിലപാടുകൾ ഇന്ത്യൻ സ്വാതന്ത്ര്യ സമരചരിത്രത്തിന് വേറിട്ട മാനങ്ങളാണ് നല്കിയത്. ചരിത്രപഥങ്ങളിൽ അനശ്വരനായി നില്ക്കുന്ന നേതാജിയെ വിമർശനാത്മകമായി സമീപിച്ചുകൊണ്ടെഴുതിയ ചരിത്ര പാഠങ്ങൾ നമ്മുടെ മുമ്പിലുണ്ട്. അവ പുലർത്തിയ പക്ഷപാതിത്വങ്ങൾ കൊണ്ടുതന്നെ അത്തരം കൃതികൾ അപഹാസ്യമായി മാറുന്നതും നമ്മൾ കണ്ടു. ഇന്ത്യയുടെ രാഷ്ട്രീയ ചരിത്രത്തിലെ ഉജ്ജ്വല സൂര്യനായ നേതാജിയുടെ ജീവിതത്തെയും രാഷ്ട്രീയത്തെയും അതിഭാവുകത്വങ്ങളില്ലാതെ വസ്തുനിഷ്ഠമായി അവതരിപ്പിക്കുന്ന ഗ്രന്ഥമാണ് *നേതാജി സുഭാസ് ചന്ദ്രബോസ്.* ആഴമേറിയ വായനയ്ക്കായി അഭിമാനപൂർവ്വം ഈ ഗ്രന്ഥം സമർപ്പിക്കുന്നു.

ചിന്ത പബ്ലിഷേഴ്സ്

മുഖവുര

വിദേശീയ അധിനിവേശത്തിന്റെ നുകത്തിൻ കീഴിൽനിന്നും രാഷ്ട്രീയമായി ഇന്ത്യ വിമോചനം പ്രാപിച്ചത് അനേകം ധീരദേശാഭിമാനികളുടെ സംഭാവനകളിലൂടെയാണ്. അവരാണ് നവഭാരത ശില്പികൾ. സാമൂഹ്യ പരിഷ്കർത്താക്കളും ചിന്തകരും രാഷ്ട്രീയ പോരാളികളും സാമ്പത്തിക ചിന്തകരും സാഹിത്യകാരന്മാരും കവികളും കലാകാരന്മാരും അദ്ധ്യാപകരും വിദ്യാർത്ഥികളും അഭിഭാഷകരുമെല്ലാം അടങ്ങുന്ന ഒരു വൻ നിര അടങ്ങുന്നതാണ് നവഭാരത ശില്പികൾ.

നമ്മുടെ മനസ്സിലും കൺമുൻപിലും ഉള്ള ഈ ഭാരതത്തെ ഗ്രസിക്കുന്ന ഇരുട്ടിന്റെ ശക്തികൾ ഈ രാഷ്ട്രീയ സംവിധാനത്തിന്മേൽ ചുരുങ്ങിയ ഈ ഏഴുദശകത്തിനുള്ളിൽത്തന്നെ ഇരുൾ പടർത്താനാരംഭിച്ചിരിക്കുന്നു. നാം കൈവരിച്ച നവോത്ഥാനത്തിന്റെ നേട്ടങ്ങൾ ഇത്രവേഗം അപഹരിക്കപ്പെട്ടു പോകാൻ കാരണമെന്താണ്? കഴിഞ്ഞ രണ്ടു ശതാബ്ദക്കാലത്തെ ഇന്ത്യയുടെ ചരിത്രം, ആ ചരിത്രം രചിച്ച ശില്പികളുടെ ജീവിതത്തിലും പ്രവൃത്തിയിലും കൂടെ പഠിക്കുവാനും പഠിപ്പിക്കുവാനും നാം കൂട്ടാക്കിയില്ല എന്നതുതന്നെയാണ് കാരണം.

നവഭാരതശില്പികളെക്കുറിച്ചു നാം പഠിക്കണം, അവരുടെ ജീവിതത്തിലും പ്രവൃത്തിയിലും നിന്ന്. 1920 കളുടെ അന്ത്യപാദത്തിലും 1930 കളുടെ ആരംഭത്തിലും ഇന്ത്യയിൽ ജ്വലിച്ചു നിന്ന മൂന്നു ദേശീയ നേതാക്കൾ മഹാത്മാഗാന്ധി, ജവാഹർലാൽ നെഹ്റു, സുഭാസ് ചന്ദ്രബോസ് ഈ കൂട്ടുനേതൃത്വത്തിൽനിന്നും ആദ്യം വഴിപിരിഞ്ഞ സുഭാസ് ചന്ദ്രബോസ് നേതാജി എന്ന പേർ ചാർത്തിക്കിട്ടിയ ഒരേയൊരു നേതാവ്. ആ ജീവിതത്തിലൂടെ ആദ്യം കടന്നുപോകണമെന്നു തോന്നി.

അപകടത്തിൽപ്പെട്ട് കാണാതായ സുഭാസ് ചന്ദ്രബോസിനെപ്പറ്റിയും

ഇന്ത്യൻ നാഷണൽ ആർമിയുടെ സമ്പത്തിനെക്കുറിച്ചും ഒട്ടേറെ അഭ്യൂഹങ്ങൾ എഴുതപ്പെട്ടിട്ടുണ്ട്. അത്തരം വിഷയങ്ങൾ ഈ പുസ്തകത്തിൽ പരാമർശിക്കുന്നില്ല. വിവാദങ്ങളിൽനിന്നും സുഭാസ് ചന്ദ്രബോസിനെക്കുറിച്ച് ഒന്നും പഠിക്കാനില്ല എന്നതുകൊണ്ടാണ് അങ്ങനെ ചെയ്യുന്നത്. ജീവചരിത്രഗ്രന്ഥങ്ങളുടെ ശരാശരി മാതൃകയിൽനിന്നും വിഭിന്നമായിട്ടാണ് ഈ പുസ്തകമെഴുതിയിരിക്കുന്നത്. അതു ശരിയായോ എന്നു വിലയിരുത്തേണ്ടത് വായനക്കാരാണ്.

ഡോ. ഡി ജയദേവദാസ്

നേതാജി സുഭാസ് ചന്ദ്രബോസ്

ആയിരത്തിയെണ്ണൂറ്റി തൊണ്ണൂറ്റിയേഴ് ജനുവരി 23 ന് സുഭാസ് ചന്ദ്രബോസ് ഒറീസയിലെ പട്ടണപ്രദേശമായ കട്ടക്കിലെ ഒറിയാബസാറിൽ ജനിച്ചു. കട്ടക് അന്ന് ബംഗാൾപ്രസിഡൻസിയുടെ ഭാഗമായിരുന്നു. സുഭാസിന്റെ പിതാവ് കല്ക്കത്തയിൽനിന്നും കട്ടക്കിലേക്കു കുടിയേറിയ ജാനകിനാഥ്. മാതാവ് പ്രഭാവതി ബോസ്. പിതാവ് കട്ടക് ബാറിലെ ഒരു പ്രഗത്ഭനായ അഭിഭാഷകനായിരുന്നു. മാതാവ് മതഭക്തയായ ഒരു പ്രൗഢവനിതയും. ജാനകിനാഥ് പ്രഭാവതി ദമ്പതികളുടെ ആറാമത്തെ പുത്രനായിരുന്നു സുഭാസ്. അവരുടെ മക്കളിൽ ഒൻപതാമനും.

കല്ക്കത്തയിൽനിന്നും കട്ടക്കിലേക്കു കുടിയേറിയതാണെങ്കിലും ജാനകിനാഥ്-പ്രഭാവതി കുടുംബത്തിന് കല്ക്കത്തയുമായുള്ള ബന്ധം വിട്ടുപോയില്ലെന്നു മാത്രമല്ല അത് എന്നത്തേയും പോലെ ദൃഢവും ഗാഢവുമായിരുന്നു. ജീവിതവും തൊഴിലും കട്ടക്കിലായിരുന്നുവെങ്കിലും ഈ കുടുംബം ഇന്ത്യയിലെ ജനങ്ങൾ കൂടുതൽ സ്വയം നിർണ്ണയാവകാശം പരസ്യമായി അവകാശപ്പെടുന്ന ബംഗാളി സമൂഹത്തിന്റെ ഭാഗമല്ലാതായിത്തീർന്നില്ല. ജീവിതരീതിയിലും ഭക്ഷണരീതിയിലും വേഷവിധാനത്തിലും ഈ പുതിയ ബംഗാളി മദ്ധ്യവർഗ്ഗം രാജ്യത്തെ മറ്റു പ്രദേശങ്ങളിലെ ജനങ്ങളിൽനിന്നും തീർത്തും വ്യത്യസ്തമായിക്കൊണ്ടിരുന്നു. ബ്രിട്ടീഷ് ശീലങ്ങളും ആചാരങ്ങളും നിർല്ലജ്ജമായി അനുകരിക്കുന്നതായി ആദ്യകാലബംഗാളി എഴുത്തുകാർ പരിഹസിച്ചിരുന്ന ഈ കാലഘട്ടത്തിൽ ബംഗാളി സമൂഹം രാജ്യത്തെ മറ്റിടങ്ങളെ അപേക്ഷിച്ച് കൂടുതൽ പരിഷ്കൃതവും ആത്മബോധമുള്ളതുമായ സമൂഹമായിരുന്നു. ഇംഗ്ലീഷ് വിദ്യാഭ്യാസവും പാശ്ചാത്യ രാജ്യങ്ങളിലെ ആധുനിക

ശാസ്ത്രീയ ഗവേഷണങ്ങളെ സംബന്ധിച്ച അറിവും ബംഗാളികളിൽ ഒരു പ്രത്യേക ചിന്താമാതൃക സൃഷ്ടിച്ചു. ഇത് വിദ്യാസാഗറുടെയും മധുസൂദൻദത്തിന്റെയും ബങ്കിം ചന്ദ്രചാറ്റർജിയുടെയും യുവകവിയും എഴുത്തുകാരനുമായ രബീന്ദ്രനാഥ ടാഗോറിന്റെയും കൃതികളിൽ പ്രകടിപ്പിക്കപ്പെട്ടിട്ടുണ്ട്.

പുരുഷന്മാർ, പകുതി ഇന്ത്യനും പകുതി പാശ്ചാത്യനുമായ ഒരു ലോകത്തിലാണ് ജീവിച്ചതെങ്കിൽ ഇത്തരം കുടുംബങ്ങളിലെ സ്ത്രീകൾ പുരുഷന്മാരുടെ ശീലങ്ങളോടു കലഹിക്കാതെതന്നെ തങ്ങളുടെ പരമ്പരാഗത സ്വഭാവം നിലനിർത്തിയിരുന്നു. അതുകൊണ്ടാണ് ഒരു പതിനൊന്നംഗ കുടുംബത്തെ പരിപാലിച്ചുകൊണ്ട് സുഭാസിന്റെ അമ്മ ഇന്ത്യൻ സ്ത്രീത്വത്തിന്റെ മഹനീയ മാതൃകയായി മരണംവരെ നിലനിന്നത്. അവർ തന്റെ ഭർത്താവിനെ തൊഴിൽപരമായ കാര്യങ്ങളിൽമാത്രമല്ല, തന്റെ കുട്ടികൾക്കു സ്കൂളുകളിൽനിന്നും ലഭിക്കുന്ന പഠനരീതികളെ എതിർക്കാതെ അവരെ വളർത്തിക്കൊണ്ടുവരുന്നതിലും നിശ്ശബ്ദയായി പിന്നിൽ നിന്നു സഹായിച്ചു. ശ്രീമതി പ്രഭാവതി ബോസ്, ഏതായാലും തന്റെ നിലയിൽ സുഭാസിന്റെയുള്ളിൽ ഉൾക്കടമായ രാജ്യസ്നേഹം വളർത്തി. ബോസിനു ലഭിച്ചുകൊണ്ടിരുന്ന തരത്തിലുള്ള ഇംഗ്ലീഷ് വിദ്യാഭ്യാസത്തെ എതിർത്തുകൊണ്ടല്ല അങ്ങനെ ചെയ്തത് പിന്നെയോ ഇന്ത്യയുടെ മഹത്തും പുരാതനവുമായ ഇന്ത്യൻപാരമ്പര്യത്തെക്കുറിച്ചു അവനെ ബോധവാനാക്കിക്കൊണ്ടായിരുന്നു. പുരുഷന്മാരെക്കാളേറെ സ്ത്രീകളായിരുന്നു ഈ പാരമ്പര്യത്തിന്റെ സൂക്ഷിപ്പുകാർ. പന്ത്രണ്ടാം വയസ്സിൽ സുഭാസ് തന്റെ മാതാവിനെഴുതിയ ഹൃദയസ്പർശിയായ കത്തുകൾ അമ്മയെ താൻ എന്തുമാത്രം ബഹുമാനിച്ചിരുന്നുവെന്ന് പ്രകടമാക്കുന്നു.

ഇന്ത്യയിലെ ജനങ്ങളുടെ ക്ഷേമത്തിനു വേണ്ടിയുള്ള ദൈവികമായ വരദാനമാണു ബ്രിട്ടീഷ് ഭരണമെന്നു വിശ്വസിച്ചിരുന്നവരുടെ കൂട്ടത്തിലായിരുന്നു പിതാവായ ജാനകിനാഥ്. ബലിഷ്ഠമായ സ്വാതന്ത്ര്യബോധവും ഉന്നതമായ ധാർമ്മിക ബോധവും ഉള്ള ജാനകിനാഥ് പക്ഷേ, ഗവൺമെന്റ് വിരുദ്ധനായിരുന്നില്ല. നേരേമറിച്ച് അദ്ദേഹം ഗവൺമെന്റ് പ്ലീഡറുടെയും പബ്ലിക് പ്രോസിക്യൂട്ടറുടെയും പദവികൾ സ്വീകരിക്കുകയും ഒടുവിൽ ഗവൺമെന്റിൽനിന്നും റായ് ബഹാദൂർ സ്ഥാനം നേടുകയും ചെയ്തു. എന്നാൽ ദേശീയ സ്ഥാപനങ്ങളോട് പ്രത്യേകിച്ചും ഇന്ത്യൻ നാഷണൽ കോൺഗ്രസിനോട് അദ്ദേഹത്തിന് അനുഭാവമുണ്ടായിരുന്നു.

പ്രകൃത്യാൽ സുഭാസ് വികാര വിക്ഷുബ്ധനും വികാരവശഗനുമായിരുന്നു. സഹോദരന്മാരുടെയും അനവധി ബന്ധുക്കളുടെയുമിടയിൽ സുഭാസ് അസ്വസ്ഥനും തന്മൂലം അന്തർമ്മുഖനുമായിരുന്നു. ഒരുതരം

ആശങ്കയോടെയാണദ്ദേഹം ജീവിതമാരംഭിച്ചത്. പ്രായത്തിൽ തന്റെ മുൻപൻമാരും, ഉയർന്ന നിലയിലെത്തിച്ചേർന്നവരുമായ തന്റെ മുൻഗാമികളോടൊപ്പം പിടിച്ചുകയറണമെന്ന വെല്ലുവിളി അദ്ദേഹത്തെ നേരിട്ടു. കഠിനാദ്ധ്വാനവും നല്ല പെരുമാറ്റവുമാണ് ജീവിതവിജയത്തിലേക്കുള്ള പാതയെന്നു ശൈശവത്തിൽ പഠിച്ചപ്രകാരം കഠിനമായ ജോലിക്ക് സുഭാസ് തയ്യാറായിരുന്നു. സുഭാസിന്റെ ഗൃഹാന്തരീക്ഷം മതയാഥാസ്ഥിതികത്വത്തിൽനിന്നും മതസ്വാഭിമാനത്തിൽനിന്നും വിമുക്തമായിരുന്നു. വീട്ടുജോലിക്കാരുമായുള്ള ബന്ധം ഹൃദ്യമായിരുന്നു. ഇത് തന്റെ മനസ്സിനെ വിശാലമാക്കുവാനും സാമൂഹ്യവാസനയുള്ള വീക്ഷണം കരുപ്പിടിക്കുവാനും സുഭാസിനെ സഹായിച്ചു. അദ്ദേഹം ജീവിച്ച ചുറ്റുപാടുകൾ ഒരുതരം സാർവ്വജനീനമായ കാഴ്ചപ്പാട് വികസിപ്പിച്ചെടുക്കാൻ സഹായകമായിരുന്നു.

1902 ൽ അഞ്ചാംവയസ്സിൽ സുഭാസിനെ കട്ടക്കിൽ ബാപ്റ്റിസ്റ്റുമിഷൻ നടത്തുന്ന ഒരു മിഷനറി സ്കൂളിൽ ചേർത്തു. ജീവിതം കരുപ്പിടിക്കുന്ന അടുത്ത ഏഴുവർഷം സുഭാസ് ചെലവിട്ടതവിടെയാണ്. യൂറോപ്യന്മാർക്കും ആംഗ്ലോ ഇന്ത്യന്മാർക്കും മുന്തിയ പരിഗണന നല്കുന്ന ഈ സ്ഥാപനത്തിന്റെ ഇരട്ടത്താപ്പ് നന്നേ ചെറുപ്പത്തിൽ തന്നെ സുഭാസിനെ അസ്വസ്ഥനാക്കി. "വിദ്യാഭ്യാസം ഇന്ത്യൻ വിദ്യാർത്ഥികളുടെ ആവശ്യങ്ങൾക്കായി സ്വീകരിക്കപ്പെട്ടിരുന്നതേ ആയിരുന്നില്ല." വീണ്ടും, "പാഠ്യപദ്ധതിയാകട്ടെ ഞങ്ങളെ മാനസികമായി സാദ്ധ്യമാക്കാവുന്നത്ര ഇംഗ്ലീഷ് ആക്കാൻ പോരുന്നതരത്തിലുള്ളതായിരുന്നു." ഇളം മനസ്സിൽത്തന്നെ ദേശീയതയുടെ ചേതനയും ബ്രിട്ടീഷ് വിരുദ്ധസമീപനവും വേണ്ടുവോളമുണ്ടായിരുന്നുവെന്ന് ഈ നിരീക്ഷണങ്ങൾ വ്യക്തമാക്കുന്നു.

1909 ജനുവരിയിൽ സുഭാസ് കട്ടക്കിലെ റാവൻഷാ കൊളീജിയേറ്റ് സ്കൂളിൽ പ്രവേശിപ്പിക്കപ്പെട്ടു. സ്കൂൾ അന്തരീക്ഷം സുഭാസിന് ഹിതകരമായിത്തോന്നി. അവിടെ കളികൾക്ക് അമിത ഊന്നലോ, വർണ്ണപരമായ വിവേചനങ്ങളോ, യൂറോപ്യൻ സംസ്കാരവും ബൈബിളും അടിച്ചേല്പിക്കുന്ന രീതിയോ ഉണ്ടായിരുന്നില്ല. ഈ അന്തരീക്ഷത്തിൽ സുഭാസ് ആത്മവിശ്വാസം വീണ്ടെടുക്കുകയും തന്റെ പഠനത്തിൽ ആവേശകരമായ പുരോഗതി നേടുകയും ചെയ്തു. സുഭാസ് തന്റെ പ്രിൻസിപ്പലായ ബനി മാധവ്ദാസിന്റെ സ്വാധീനതയിലായിത്തീർന്നു. അദ്ദേഹത്തിന്റെ ആദർശവാദവും, തത്ത്വാധിഷ്ഠിതനിലപാടും, മാനുഷിക മൂല്യങ്ങളും സുഭാസിന്റെ മനസ്സിൽ ഗാഢമായ മുദ്രപതിപ്പിച്ചു. ഈസ്റ്റിന്ത്യാകമ്പനിയുടെ ഉദ്യോഗസ്ഥർ പാവപ്പെട്ട ജനങ്ങളുടെ മേൽ അഴിച്ചുവിടുന്ന ക്രൂരതയെക്കുറിച്ച് ഹെഡ്മാസ്റ്റർ കുട്ടികളോടു സംസാരിക്കാറുണ്ടായിരുന്നു. ഇവയാകെ, സുഭാസിന്റെ മനസ്സിൽ ബ്രിട്ടീഷ് വിരുദ്ധ വികാരം ആളിക്കത്തിക്കുവാനിടയാക്കി. ബനി മാധവ്ദാസ് പെട്ടെന്ന് സ്ഥലം മാറ്റ

പ്പെട്ടപ്പോൾ സുഭാസ് വളരെ ദുഃഖിതനായി.

സ്കൂൾ ജീവിതത്തിന്റെ അവസാനത്തോടെ സുഭാസ് ഗുരുതരമായ മാനസികസംഘർഷത്തിലായി. താൻ രണ്ടു വശങ്ങളിലേക്കും വലിക്കപ്പെടുന്നതായി സുഭാസിന് അനുഭവപ്പെട്ടു. ഒന്ന് ഇന്ത്യൻ മറ്റേത് യൂറോപ്യൻ. ഒന്ന് തന്റെ ഏകീകൃത കുടുംബത്തിന്റെ തലപ്പത്ത് നിർണ്ണായക സ്വാധീനമുള്ളതും സുഭാസ് വൈകാരികമായി വളരെയേറെ ബഹുമാനിച്ചിരുന്നതുമായ സ്വന്തം മാതാവ്. രണ്ടാമത് താൻ വിദ്യാഭ്യാസം നേടിയ സ്കൂളും ആ അന്തരീക്ഷത്തിൽ താൻ അടുത്തറിഞ്ഞ അദ്ധ്യാപകരും സഹവിദ്യാർത്ഥികളും.

സുഭാസിന്റെ പിതാവ് കട്ടക്കിലെ അതിപ്രശസ്തനായ അഭിഭാഷകൻ മാത്രമല്ല ബഹുമുഖപ്രവർത്തനങ്ങളിലൂടെ എക്കാലവും ജനങ്ങളുടെ അംഗീകാരം നേടിയ സജീവമായ ഒരു സാമൂഹ്യപരിഷ്കർത്താവുമായിരുന്നു. അദ്ദേഹത്തിന്റെ കുടുംബം കല്ക്കത്തയിൽനിന്നും ഉത്തരേന്ത്യയിലെ വിവിധ പ്രദേശങ്ങളിലേക്ക് കുടിയേറിയ കുടുംബങ്ങളിൽ ഒന്നുമായിരുന്നു. ഇക്കാലത്ത് ബംഗാളികൾ അഭിഭാഷകരും, ഡോക്ടർമാരും, ജഡ്ജിമാരും ഗുമസ്തന്മാരും എന്ന നിലകളിൽ ഉത്തരേന്ത്യയിലെങ്ങും ഗവൺമെന്റ് സർവ്വീസിലും സമൂഹത്തിലും പ്രശംസ പിടിച്ചുപറ്റിയിരുന്നു. ബോസുമാർ ആദ്യം കല്ക്കത്തയ്ക്കു സമീപസ്ഥമായ കൊടാലിയ ഹരിനവി, രാജപൂർ ഗ്രാമങ്ങളിൽപ്പെട്ടവരാണ്. 19 ഉം 20 ഉം നൂറ്റാണ്ടുകളിൽ അനേകം ശ്രേഷ്ഠരായ ബംഗാളികൾക്കു ജന്മം നല്കിയ പ്രദേശമാണിത്. രാജാറാം മോഹൻ റോയി സ്ഥാപിച്ച ബ്രഹ്മസമാജത്തിന്റെ ജിഹ്വ എന്ന തരത്തിൽ പ്രവർത്തിച്ചിരുന്ന *തത്ത്വബോധിനിപത്രിക*യുടെ അധിപനായിരുന്ന പണ്ഡിറ്റ് അനന്തചന്ദ്ര വേദാന്ത ബഗീഷ്, സോം പ്രകാശിന്റെ പത്രാധിപരായിരുന്ന ദ്വാരകനാഥ് വിദ്യാഭൂഷൺ മുതലായ പ്രഗത്ഭർ ഈ പ്രദേശത്തു ജന്മമെടുത്തവരാണ്. ലെനിന്റെ സുഹൃത്തും കോമിൻടേണിൽ അംഗവുമായിരുന്ന എം എൻ റോയിയും ഈ പ്രദേശത്തു ജനിച്ചയാളാണ്. സുഭാസിന്റെ പിതാവ് ജാനകിനാഥ് ബോസ് ഇവിടെ ജനിച്ചുവളർന്ന് ഒറീസയിലെ കട്ടക്കിലേക്കു കുടിയേറിയതാണ്. മാതാവാകട്ടെ ഹത്കോളാ (Hatkhola)യിലെ ഒരു പ്രശസ്ത കുടുംബത്തിൽ ജനിച്ചവളായിരുന്നു.

കൂടുതൽ കുട്ടികളുള്ള കുടുംബത്തിൽ ജനിച്ചുവളർന്നുവെന്ന നിലയിൽ സുഭാസ് ആശങ്കാകുലനായിരുന്നു. ജീവിതത്തിലുടനീളം ഈ വികാരം നിലനില്ക്കുകയും ഇത് അദ്ദേഹത്തെ താൻ തന്നെ *ആൻ ഇന്ത്യൻ പിൽഗ്രീം* എന്ന ഗ്രന്ഥത്തിൽ അവകാശപ്പെടുന്നതുപോലെ ഒരു അന്തർമ്മുഖനാക്കിത്തീർക്കുകയും ചെയ്തു. തന്റെ ദൗർബല്യങ്ങളെ മറികടക്കുവാൻ അദ്ദേഹം ഒരു പ്രത്യേക ലക്ഷ്യത്തിൽ സ്വയം കേന്ദ്രീകരിക്കുന്നതിനുള്ള ഇച്ഛാശക്തി വികസിപ്പിച്ചെടുത്തു. ഇത് അദ്ദേഹത്തെ ഏക

പഥത്തിൽ സഞ്ചരിക്കുന്ന മനസ്സുള്ളയാളാക്കിമാറ്റി. സുഭാസ് തന്റെ സാമൂഹ്യരാഷ്ട്രീയ വിശ്വാസങ്ങൾ കരുപ്പിടിപ്പിച്ചതും ഇക്കാലത്താണ്. പില്ക്കാലത്ത് അദ്ദേഹം ഒരു ദേശീയ നേതാവായിത്തീർന്നപ്പോൾ ജനങ്ങളുടെ രാഷ്ട്രീയ വികാരങ്ങൾക്ക് അനുഗുണമായ വീക്ഷണങ്ങളും സമീപനങ്ങളും സ്വീകരിച്ചു.

ഇതിനിടെ സുഭാസ്, സ്വാമി വിവേകാനന്ദനുമായി ബന്ധപ്പെടുകയും, ഒരാളുടെ രാജ്യത്തെ സേവിക്കുന്നതുൾപ്പെടെയുള്ള മാനവസേവനമാണ് ഏറ്റവും മഹത്തായ ആദർശമെന്ന് അദ്ദേഹത്തിൽനിന്നും പഠിക്കുകയും ചെയ്തു. ഏതാനും ചില സുഹൃത്തുക്കളോടൊപ്പം സുഭാസ് സമീപഗ്രാമത്തിൽ പോവുകയും സാമൂഹ്യസേവനപ്രവർത്തനത്തിലേർപ്പെടുകയും ചെയ്തു. അതുവരെയും സുഭാസിന് രാഷ്ട്രീയത്തെ സംബന്ധിച്ച് തീരെ അറിവുണ്ടായിരുന്നില്ല. ഇതിനുകാരണം ഭാഗികമായി അദ്ദേഹം ആദ്ധ്യാത്മികകാര്യങ്ങളിലാകൃഷ്ഠനായിരുന്നുവെന്നതും. ഭാഗികമായി ഒറീസ രാഷ്ട്രീയമായി പിന്നോക്കം നിന്നിരുന്ന പ്രവിശ്യയായിരുന്നുവെന്നതുമായിരുന്നു. രാഷ്ട്രീയ കാര്യങ്ങൾ ചർച്ച ചെയ്യുന്നത് വീട്ടിൽ അനുവദിക്കപ്പെട്ടിരുന്നില്ല എന്നതും ഒരു കാരണമായിരുന്നു. എന്നാൽ സ്കൂൾ ജീവിതത്തിന്റെ അവസാനകാലത്ത്, 1912 ഓടുകൂടി സുഭാസ് കല്ക്കത്തയിലെ ആദ്ധ്യാത്മിക ഉന്നമനത്തിനും ദേശീയ പുനരുജ്ജീവനത്തിനും അർപ്പിതമായി പ്രവർത്തിക്കുന്ന ഒരു വിദ്യാർത്ഥിഗ്രൂപ്പുമായി ബന്ധപ്പെട്ടു. 1913ൽ തന്റെ പതിനഞ്ചു വയസ്സു പൂർത്തിയായപ്പോൾ സുഭാസ് മെട്രിക്കുലേഷൻ പരീക്ഷയ്ക്കിരിക്കുകയും കല്ക്കത്തായൂണിവേഴ്സിറ്റിയിൽ രണ്ടാമനായി വിജയിക്കുകയും ചെയ്തു. രക്ഷാകർത്താക്കൾ കോളേജ് വിദ്യാഭ്യാസത്തിനായി സുഭാസിനെ കല്ക്കത്തയിലേക്ക് അയച്ചു.

കോളേജ് വിദ്യാഭ്യാസം ആരംഭിക്കുന്നതിനു മുൻപുതന്നെ സുഭാസ് തന്റെ ജീവിതാദർശം ഉറപ്പിച്ചുകഴിഞ്ഞിരുന്നു. ജീവിതത്തിന് ഒരു അർത്ഥവും ലക്ഷ്യവുമുണ്ടെന്നു ബോദ്ധ്യമായ സുഭാസ് വ്യക്തമായ ചില തീരുമാനങ്ങളെടുത്തിരുന്നു. അദ്ദേഹത്തിന്റെ തന്നെ വാക്കുകളിൽ.

> അടിച്ചുതെളിക്കുന്ന പാത പിന്തുടരുവാൻ ഞാൻ തയ്യാറല്ല. എന്തുതന്നെ വന്നാലും ഞാൻ എന്റെ ആദ്ധ്യാത്മിക ക്ഷേമത്തിനും സമൂഹത്തിന്റെ ഉന്നമനത്തിനും ഉതകുന്ന ഒരു ജീവിതം പിന്തുടരുവാനാണ് പോകുന്നത്. ജീവിതത്തിന്റെ അടിസ്ഥാനപരമായ പ്രശ്നങ്ങൾ പരിഹരിക്കുവാൻ കഴിവുണ്ടാകുന്നതിനായി ഞാൻ തത്ത്വശാസ്ത്രത്തിൽ അഗാധമായ പഠനം നടത്തുവാൻ പോകുകയാണ്. പ്രായോഗിക ജീവിതത്തിൽ ഞാൻ രാമകൃഷ്ണനോടും വിവേകാനന്ദനോടും ആവുന്നത്ര സമാനനാകുവാൻ പരിശ്രമിക്കുകയാണ്. ഏതായാലും ഞാൻ ലൗകികമായ ഒരു ജീവിതയാത്ര അവലംബിക്കുവാൻ പോകുന്നില്ല.

സുഭാസ് കല്ക്കത്തയിലെ ഏറ്റവും മുൻനിര കലാലയമായ പ്രസിഡൻസി കോളേജിൽ ബിരുദപഠനത്തിനുചേർന്നു. ഏറ്റവും നല്ല വിദ്യാർത്ഥികളെ ആകർഷിക്കുന്ന കലാലയമായിരുന്നു ഇതെങ്കിലും ഗവൺമെന്റ് രേഖകളിൽ ഇതിന് മോശമായ പേരായിരുന്നു. കോളേജിലെ പ്രധാന ഹോസ്റ്റലായ ഏദൻ ഹിന്ദുഹോസ്റ്റൽ രാജ്യദ്രോഹത്തിന്റെ വിത്തുകളമെന്നും വിപ്ലവകാരികളുടെ സങ്കേതമെന്നും വീക്ഷിക്കപ്പെട്ടിരുന്നു. സുഭാസിന് വിപ്ലവകാരികളുടെ ഗ്രൂപ്പുമായി ഒരു ബന്ധവുമുണ്ടായില്ല; അദ്ദേഹം കട്ടക്കിൽ വച്ചു തന്നെ ബന്ധം പുലർത്തിപ്പോന്നിരുന്ന നവവിവേകാനന്ദാ ഗ്രൂപ്പിൽ ചേർന്നു. ഈ ഗ്രൂപ്പിന്റെ മുഖ്യലക്ഷ്യം മതവും ദേശീയതയുമായി സമന്വയിപ്പിക്കുക എന്നതായിരുന്നു. സമയത്തിൽ ഏറിയപങ്കും സുഭാസ് ചെലവിട്ടത് ഈ ഗ്രൂപ്പിന്റെ പ്രവർത്തനത്തിനായിട്ടായിരുന്നു. വിദ്യാഭ്യാസത്തിനോടുള്ള താല്പര്യം ക്രമേണ കുറഞ്ഞുവന്നു. ക്ലാസ് മുറിക്കുള്ളിലെ പ്രഭാഷണങ്ങൾ വിരസമായി അനുഭവപ്പെട്ടു. ചർച്ചകൾ സംഘടിപ്പിക്കലും, വെള്ളപ്പൊക്കത്തിന്റെയും ക്ഷാമത്തിന്റെയും ദുരിതനിവാരണത്തിനുള്ള ഫണ്ടുശേഖരണം, വിദ്യാർത്ഥിപ്രശ്നങ്ങളിൻമേൽ അധികാരികളോട് നിവേദനങ്ങൾ നടത്തുക, സുഹൃത്തുക്കളുമായി വിനോദയാത്ര നടത്തുക ഇവയൊക്കെയായിരുന്നു സുഭാസിന്റെ പ്രവർത്തനങ്ങൾ. ഈ പ്രവർത്തനങ്ങൾ സുഭാസിന്റെ അന്തർമ്മുഖത്വം ഇല്ലാതാക്കി.

പ്രസിഡൻസി കോളേജിൽ ഇന്റർമീഡിയറ്റിനു പഠിക്കുമ്പോൾ സുഭാസ്, അരബിന്ദഘോഷിന്റെ ഗ്രന്ഥങ്ങൾ വായിക്കാനിടയായി. അരബിന്ദോ പത്രാധിപത്യം വഹിച്ചിരുന്ന *ആര്യ* മാസികയുടെ സ്ഥിരം വായനക്കാരനായി സുഭാസ് മാറി. ജീവിതത്തിന്റെ ഉന്നതലക്ഷ്യം സാക്ഷാൽക്കരിക്കുവാൻ മാനുഷികമായ വാസനയും ആദ്ധ്യാത്മിക അച്ചടക്കവും തമ്മിൽ പൂർണ്ണമായി ലയിപ്പിക്കുകയാണ് വേണ്ടത് എന്നായിരുന്നു അരബിന്ദോയുടെ സന്ദേശത്തിന്റെ രത്നച്ചുരുക്കം. ഇത് സുഭാസിനെ വല്ലാതെ സ്വാധീനിച്ചു. കല്ക്കത്തയിൽ അദ്ദേഹം മതപ്രബോധകരെ തേടിനടന്നു. 1914 ലെ വേനലവധിക്കാലത്ത് വീട്ടുകാരറിയാതെ അദ്ദേഹം സുഹൃത്തുക്കളോടൊപ്പം തീർത്ഥയാത്ര നടത്തി. ഋഷികേശ്, ഹരിദ്വാർ, മഥുര, വൃന്ദാവൻ, ബനാറസ്, ഗയ എന്നിങ്ങനെ അറിയപ്പെടുന്ന തീർത്ഥാടനകേന്ദ്രങ്ങളിലെല്ലാം ഒരു ഗുരുവിനെത്തേടി സുഭാസ് സഞ്ചരിച്ചു. രണ്ടുമാസം നീണ്ടുനിന്ന ഈ യാത്ര യോഗിമാരോടും തപസ്വിമാരോടുമുള്ള അദ്ദേഹത്തിന്റെ അഭിനിവേശത്തിനു വിരാമമിട്ടു. വിശുദ്ധാത്മാക്കളായി ഗണിക്കപ്പെട്ടിരുന്ന കൂട്ടർ ഉന്മത്തരും ജാതിവ്യവസ്ഥയുടെ പരിപാലകരുമാണെന്ന് സുഭാസ് കണ്ടെത്തി. അലച്ചിലിന്റെ ഫലമായി സുഭാസ് സന്നിപാതജ്വരബാധിതനായി.

ഇക്കാലത്തോളവും സുഭാസിന് രാഷ്ട്രീയത്തിൽ താല്പര്യമൊന്നു

മുണർന്നിരുന്നില്ല. രാഷ്ട്രീയ താല്പര്യം വികസിക്കുന്നതിനും, ബ്രിട്ടീഷു കാരോടുള്ള സമീപനത്തിനും ഭാവിയിൽ ബ്രിട്ടീഷ് വിരുദ്ധ നിലപാടിനും മനഃശാസ്ത്രപരമായ അടിത്തറ പാകിയത് രണ്ടുകാര്യങ്ങളാണ്. ഒന്നാമത്തേത് കല്ക്കത്തയിലെ ബ്രിട്ടീഷുകാരുടെ പെരുമാറ്റം: പിന്നത്തേത് ഒന്നാം ലോകയുദ്ധം. വാർത്താപരമായ സംഘർഷങ്ങളിൽ ബ്രിട്ടീഷുകാർ നിയമം കൈയിലെടുക്കുകയും നിരപരാധികളായ ഇന്ത്യക്കാർക്ക് ക്രൂരമായ ശിക്ഷ നല്കുകയും ചെയ്തിരുന്നു. ദേശീയവാദികളുടെ മനസ്സിൽ ഇത് ഗുരുതരമായ സ്വാധീനമുളവാക്കി. ക്രമേണ ഇത് ബംഗാളിലാകെ ഭീകരവാദ പ്രസ്ഥാനങ്ങളുടെ വളർച്ചയ്ക്കിടയാക്കി. വർണ്ണവിവേചനസമീപനം കുട്ടിക്കാലം മുതല്ക്ക് സുഭാസിന്റെ മനസ്സിൽ അങ്കുരിച്ചിരുന്ന ബ്രിട്ടീഷ് വിരുദ്ധ വികാരത്തിന് വളവും വെള്ളവും നല്കി. സ്വന്തമായി സൈനികശക്തിയില്ലാത്ത ഒരു രാജ്യത്തിന് അതിന്റെ സ്വാതന്ത്ര്യം നിലനിറുത്തുവാൻ കഴിവുണ്ടാവുകയില്ലെന്ന് ഒന്നാം ലോകയുദ്ധം സുഭാസിനെ ബോദ്ധ്യപ്പെടുത്തി.

1915 ൽ ഇന്റർമീഡിയറ്റ് പാസായി സുഭാസ് ഫിലോസഫിയിൽ ബി എ ഓണേഴ്സിനു ചേർന്നു. എന്നാൽ അടുത്തവർഷം സുഭാസിന്റെ വിദ്യാഭ്യാസത്തെയും ഭാവി ജീവിതത്തെയും മാറ്റിമറിച്ച ഗുരുതരമായ സംഭവവികാസമുണ്ടായി. നിന്ദാർഹമായ സമീപനത്തിനും ഔദ്ധത്യത്തിനും കുപ്രസിദ്ധി നേടിയ ചരിത്രവിഭാഗം പ്രൊഫസറും പ്രിൻസിപ്പലുമായ ഈ എഫ് ഈറ്റനെ (Oaten) ഇന്ത്യക്ക് അപമാനകരമായ പരാമർശം നടത്തിയതിന്റെ പേരിൽ ഒരു വിഭാഗം വിദ്യാർത്ഥികൾ കൈയേറ്റം ചെയ്തു. സുഭാസ് ഈ സംഭവത്തിൽ പങ്കാളിയായിരുന്നില്ലെങ്കിലും കോളേജ് അധികാരികളുടെ മുന്നിൽ വിദ്യാർത്ഥികളെ പ്രതിനിധീകരിച്ച് ഇടപെട്ടു. ഇതിന്റെ ഫലമായി സുഭാസ് സർവ്വകലാശാലയിൽനിന്നും പുറത്താക്കപ്പെട്ടു. കല്ക്കത്തയിലെ രാഷ്ട്രീയ സാഹചര്യം വഷളായിവരികയായിരുന്നു. തന്മൂലം രക്ഷകർത്താക്കൾ ബോസിനെ താരതമ്യേന സുരക്ഷിതമായ കട്ടക്കിലേക്കു തിരിച്ചുവിട്ടു. ഇതേക്കുറിച്ച് സുഭാസ് എഴുതിയത്.

> എന്റെ പ്രിൻസിപ്പൽ എന്നെ പുറത്താക്കി എന്നാൽ അദ്ദേഹം എന്റെ ഭാവി ജീവിതയാത്ര തീർച്ചപ്പെടുത്തുകയായിരുന്നു. എനിക്കു ഭാവിയിൽ എളുപ്പം അകന്നു മാറാനാവാത്ത ഒരു കീഴ്വഴക്കം ഞാൻ സ്വയം സ്ഥാപിച്ചുകഴിഞ്ഞു. ഒരു പ്രതിസന്ധിഘട്ടത്തിൽ ഞാൻ ധീരമായും മനഃശാന്തിയോടും നിവർന്നു നിന്നു ഞാൻ ആത്മവിശ്വാസവും മുൻകൈയും വികസിപ്പിച്ചെടുത്തു. എനിക്ക് വളരെ നിയന്ത്രിതമായ മണ്ഡലത്തിലാണെങ്കിലും നേതൃത്വത്തെയും അതിലുൾക്കൊള്ളുന്ന രക്തസാക്ഷിത്വത്തെയും സംബന്ധിച്ച പൂർവ്വജ്ഞാനം ലഭിച്ചു. ചുരുക്കത്തിൽ, എനിക്ക്

സ്വഭാവഗുണമാർജ്ജിക്കുവാനും ഭാവിയെ സമചിത്തതയോടെ നേരിടാനും കഴിഞ്ഞു. (നേതാജി, *തെരഞ്ഞെടുത്ത കൃതികൾ,* വോള്യം 1 പേജ് 80)

ഉടനടി പഠനം പുനരാരംഭിക്കുവാൻ സാദ്ധ്യതയില്ലാതായ സുഭാസ് സ്വയം സാമൂഹ്യസേവനത്തിലിറങ്ങുകയും സുഹൃത്തുക്കളോടൊപ്പം കോളറ, മസൂരി ബാധിതരുടെ ഇടയിൽ ശുശ്രൂഷാ ജോലികളിൽ വ്യാപൃതനാവുകയും ചെയ്തു.

1917 ൽ സുഭാസ് സ്കോട്ടിഷ് ചർച്ച് കോളേജിൽ പ്രവേശനം നേടുകയും സർവ്വകലാശാല അദ്ദേഹത്തിന്റെ പുറത്താക്കൽ നടപടികൾ പിൻവലിക്കുകയും ചെയ്തു. സുഭാസ് ഇന്ത്യൻ ടെറിട്ടോറിയൽ ആർമിയുമായി ബന്ധപ്പെട്ടിട്ടുള്ള യൂണിവേഴ്സിറ്റി ട്രെയിനിങ് കോറിൽ ചേരുകയും ഒരു ഭടന്റെ ക്യാമ്പ് ജീവിതം നന്നായി ആസ്വദിക്കുകയും ചെയ്തു. ഈ അനുഭവം ഇന്ത്യൻ നാഷണൽ ആർമിയുടെ സുപ്രീം കമാന്റർ എന്ന പദവി ഫലവത്താക്കാൻ സുഭാസിനെ ഭാവിയിൽ സഹായിച്ചു. 1919 ൽ ഫിലോസഫി ബി എ ഓണേഴ്സ് പരീക്ഷയിൽ ഒന്നാം ക്ലാസിൽ യൂണിവേഴ്സിറ്റിയുടെ രണ്ടാം റാങ്കുകാരനായി വിജയിച്ചു.

എം എയ്ക്ക് സുഭാസ് ചന്ദ്രബോസ് പരീക്ഷണാത്മക മനഃശാസ്ത്രം ഐച്ഛികമായി എടുത്തു. മാസങ്ങൾക്കു ശേഷം ഐ സി എസ് പരീക്ഷക്കുചേരാൻ സുഭാസ് ഇംഗ്ലണ്ടിലേക്കു പുറപ്പെട്ടു. സുഭാസ് പുറപ്പെടുമ്പോൾ പഞ്ചാബിൽ സംഭവിച്ച ദുരന്തത്തെ സംബന്ധിച്ച കിംവദന്തികൾ പ്രചരിച്ചുതുടങ്ങിയിരുന്നു. പില്ക്കാലത്ത് ഇത് ജാലിയൻവാലാബാഗ് കൂട്ടക്കൊല എന്നറിയപ്പെട്ടു. ഈ സാഹചര്യത്തിലുളവായ പ്രക്ഷുബ്ധാവസ്ഥയിൽ നിന്നും മാറ്റിനിർത്തുന്നതിനു കൂടിയാണ് പിതാവ് ഐസി എസ് പരീക്ഷയ്ക്കു പരിശീലിക്കുവാൻ സുഭാസിനെ ഇന്ത്യയിൽനിന്നും മാറ്റി നിറുത്തിയത്.

ഒന്നാം ലോകയുദ്ധമവസാനിപ്പിക്കുന്നതിനുള്ള കരാറിൽ ഇരുപക്ഷവും ഒപ്പുവച്ച 1919 സെപ്തംബർ 15 ന് ആഴ്ചകൾക്കു മുൻപാണ് സുഭാസ് ഇന്ത്യ വിട്ടത്. ജാലിയൻ വാലാബാഗ് കൂട്ടക്കൊലയെ സംബന്ധിക്കുന്ന ഭീകരമായ വിശദാംശങ്ങൾ അന്നു പൂർണ്ണമായി പുറത്തറിയപ്പെട്ടിരുന്നില്ല. ഇംഗ്ലണ്ടിലും സുഭാസ് ഇതിന്റെ ഭീകരതയെപ്പറ്റി കാര്യമായൊന്നും മനസ്സിലാക്കിയില്ല. ഒന്നാമതായി, പിതാവിനു നല്കിയ വാഗ്ദാനപ്രകാരം അദ്ദേഹത്തിന് പാഠ്യവിഷയങ്ങളിലേക്ക് ആഴ്ന്നിറങ്ങേണ്ടിയിരുന്നു. രണ്ടാമതായി, ഇംഗ്ലണ്ടിലെ പത്രങ്ങളിൽ ജാലിയൻവാലാ ബാഗിനെ സംബന്ധിച്ചു പ്രത്യക്ഷപ്പെട്ടിരുന്ന വളച്ചൊടിച്ച വാർത്തകൾ ഇംഗ്ലണ്ടിലെ ഇന്ത്യക്കാർക്ക് സംഭവത്തിന്റെ ഗുരുതരാവസ്ഥ മനസ്സിലാക്കുവാൻ പര്യാപ്തമായിരുന്നില്ല.

ഐ സി എസ് പരീക്ഷയ്ക്കു സുഭാസിന് ഇംഗ്ലീഷ് കോംപൊസി

ഷൻ, സംസ്കൃതം, ഫിലോസഫി, ഇംഗ്ലീഷ് ലാ, പൊളിറ്റിക്കൽ സയൻസ്, മോഡേൺ യൂറോപ്യൻ ഹിസ്റ്ററി, ഇംഗ്ലീഷ് ഹിസ്റ്ററി, എക്കണോമിക്സ്, ജോഗ്രഫി എന്നീ വിഷയങ്ങൾ പഠിക്കേണ്ടിയിരുന്നു. സുഭാസ് കോംബ്രിഡ്ജ് സർവ്വകലാശാലയുമായി ബന്ധപ്പെട്ടിരുന്ന ഫിറ്റ്സ് വില്യം ഹൗസിൽ ചേർന്നു. പഠനത്തിൽ സുഭാസ് തികഞ്ഞ ശുഷ്കാന്തി പുലർത്തി. പുറത്ത് ഒരു കാര്യത്തിലും സുഭാസ് ഇടപെട്ടില്ല. പൂർണ്ണമായ ഏകാഗ്രതയോടെ സുഭാസ് എട്ടുമാസം പഠനത്തിനായി ഉപയോഗിച്ചു. ഐ സി എസ് പരീക്ഷയിൽ സുഭാസ് നാലാംറാങ്കോടെ പാസായി. ഐ സി എസ് പരീക്ഷാഫലം പുറത്തുവന്നതോടെ സുഭാസ് തന്റെ ജീവിതത്തിന്റെ പരമപ്രധാനമായ ഒരു പ്രശ്നത്തെ അഭിമുഖീകരിച്ചു. ബ്രിട്ടീഷ് ഗവൺമെന്റ് സർവ്വീസിൽ ജോലിക്ക് ചേരണമോ വേണ്ടയോ എന്നതായിരുന്നു പ്രശ്നം.

സിവിൽ സർവ്വീസിൽ ചേരുകയെന്നാൽ സുഭാസിനെ സംബന്ധിച്ചിടത്തോളം ജീവിതലക്ഷ്യത്തോട് പൂർണ്ണമായി വിടപറയുക എന്നായിരുന്നു അർത്ഥം. അദ്ദേഹം 1920 സെപ്തംബർ 22 ന് തന്റെ ജ്യേഷ്ഠൻ ശരത് ചന്ദ്രബോസിന് എഴുതി:

> ഒരാളുടെ ഉന്നതമായ ജീവിതാശയങ്ങൾ ഐ സി എസുകാരൻ അംഗീകരിക്കേണ്ടതായിട്ടുള്ള വ്യവസ്ഥകളോടുള്ള കീഴ്വഴങ്ങലുകളുമായി അനുരൂപമാണെന്ന് നിലപാടെടുക്കുന്നത് കാപട്യമാണെന്നു ഞാൻ കരുതുന്നു. ദേശീയവും ആദ്ധ്യാത്മികവുമായ അഭിലാഷങ്ങൾ സിവിൽ സർവ്വീസ് വ്യവസ്ഥകളോടുള്ള അനുസരണയ്ക്ക് അനുഗുണമല്ല" (നേതാജി *തെരഞ്ഞെടുത്ത കൃതികൾ* വോള്യം 1, പേജ് 108, 109)

1921 ഏപ്രിൽ 22 ന് സുഭാസ് ചന്ദ്രബോസ് ഐ സി എസിൽനിന്നും രാജിവച്ചു. തന്റെ പഠനം പൂർത്തിയാക്കുന്നതിന് അദ്ദേഹം രണ്ടുമാസം കൂടെ ഇംഗ്ലണ്ടിൽ തങ്ങുകയും 1921 ജൂണിൽ സ്വദേശത്തേക്കു മടങ്ങുകയുംചെയ്തു. ഇംഗ്ലണ്ടിലായിരുന്നപ്പോൾ തന്നെ സുഭാസ് ദേശീയ നേതാക്കളിലൊരാളായ സി ആർ ദാസുമായി ബന്ധപ്പെട്ടിരുന്നു. ദേശത്തെ സേവിക്കുന്നതിന് താൻ എന്താണ് ചെയ്യേണ്ടതെന്ന് അദ്ദേഹം സി ആർ ദാസിനോടു ചോദിച്ചു. തന്നെ എന്തു ജോലി ഏല്പിക്കാനാവും എന്നും അദ്ദേഹം ആരാഞ്ഞു.

> ഈ ദേശസേവനത്തിന്റെ ബൃഹത്തായ പരിപാടിയിൽ എന്നെ എന്തു ജോലി ഏല്പിക്കുവാൻ താങ്കൾക്കു കഴിയും എന്നറിയുകയാണ് ഈ കത്ത് താങ്കൾക്ക് എഴുതുന്നതിന്റെ ലക്ഷ്യം. അത് അറിഞ്ഞാൽ എനിക്ക് എന്റെ പിതാവിനും ജ്യേഷ്ഠനും അതിന

നുസരിച്ച് എഴുതാൻ കഴിയും. അതിന്റെ വെളിച്ചത്തിൽ എന്റെ മനസ്സിനെ തയ്യാറെടുപ്പിക്കുവാനുമാവും.

അദ്ദേഹം തുടർന്നു.

എനിക്കു ബോദ്ധ്യമുള്ളിടത്തോളം നമ്മുടെ കോൺഗ്രസിന് ഇന്ത്യൻ കറൻസിയെയും വിനിമയത്തെയും സംബന്ധിച്ച് വ്യക്തമായ ഒരു നയവുമില്ല. ഇന്ത്യൻ ദേശീയ രാജ്യങ്ങളോട് എന്തു സമീപനം സ്വീകരിക്കണമെന്നതിനെ സംബന്ധിച്ചും, അത് വ്യക്തമായ തീരുമാനമൊന്നും കൈക്കൊണ്ടിട്ടില്ല. സ്ത്രീകളുടെയും പുരുഷന്മാരുടെയും വോട്ടവകാശത്തെ സംബന്ധിച്ചും കോൺഗ്രസിന്റെ നിലപാട് എന്താണെന്നറിയില്ല. അവശവിഭാഗങ്ങളെ സംബന്ധിച്ച് നാം എന്തു ചെയ്യണമെന്നും അത് വ്യക്തമായ നിലപാട് അംഗീകരിച്ചിട്ടില്ല. ഈ കാര്യത്തിൽ യാതൊരു ശ്രമവും നടത്തിയിട്ടില്ലാത്തതുകാരണം മദ്രാസിലെ എല്ലാ ബ്രാഹ്മണേതരവിഭാഗങ്ങളും ഗവൺമെന്റനുകൂലികളും ദേശീയ വിരുദ്ധരും ആയിത്തീർന്നിട്ടുണ്ട്.

സുഭാസ് തുടർന്നു...

ഇന്ന് കോൺഗ്രസിന് ഒട്ടേറെ ദേശീയ പ്രശ്നങ്ങളെ സംബന്ധിച്ചിടത്തോളവും വ്യക്തമായ ഒരു നയമില്ലാ. അതുകൊണ്ടാണ് കോൺഗ്രസ് ഒരു സ്ഥിരം ആസ്ഥാനവും ഗവേഷണവിദ്യാർത്ഥികളടങ്ങുന്ന സ്ഥിരം ഉദ്യോഗസ്ഥരും ഉണ്ടാക്കണമെന്നു ഞാൻ ചിന്തിക്കുന്നത്. കൂടാതെ കോൺഗ്രസ് ഒരു രഹസ്യാന്വേഷണവകുപ്പും ആരംഭിക്കണം. രാജ്യത്തെ സംബന്ധിച്ച എല്ലാ അന്നന്നുള്ള വാർത്തകളും വസ്തുതകളും കണക്കുകളും ലഭ്യമാകാവുന്ന തരത്തിലാവണം അതു സംഘടിപ്പിക്കേണ്ടത്. പ്രചാരണവകുപ്പ് ദേശീയജീവിതത്തിലെ ഓരോ പ്രശ്നവും പ്രതിപാദിക്കുന്ന ലഘുപുസ്തകങ്ങൾ ഓരോ പ്രവിശ്യാ ഭാഷകളിലും പ്രസിദ്ധീകരിക്കാം. അത്തരം ഒരു പുസ്തകത്തിൽ കോൺഗ്രസിന്റെ നയവും എന്തടിസ്ഥാനത്തിലാണ് അതു രൂപീകരിച്ചതെന്നും വിശദീകരിച്ചിരിക്കേണ്ടതാണ്.

സി ആർ ദാസിന് താല്പര്യമുണ്ടെങ്കിൽ താൻ ഈ കൃത്യത്തിൽ ആവുന്നതു ചെയ്യാൻ തയ്യാറാണെന്നു പറഞ്ഞുകൊണ്ടാണ് കത്ത് ഉപസംഹരിക്കുന്നത്. സുഭാസ് സി ആർ ദാസിന് 1921 മാർച്ച് 2-ാം തീയതി എഴുതിയ രണ്ടാമത്തെ കത്തിലും ഇക്കാര്യം പരാമർശിക്കുകയും ഒരു പദ്ധതി തയ്യാറാക്കി അയക്കുകയും ചെയ്തു.

ഈ രണ്ടു കത്തുകളും സുഭാസ് ചന്ദ്രബോസിന്റെ ജീവിതത്തിന്റെ ആദ്യഘട്ടത്തെ വിശദീകരിക്കുന്നതും ജീവിതത്തിൽ പില്ക്കാലത്തു

സി ആർ ദാസ്

ചെയ്ത സാഹസികവും മൗലികവുമായ പല കാര്യങ്ങൾക്കും ഉത്തരം നല്കുന്നതുമാണ്. ഇവ പില്ക്കാലത്ത് തന്നെ അസഹ്യപ്പെടുത്തിയ പല പ്രശ്നങ്ങൾക്കും നിപുണമായി പരിഹാരം കണ്ടെത്തുന്നതിന് ബോസ് പ്രകടിപ്പിച്ച നിശ്ചയദാർഢ്യത്തെയും താൻ കൈക്കൊണ്ട തീരുമാനത്തിന്റെ അന്തിമത്വത്തെയും വലിയ അളവുവരെ വെളിപ്പെടുത്തുന്നതാണ്. സന്ദിഗ്ദ്ധാർത്ഥമില്ലാ എന്നതായിരുന്നു സുഭാസിന്റെ ജീവിതത്തിന്റെ സവിശേഷസ്വഭാവം. ഈ കത്തുകളിലും നാം കാണുന്നത് അതുതന്നെയാണ്.

ഇംഗ്ലണ്ടിൽനിന്നും 1921 ജൂലൈ 16 ന് ബോംബെയിൽ ഇറങ്ങിയ അന്നുതന്നെ സുഭാസ് ചന്ദ്രബോസ് മണിഭവനിൽ പോയി മഹാത്മാഗാന്ധിയെ കാണുകയുണ്ടായി. ഇന്ത്യൻ സ്വാതന്ത്ര്യസമരത്തിന്റെ പരമോന്നത നേതാവായിരുന്ന ഗാന്ധിയുടെ പ്രവർത്തന സമ്പ്രദായത്തെക്കുറിച്ചു ഒരു വ്യക്തമായ അറിവു തേടുന്നതിനും, തന്റെ ബഹുമാനം പ്രകടിപ്പിക്കുന്നതിനും വേണ്ടിയായിരുന്നു സുഭാസിന്റെ സന്ദർശനം. ഗാന്ധിജി സുഭാസിനെ സ്നേഹപൂർവ്വം സ്വീകരിച്ചു. പ്രധാനമായും മൂന്നുകാര്യങ്ങളിലാണ് സുഭാസ് ഗാന്ധിജിയുടെ വിശദീകരണം തേടിയത്. ഒന്നാമതായി കോൺഗ്രസ് നടത്തിക്കൊണ്ടിരിക്കുന്ന നിരവധി പ്രവർത്തനങ്ങൾ എങ്ങനെ പ്രചാരണത്തിന്റെ പരമകാഷ്ഠയായ നികുതി നിഷേധത്തിൽ എത്തിച്ചേരും. രണ്ടാമതായി നികുതി നിഷേധമോ അഥവാ നികുതി നിരാസമോ കൊണ്ടുമാത്രം ഇന്ത്യയെ സ്വതന്ത്രയാകാൻവിട്ടിട്ട് രംഗത്തുനിന്നും നിഷ്ക്രമിക്കുവാൻ നിർബ്ബന്ധിക്കുവാൻ കഴിയുമോ. മൂന്നാമതായി 1921 ലെ നാഗപ്പൂർ കോൺഗ്രസ് സമ്മേളനത്തിനു ശേഷം ഗാന്ധി ആവർത്തിച്ചു പറയുന്നതുപോലെ ഒരു വർഷത്തിനുള്ളിൽ സ്വരാജ് വാഗ്ദാനം ചെയ്യാൻ ഗാന്ധിക്കു കഴിയുന്നതെങ്ങനെ?

ഒന്നാമത്തെ ചോദ്യത്തിനു ഗാന്ധി നല്കിയ ഉത്തരം സുഭാസിനെ സ്വാധീനിച്ചു. എന്നാൽ മറ്റു രണ്ടു ചോദ്യങ്ങൾക്കുമുള്ള ഉത്തരങ്ങൾക്ക് സുഭാസിനെ ബോദ്ധ്യപ്പെടുത്തുവാൻ കഴിഞ്ഞില്ല. അദ്ദേഹം എഴുതുന്നു:

> എന്റെ ഭാഗത്ത് എന്തെങ്കിലും ധാരണാപ്പിശകുണ്ടായിരുന്നിരിക്കാമെന്ന് ഞാൻ ആ സമയം എന്നെത്തന്നെ അനുനയിപ്പിക്കാൻ ശ്രമി

> ച്ചുവെങ്കിലും, മഹാത്മാ രൂപീകരിച്ച പരിപാടിയിൽ പരിതാപകരമായ അവ്യക്തതയുണ്ടെന്നും, ഇന്ത്യയുടെ ചിരപ്രതീക്ഷിതമായ സ്വാതന്ത്ര്യം എന്ന ലക്ഷ്യത്തിൽ എത്തിക്കേണ്ടുന്ന പ്രചാരണത്തിന്റെ തുടർച്ചയായുള്ള ഘട്ടങ്ങളെ സംബന്ധിച്ച് ഗാന്ധിജിക്കു തന്നെ വ്യക്തമായ ആശയമില്ല എന്നും സുഭാസിന്റെ യുക്തി അദ്ദേഹത്തിന് ബോദ്ധ്യമാക്കിക്കൊടുത്തു. (സുഭാസ് ചന്ദ്രബോസ് *ഇന്ത്യൻ സമരം* പി 54, 55)

ഗാന്ധി സുഭാസിനെ സി ആർ ദാസിനെ കാണാൻ ഉപദേശിച്ചു. കല്ക്കത്തയിൽ മടങ്ങിയെത്തിയയുടൻ സുഭാസ്, ദേശബന്ധു സി ആർ ദാസിനെ ചെന്നു കണ്ടു. മണിക്കൂറുകൾ നീണ്ടുനിന്ന വിശദമായ ചർച്ചകൾക്കൊടുവിൽ ഗാന്ധിയുടെ നേതൃത്വത്തിലുള്ള ഇന്ത്യൻ നാഷണൽ കോൺഗ്രസിൽ ചേർന്നു പ്രവർത്തിക്കുവാൻ സുഭാസ് തീരുമാനിച്ചു. സി ആർ ദാസിൽ ബോസ് തന്റെ രാഷ്ട്രീയ ഗുരുവിനെ കണ്ടെത്തി. ഗാന്ധിയിൽ കുഴാമറിച്ചിലും വിറയലും ദർശിച്ച ബോസ് സി ആർ ദാസിൽ വ്യക്തതയും സ്ഥിരനിശ്ചയവുമാണ് ദർശിച്ചത്. യുവാവായ ബോസിന്റെ മനസ്സിൽ അവ്യക്തമായ അവസ്ഥയിൽ ഉണ്ടായിരുന്ന രാഷ്ട്രീയ ആശയവാദത്തിന്റെ വളർച്ച മുറ്റിയ പ്രകടനമായിരുന്നു സി ആർ ദാസിന്റെ തത്ത്വങ്ങൾ.

ഇന്ത്യൻ സ്വാതന്ത്ര്യസമരത്തിന്റെ ചരിത്രത്തിൽ പ്രധാനപ്പെട്ട ഒരു വർഷമായിരുന്നു 1921. ഗാന്ധിയുടെ അക്രമരഹിതമായ നിസ്സഹകരണ പ്രസ്ഥാനം ഇന്ത്യൻ ദേശീയതയെ ആളിക്കത്തിച്ചു. രാജ്യത്തെമ്പാടുമുള്ള ജനതതിയുടെ ബൃഹത്തായ പിന്തുണ പ്രസ്ഥാനത്തിനു ലഭിച്ചു. ഗാന്ധിക്കു പുറമേ, മോത്തിലാൽ നെഹ്റു, സി ആർ ദാസ്, മൗലാനാ മുഹമ്മദ് അലി തുടങ്ങിയ ബലവാന്മാരായിരുന്നു ഈ സമരത്തിനു നേതൃത്വം നല്കിയത്. സുഭാസ് ചന്ദ്രബോസിന് ഈ സമരം അഗ്നി കൊണ്ടൊരു ജ്ഞാനസ്നാനം തന്നെയായിരുന്നു. അദ്ദേഹം കല്ക്കത്ത കേന്ദ്രീകരിച്ച് തന്റെ പ്രവർത്തനം ആരംഭിച്ചു. സി ആർ ദാസ്, ബോസിന് സുപ്രധാനമായ ചുമതലകൾ നല്കി. സി ആർ ദാസ് ആരംഭിച്ച നാഷണൽ കോളേജിന്റെ പ്രിൻസിപ്പലായി അദ്ദേഹം നിയോഗിക്കപ്പെട്ടു. അതോടൊപ്പം ബംഗാൾ പ്രൊവിൻഷ്യൽ കോൺഗ്രസ് കമ്മിറ്റിയുടെ പ്രചാരണ വിഭാഗത്തിന്റെ ചുമതലയും, നാഷണൽ വോളന്റിയർ കോറിന്റെ നേതൃത്വവും സുഭാസിനെ ഭാരമേല്പിച്ചു. ദുർവ്വഹമായ ഈ ചുമതലകൾ ബോസ് സമർത്ഥമായി നിർവ്വഹിച്ചു.

വെയ്ത്സ് രാജകുമാരന്റെ 1921 ഡിസംബറിലെ ഇന്ത്യാ സന്ദർശനത്തോടെ നിസ്സഹകരണപ്രസ്ഥാനം കൊടുമ്പിരിക്കൊണ്ടു. രാജകുമാരന്റെ സന്ദർശനം ബഹിഷ്കരിക്കാൻ കോൺഗ്രസ് പ്രവർത്തകസമിതി ആഹ്വാനം ചെയ്തു. രാജ്യമൊന്നാകെ ബഹിഷ്കരണത്തിൽ പങ്കു

കൊണ്ടു. കല്ക്കത്തയിൽ സമ്പൂർണ്ണ ഹർത്താൽ ആചരിച്ചു. ഗവൺമെന്റിന് സമചിത്തത നഷ്ടപ്പെട്ടു. സി ആർ ദാസും സുഭാസ് ചന്ദ്രബോസും അടക്കം നൂറു കണക്കിനാളുകൾ അറസ്റ്റു ചെയ്യപ്പെട്ടു. 1921 ഡിസംബറിൽ ആദ്യമായി ബോസ് അറസ്റ്റു ചെയ്യപ്പെട്ടു ജയിലിലായി. 1921 നും ബോസ് ഇന്ത്യ വിട്ടുപോയ 41 നുമിടയ്ക്കുള്ള ഇരുപതുവർഷത്തിനിടെ ബ്രിട്ടീഷുകാർ ബോസിനെ 11 പ്രാവശ്യം അറസ്റ്റു ചെയ്തു ജയിലിലടയ്ക്കുകയുണ്ടായിട്ടുണ്ട്.

രാജ്യത്തെ രാഷ്ട്രീയസാഹചര്യം ആകെ വഷളായതിനെത്തുടർന്ന് കോൺഗ്രസുമായി ഒരു രാഷ്ട്രീയ ഒത്തുതീർപ്പ് ആവാമെന്ന് 1922 ൽ അന്നത്തെ വൈസ്രോയി റീഡിങ് പ്രഭു നിർദ്ദേശിച്ചു. ജയിലിൽ കഴിഞ്ഞിരുന്ന സി ആർ ദാസ് കൂടിയാലോചിച്ചുള്ള ഒത്തുതീർപ്പിന് അനുകൂല നിലപാടെടുത്തു. വളരെ വൈമുഖ്യത്തിനുശേഷം ഗാന്ധിയും ഒരു ചർച്ചയ്ക്കു തയ്യാറായി എങ്കിലും വളരെ വൈകിപ്പോയി എന്ന പേരിൽ വൈസ്രോയി തന്റെ തന്നെ നിർദ്ദേശത്തിൽനിന്നും പിന്മാറി. 1922 ൽ ചൗരിചൗരായിലെ ശോകാന്തമായ സംഭവങ്ങളെത്തുടർന്നു ഗാന്ധി നിസ്സഹകരണപ്രസ്ഥാനവും നികുതി നിഷേധപ്രസ്ഥാനവും നിർത്തിവച്ചത് ബോസിനെ വിഹ്വലനാക്കി. നിസ്സഹകരണ പ്രസ്ഥാനം പിൻവലിച്ച ഉടനെ ഗാന്ധി അറസ്റ്റു ചെയ്യപ്പെട്ടു. അദ്ദേഹത്തെ രണ്ടുവർഷത്തെ തടവിനു ശിക്ഷിച്ചു ജയിലിലടച്ചു. ജയിലിൽ ആയിരിക്കുമ്പോൾ തന്നെ സി ആർ ദാസും മോത്തിലാൽ നെഹ്റുവും അവരുടെ അനുയായികളും ചേർന്ന് നിയമനിർമ്മാണസഭകളിൽ കയറാനും ഉള്ളിൽനിന്നും ഗവൺമെന്റിനെ സ്തംഭിപ്പിക്കുവാനും ഒരു പദ്ധതി തയ്യാറാക്കി. 1922 ലെ ഗയാ കോൺഗ്രസിൽ മാറ്റത്തിനുവേണ്ടി വാദിക്കുന്ന സി ആർ ദാസ് അനുയായികളും ഗാന്ധിയുടെ അനുയായികളും തമ്മിൽ പൊരിഞ്ഞ തർക്കമുണ്ടായി. കോൺഗ്രസിൽ അങ്ങനെ പിളർപ്പുണ്ടായി. എന്നാൽ മൗലാനാ അബ്ദുൾ കലാം ആസാദിന്റെയും മുഹമ്മദ് അലിയുടെയും നേതൃത്വത്തിൽ ഒത്തുതീർപ്പു ചർച്ചകൾ നടക്കുകയും 9 മാസത്തിനു ശേഷം ഇരു വിഭാഗങ്ങളും തമ്മിൽ ധാരണയുണ്ടാവുകയും ചെയ്തു. ഇതേത്തുടർന്ന് സി ആർ ദാസും പണ്ഡിറ്റ് മോത്തിലാൽ നെഹ്റുവും ചേർന്ന് ദേശീയ വിമോചന പ്രസ്ഥാനം വരണ്ടുപോകാതിരിക്കുന്നതുമായി സ്വരാജ് പാർട്ടി രൂപീകരിച്ചു. തിരഞ്ഞെടുപ്പിൽ പങ്കെടുക്കുന്നതിനും, നിയമനിർമ്മാണസമിതികൾക്കുള്ളിൽ നിന്നുകൊണ്ട് ഗവൺമെന്റിനെതിരെ ചെറുത്തുനില്പു സംഘടിപ്പിക്കുന്നതിനും വേണ്ടിയായിരുന്നു ഈ നടപടി. ബോസ് ജയിൽ മോചനത്തിനുശേഷം വെള്ളപ്പൊക്ക ദുരിതത്തിലമർന്ന ഉത്തരബംഗാളിൽ സർ പി സി റോയ് ആരംഭിച്ച ദുരിതാശ്വാസ പ്രവർത്തനങ്ങളിൽ മുഴുകി ഇക്കാലത്താണ് സ്വരാജ് പാർട്ടി ആരംഭിച്ചത്. *ബങ്ക് ഇർ കഥ* എന്ന ബംഗാളി ദിനപ്പത്രത്തിന്റെ എഡിറ്ററായും പ്രവർത്തിച്ചു. സ്വരാജ് പാർട്ടി

യുടെ പ്രവർത്തനം ഉഷാറായതോടെ സി ആർ ദാസ്, ബോസിനെ അതിന്റെ സെക്രട്ടറിയായി നിയോഗിച്ചു.

1924 ൽ കല്ക്കത്ത മുനിസിപ്പൽ കോർപ്പറേഷനിലേക്കുള്ള തിരഞ്ഞെടുപ്പിൽ സ്വരാജ് പാർട്ടി വമ്പിച്ച ഭൂരിപക്ഷം തേടുകയും സി ആർ ദാസ് മേയറാവുകയും ചെയ്തു. സുഭാസ് ബോസ് ചീഫ് എക്സിക്യൂട്ടീവ് ഓഫീസറായി നിയമിതനായി. ഈ കാലത്ത് മുനിസിപ്പൽ ഭരണത്തിൽ ഗണ്യമായ പരിഷ്കരണങ്ങളുണ്ടായി. ഒരു കഴിവുറ്റ ഭരണാധികാരിയെന്ന പേര് ബോസ് സമ്പാദിക്കുകയും ചെയ്തു. കല്ക്കത്ത നഗരത്തിൽ അദ്ദേഹം വരുത്തിയ മാറ്റങ്ങൾ എല്ലാവരും ശ്ലാഘിക്കുകയും ചെയ്തു. സ്വരാജ് പാർട്ടിയുടെ വമ്പിച്ച വിജയം ഗവൺമെന്റിന് അലോസരമുണ്ടാക്കി. ഭരണം തന്നെ സ്തംഭനാവസ്ഥയിലായി. ഇതിനിടെ ഗോപിനാഥ സാഹാ ഒരു യൂറോപ്യനെ വധിക്കുവാനിടയായി. ഈ സംഭവം നേരത്തെ തന്നെ സംഭ്രാന്തിയിലായിരുന്ന ഗവൺമെന്റിനെ വിളറി പിടിപ്പിച്ചു. സുഭാസ് ബോസ് അടക്കം നിരവധി പേരെ അറസ്റ്റുചെയ്യാൻ ഗവൺമെന്റു ഈ സംഭവത്തെ ഒരു മറയാക്കി. 1925 ഒക്ടോബറിൽ സുഭാസ് ബോസ് അറസ്റ്റു ചെയ്യപ്പെട്ടു. സുഭാസ് ബോസിനെ ബംഗാളിലെ പ്രസിഡൻസി ജയിലിലും പിന്നീട് ഖരാംപൂർ ജയിലിലും പാർപ്പിച്ചു. പിന്നീട് അദ്ദേഹത്തെ ബർമ്മയിലെ മാണ്ട്ലേ ജയിലിലേക്ക് കൊണ്ടുപോയി. ബോസ് മാണ്ട്ലേ ജയിലിൽ കഴിയുന്ന കാലത്ത് 1925 ജൂൺ 26 ന് ആണ് അദ്ദേഹത്തിന്റെ നേതാവും ഗുരുവുമായ സി ആർ ദാസ് നിര്യാതനായത്.

ജയിലിൽ സുഭാസ് ബോസിന്റെ ആരോഗ്യം അതിവേഗം ക്ഷയിച്ചു വന്നു. അദ്ദേഹത്തെ അടിയന്തരമായി മോചിപ്പിക്കണമെന്ന് മെഡിക്കൽ ബോർഡ് ശുപാർശചെയ്തു. കുടുംബാംഗങ്ങളെയൊന്നും കാണാൻ നില്ക്കാതെ രംഗൂണിൽനിന്നും നേരിട്ട് സ്വന്തം ചെലവിൽ സ്വിറ്റ്സർലന്റിൽ പോയി ആരോഗ്യം വീണ്ടെടുക്കണമെന്ന വ്യവസ്ഥയ്ക്ക് വിധേയമായി സുഭാസ് ബോസിനെ മോചിപ്പിക്കാമെന്ന് ഗവൺമെന്റ് സമ്മതിച്ചു. അതിന്റെയർത്ഥം മാതൃദേശത്തുനിന്നുള്ള നാടുകടത്തൽ ആണെന്നു മനസിലാക്കിയ ബോസ് ഗവൺമെന്റിന്റെ വാഗ്ദാനം നിരസിച്ചു. എന്നാൽ ബോസിന്റെ വിമോചനത്തിനായി ജനങ്ങളുടെ സമ്മർദ്ദം ഏറുന്നതു കൊണ്ട് മറ്റൊരു മെഡിക്കൽ ബോർഡ് രൂപീകരിക്കപ്പെട്ടു. സർ നീൽ രന്താൻ സർക്കാർ, ഡോ. ബി സി റോയി, മേജർ ഹിങ്സ്ടൺ എന്നിവരടങ്ങുന്ന മെഡിക്കൽ ബോർഡ് അനാരോഗ്യത്തിന്റെ അടിസ്ഥാനത്തിൽ ബോസിനെ ഉടനടി വിട്ടയക്കണമെന്നു ഗവൺമെന്റിനോടു ശുപാർശ ചെയ്തു. അതനുസരിച്ച് വിചാരണ കൂടാതെ രണ്ടുവർഷം 6 മാസം 21 ദിവസം നീണ്ടുനിന്ന ജയിൽവാസത്തിനു ശേഷം 1927 മേയ് 16 ന് സുഭാസ് ചന്ദ്രബോസ് മോചിതനായി.

ഇന്ത്യയിൽ മടങ്ങിയെത്തിയ സുഭാസ് ബോസ്, തന്റെ രാജ്യത്തിന്റെ

അവസ്ഥ താൻ ഇന്ത്യ വിട്ടുപോകുമ്പോഴത്തേതിനേക്കാൾ വളരെ വഷളായി തീർന്നിരിക്കുന്നതായി കണ്ടു. അത് ഒരു രാഷ്ട്രീയ മാന്ദ്യത്തിലൂടെ കടന്നുപോവുകയായിരുന്നു. സി ആർ ദാസിന്റെ മരണത്തോടെ സ്വരാജ് പാർട്ടി ക്ഷയിച്ചുപോയിരുന്നു. ഒരു നേതാവെന്ന നിലയിൽ ഗാന്ധി ഫലത്തിൽ പിൻവലിഞ്ഞ് സാമൂഹ്യ സേവനവുമായി കഴിഞ്ഞിരുന്നു. പണ്ഡിറ്റ് മോത്തിലാൽ നെഹ്റു തന്റെ പുത്രവധുവിന്റെ ചികിത്സാർത്ഥം വിദേശത്തായിരുന്നു. മ്ലാനമായ ഈ രാഷ്ട്രീയ കാലാവസ്ഥയിൽ ഗുരുക്കന്മാരോ നേതാക്കളോ ഇല്ലാതെ ബോസിന് രാഷ്ട്രീയചര്യ പുനരാരംഭിക്കേണ്ടിയിരുന്നു.

സുഭാസിനെ വിഭാഗീയതയിൽ ഉഴലുന്ന ഇന്ത്യൻ നാഷണൽ കോൺഗ്രസ് ബംഗാൾ ഘടകം പുതിയൊരുണർവ്വോടും ആവേശത്തോടും സ്വാഗതം ചെയ്തു. സുഭാസ് ബംഗാൾ പ്രൊവിൻഷ്യൽ കോൺഗ്രസ് കമ്മിറ്റിയുടെ പ്രസിഡന്റായി തെരഞ്ഞെടുക്കപ്പെട്ടു. 1927 ൽ കോൺഗ്രസിന്റെ മദ്രാസ് സമ്മേളനത്തിൽ ബോസ് തന്റെ രണ്ട് ഇടതുപക്ഷ സഹപ്രവർത്തകരായ ജവഹർലാൽ നെഹ്റു, സുഐബ് ഖുറേഷി എന്നിവരോടൊപ്പം കോൺഗ്രസ് ജനറൽ സെക്രട്ടറിയായി നിയോഗിക്കപ്പെട്ടു. അങ്ങനെ ബോസ് തന്റെ 30-ാം വയസ്സിൽ അഖിലേന്ത്യാ രാഷ്ട്രീയത്തിൽ അരങ്ങേറ്റം കുറിച്ചു. മദ്രാസ് സമ്മേളനത്തിലാണ് ആദ്യമായി ഒരു പ്രമേയത്തിലൂടെ ഇന്ത്യാക്കാരുടെ ലക്ഷ്യം പൂർണ്ണസ്വാതന്ത്ര്യമാണ് എന്ന് നിർവ്വചിക്കപ്പെട്ടത്. ആദ്യമായി കോൺഗ്രസ് ഹൈക്കമാന്റിൽ ഇടതുപക്ഷക്കാർക്കു പ്രാതിനിദ്ധ്യം ലഭിച്ചു.

പൂർണ്ണമായും ബ്രിട്ടീഷ് പ്രതിനിധികളടങ്ങിയ സൈമൺ കമ്മീഷൻ 1928 ഫെബ്രുവരി 2 ന് ഇന്ത്യയിൽ എത്തിച്ചേർന്നു. ഇന്ത്യയിലെ രാഷ്ട്രീയ സംഭവവികാസങ്ങൾ വിലയിരുത്തുകയെന്നതായിരുന്നു കമ്മീഷന്റെ ദൗത്യം. കമ്മീഷനെ അഖിലേന്ത്യാ വ്യാപകമായി ഹർത്താലും സാധനങ്ങളുടെ ബഹിഷ്കരണങ്ങളുമായി വരവേറ്റു. മദ്രാസിലെ ജസ്റ്റിസ് പാർട്ടിയും ചില മുസ്ലീം സംഘടനകളുമൊഴികെ എല്ലാ പാർട്ടികളും ഒന്നടങ്കം സൈമൺ തിരിച്ചു പോവുക എന്നാവശ്യപ്പെട്ടു. ബംഗാളിൽ ബോസിന്റെ നേതൃത്വത്തിൽ ബഹിഷ്കരണം സമ്പൂർണ്ണമായിരുന്നു.

1928 ലെ കോൺഗ്രസ് കല്ക്കത്താ സമ്മേളനം ഗാന്ധിയുടെ അനുയായികളടങ്ങുന്ന യാഥാസ്ഥിതിക കോൺഗ്രസുകാരും എതിരാളികളും തമ്മിലുള്ള തുറന്ന സംഘട്ടനത്തിനു സാക്ഷ്യംവഹിച്ചു. ഇന്ത്യക്ക് ഒരു വർഷത്തിനുള്ളിൽ പുത്രികാരാജ്യപദവി നല്കണമെന്നും അല്ലാത്ത പക്ഷം അക്രമരഹിതനിസ്സഹകരണപ്രക്ഷോഭം നേരിടേണ്ടിവരുമെന്നും ഉള്ള പ്രമേയം ഗാന്ധിതന്നെ അവതരിപ്പിച്ചപ്പോൾ ജവഹർലാൽ നെഹ്റുവിന്റെ പിന്തുണയോടെ സുഭാസ് ചന്ദ്രബോസ് അതിന് സ്വാതന്ത്ര്യം അല്ലാതെ ഒന്നുകൊണ്ടും കോൺഗ്രസ് തൃപ്തമല്ല എന്ന ഭേദഗതി അവ

തരിപ്പിച്ചു. ഗാന്ധിയുടെ മേലുള്ള വിശ്വാസത്തിന്റെ പ്രശ്നമായി അദ്ദേഹത്തിന്റെ അനുയായികൾ ഇതിനെ എടുക്കുകയും ഒരു നേരിയ ഭൂരിപക്ഷത്തിൽ ബോസിന്റെ പ്രമേയം തള്ളപ്പെടുകയും ചെയ്തു. എങ്കിലും ഇത് ഗാന്ധിക്ക് ഇടതുപക്ഷം അവഗണിക്കാനാവാത്തവിധം സ്വാധീനശക്തിയുള്ളതാണെന്ന ചുവരെഴുത്തായിരുന്നു. കല്ക്കത്താ കോൺഗ്രസ്, സുഭാസിന് മറ്റൊരുതരത്തിലും ശ്രദ്ധേയമായിരുന്നു. അദ്ദേഹം സമ്മേളനത്തിന് താൻ തന്നെ ജനറൽ ഓഫീസർ കമാൻഡിങ് ആയി സൈനിക അടിസ്ഥാനത്തിൽ അച്ചടക്കമുള്ള പരിശീലിപ്പിച്ചെടുക്കുന്ന ഒരു വാളണ്ടിയർ സേന രൂപീകരിച്ചു. ഇത് പതിനഞ്ചു വർഷത്തിനുശേഷമുണ്ടായ സംഭവങ്ങളും ഒരു സ്റ്റേജ് റിഹേഴ്സൽ ആയിരുന്നതായി പരിഗണിക്കാം. കല്ക്കത്ത, കോൺഗ്രസ് സമ്മേളിക്കുമ്പോൾ ഏകദേശം ഒരു ലക്ഷത്തോളം തൊഴിലാളികൾ പങ്കെടുത്ത ഒരു പ്രകടനം ഗാന്ധിക്ക് ഒരുപരാതി സമർപ്പിക്കാൻ എത്തിച്ചേർന്നു. ദേശീയപ്രസ്ഥാനത്തിൽ ബഹുജനപങ്കാളിത്തം വ്യക്തമാക്കുന്നതായിരുന്നു പ്രകടനം.

വിഥൽ ഭായി പട്ടേൽ

കല്ക്കത്താ കോൺഗ്രസിനുശേഷം കുറച്ചു മാസങ്ങൾ കഴിഞ്ഞ് ബോസ് ആൾ ഇന്ത്യാ ട്രേഡ് യൂണിയൻ കോൺഗ്രസിന്റെ പ്രസിഡന്റായി തിരഞ്ഞെടുക്കപ്പെട്ടു. അദ്ദേഹം 1931 വരെ തലസ്ഥാനത്തു തുടർന്നു. ഈ സ്ഥാനലബ്ധി ബോസിനെ സംബന്ധിച്ച് വളരെ സവിശേഷമായിരുന്നു. സി ആർ ദാസിന്റെ തണലിൽ വളർന്നയാളെന്ന നിലയിൽ ബോസ് അന്നോളം നേതാവിന്റെ നിർദ്ദേശത്തിനായി നോക്കുന്ന രണ്ടാമനായിട്ടായിരുന്നു പ്രവർത്തിച്ചത്. സി ആർ ദാസിന്റെ മരണം ബോസിന് മാനസികമായി പ്രതിസന്ധി സൃഷ്ടിച്ചിരുന്നു. എന്നാൽ എ ഐ ടി യു സി പ്രസിഡന്റായതോടെ സ്വന്തമായ തീരുമാനമെടുക്കാനും സംഘടനയെ നയിക്കാനും താൻ പ്രാപ്തൻ തന്നെയെന്ന ആത്മധൈര്യം നേടി. അതേസമയം തന്നെ ബോസ് യുവനിരയുടെയും ഇടതുചിന്താഗതിക്കാരുടെയും അനിഷേദ്ധ്യനായിത്തീരുകയും ചെയ്തു. അതോടെ സ്വാതന്ത്ര്യപ്രസ്ഥാനം അന്നേവരെ പ്രയോജനപ്പെടുത്താതിരുന്ന തൊഴിലാളിവർഗ്ഗ

ത്തിന്റെ ശക്തി പ്രസ്ഥാനത്തിന് മുതൽകൂട്ടാക്കുവാൻ കഴിയുകയും ചെയ്തു. 1930 ഓടുകൂടി ബോസ് കോൺഗ്രസിന്റെ ഗാന്ധിയും ജവ ഹർലാൽ നെഹ്റു കഴിഞ്ഞാൽ മൂന്നാമത്തെ പ്രധാനരാഷ്ട്രീയ നേതാവായിത്തീർന്നു. ഇതിനിടെ 1930 ൽ ഹിജ്‌ലി ഡിറ്റൻഷൻ ക്യാമ്പിനുള്ളിലെ പൊലീസ് വെടിവെയ്പിൽ പ്രതിഷേധിച്ച് സുഭാസ് ബോസ് ബംഗാൾ പ്രൊവിൻഷ്യൽ കോൺഗ്രസ് കമ്മിറ്റിയുടെ പ്രസിഡന്റു സ്ഥാനം രാജിവച്ചു. അതിനു മുൻപുതന്നെ അദ്ദേഹം കല്ക്കത്താ മേയറായി തിരഞ്ഞെടുക്കപ്പെട്ടിരുന്നു. അദ്ദേഹം 1931– 32 ലെ എ ഐ ടി യു സി ട്രഷററായും തിരഞ്ഞെടുക്കപ്പെട്ടു.

1932 ൽ ശ്വാസകോശത്തിൽ രോഗബാധയുണ്ടെന്ന സംശയത്തെ തുടർന്ന് ചികിത്സാർത്ഥം ബോസ് വിയന്നയിലെക്കു പോയി. വല്ലഭ് ഭായി പട്ടേലിന്റെ മൂത്ത സഹോദരൻ പ്രസിദ്ധനായ വിത്തൽ ഭായ് പട്ടേലും വിശ്രമാർത്ഥം വിയന്നയിൽ തങ്ങുകയായിരുന്നു. അവിടെവച്ച് നിരന്തരമായ ചർച്ചകൾക്കുശേഷം വിദേശീയമായ സഹായവും കൂടാതെ ഇന്ത്യക്കും സ്വതന്ത്രയാക്കുവാൻ കഴിയുകയില്ല എന്ന നിഗമനത്തിൽ ഇരുവരും എത്തിച്ചേർന്നു. അന്താരാഷ്ട്ര സമ്പർക്കം സ്ഥാപിക്കാതെ ഇന്ത്യൻ നാഷണൽ കോൺഗ്രസിൽ അന്നത്തെ നിശ്ചലാവസ്ഥ തരണം ചെയ്യാൻ സാധിക്കുകയില്ല എന്നും അവർക്കു ബോദ്ധ്യമായി. ഇന്ത്യൻ നാഷണൽ കോൺഗ്രസിന്റെ പ്രവർത്തനത്തെയും അതിന്റെ വിജയസാദ്ധ്യതയെയും സംബന്ധിച്ച് 9–5–33 ൽ അവർ പുറപ്പെടുവിച്ച സംയുക്ത പ്രസ്താവനയിൽ ഇങ്ങനെ പറയുന്നു.

> നമുക്ക് നമ്മുടെ ഭരണാധികാരികളുടെ ഹൃദയത്തിൽ നമ്മുടെ കഷ്ടപ്പാടുകൾകൊണ്ടും അവരെ സ്നേഹിക്കാൻ ശ്രമിക്കുന്നതുകൊണ്ടുംമാത്രം എന്തെങ്കിലും ഒരു മാറ്റം വരുത്താൻ കഴിയുമെന്നുപ്രതീക്ഷിക്കുന്നത് ഫലശൂന്യമാണ്. നിയമനിഷേധപ്രസ്ഥാനം പിൻവലിച്ചുകൊണ്ടുള്ള മഹാത്മാഗാന്ധിയുടെ ഏറ്റവുമൊടുവിലത്തെ നടപടി കോൺഗ്രസിന്റെ ഇന്നത്തെ സമരരീതിയുടെ പരാജയത്തിന്റെ ഏറ്റുപറച്ചിലാണ്. ഒരു രാഷ്ട്രീയ നേതാവെന്ന നിലയിൽ മഹാത്മാഗാന്ധി പരാജയപ്പെട്ടു എന്നാണ് ഞങ്ങളുടെ വ്യക്തമായ അഭിപ്രായം. അതുകൊണ്ട് ഒരു പുതിയ തത്ത്വത്തിന്റെ അടിസ്ഥാനത്തിൽ ഒരു പുതിയ രീതിയിൽ കോൺഗ്രസിനെ സമൂലമായി പുനഃസംഘടിപ്പിക്കുന്നതിനുള്ള സമയം വന്നെത്തിയിരിക്കുന്നു. ഈ പുനഃസംഘടന കൊണ്ടുവരുന്നതിന് ഒരു നേതൃത്വമാറ്റം ആവശ്യമാണ്. എന്തെന്നാൽ തന്റെ ആയുഷ്കാലതത്ത്വങ്ങൾക്കു നിരക്കാത്ത തരത്തിലുള്ള ഒരു പരിപാടി രൂപീകരിക്കുവാനോ പ്രവൃത്തിയിൽ കൊണ്ടുവരാനോ മഹാത്മാഗാന്ധി തയ്യാറാവുമെന്നു പ്രതീക്ഷിക്കുന്നത് അനീതിയാണ്. കോൺഗ്രസിന് മൊത്ത

> ത്തിൽ ഈ പരിവർത്തനം കടന്നുപോകാനാവുമെങ്കിൽ അതായിരിക്കും നല്ലമാർഗ്ഗം. അതു പരാജയപ്പെടാൻ കോൺഗ്രസിൽത്തന്നെ എല്ലാ പുരോഗമനഘടകങ്ങളും ഉൾക്കൊള്ളുന്ന ഒരു പുതിയ പാർട്ടി രൂപീകരിക്കേണ്ടിവരും...

ഇന്ത്യയുടെ സ്വാതന്ത്ര്യപ്രാപ്തി ത്വരിതപ്പെടുത്തുന്നതിന് സ്വാതന്ത്ര്യ പ്രസ്ഥാനം രാഷ്ട്രങ്ങൾക്കിടയിലെ പ്രശ്നമായി മാറ്റുന്നതിലൂടെയേ സാദ്ധ്യമാവുകയുള്ളൂവെന്ന് ഇരുവരും വിശ്വസിച്ചു. ഇന്ത്യൻ നാഷണൽ കോൺഗ്രസിന്റെ പ്രവർത്തനമേഖല ഇന്ത്യൻ അതിർത്തിക്കപ്പുറത്തേക്കും വ്യാപിപ്പിക്കേണ്ടുന്നതാണെന്ന് രണ്ട് സമുന്നത നേതാക്കളെങ്കിലും ചിന്തിച്ചു എന്നത് പ്രസക്തമാണ്. തന്നെയുമല്ല, ഇത് പെട്ടെന്നുള്ള നടപടിയെ സംബന്ധിച്ച ഇന്ത്യൻ ദേശീയ നേതാക്കളുടെ ചിന്തയിൽ ഒരു വഴിത്തിരിവിനും തുടക്കംകുറിക്കുകയുംചെയ്തു.

അത്യാസന്നനിലയിലായിരുന്ന സ്വപിതാവിനെ കാണുന്നതിനുവേണ്ടി ഗവൺമെന്റിന്റെ അനുമതികൂടാതെ ബോസ് 1934 ൽ ഇന്ത്യയിൽ മടങ്ങിയെത്തി. ഇത് ഗവൺമെന്റിന്റെ നിയമത്തിന്റെ ലംഘനമായിരുന്നു എന്നതുകൊണ്ട് ഗവൺമെന്റുത്തരവിലൂടെ ബോസ് വീട്ടുതടങ്കലിലായി. 1934 ൽ അദ്ദേഹം ഒരു ശസ്ത്രക്രിയയ്ക്കുവേണ്ടി യൂറോപ്പിലേക്കു പോയി. 1936 വരെ അദ്ദേഹം അവിടെ കഴിഞ്ഞു. ഇക്കാലത്ത് അദ്ദേഹം ഇന്ത്യൻ വിദ്യാർത്ഥികൾ വിയന്നയിൽ സംഘടിപ്പിച്ച സമ്മേളനത്തിൽ പങ്കെടുക്കുകയും റോമിൽ മുസോളിനി ഉദ്ഘാടനം ചെയ്ത 'ഏഷ്യാറ്റിക്' സ്റ്റുഡന്റ്സ് കോൺഫറൻസിനെ അഭിസംബോധന ചെയ്യുകയും ചെയ്തു. അദ്ദേഹം അയർലണ്ട് സന്ദർശിക്കുകയും ഡി വലേനയെ കണ്ട് സംസാരിക്കുകയും ചെയ്തു. പ്രധാനപ്പെട്ട അനേകം യൂറോപ്യൻ രാഷ്ട്രീയ നേതാക്കളുമായും ബോസ് ബന്ധപ്പെട്ടു.

ഇന്ത്യാ ചരിത്രത്തിലെ സുപ്രധാനമായ ഒരു സംഭവമായിരുന്നു 1929 ലെ ലാഹൂർ കോൺഗ്രസ് സമ്മേളനം. യുവ കോൺഗ്രസ് പ്രസിഡന്റായ ജവഹർലാൽ നെഹ്റു 1929 ന്റെ അവസാനദിവസം അർദ്ധരാത്രി സമ്മേളനത്തിൽ പങ്കെടുത്ത ജനങ്ങളുടെ ആഹ്ലാദം നിറഞ്ഞ ഇൻക്വിലാബ് സിന്ദാബാദ് വിളികൾക്കിടയിൽ സ്വാതന്ത്ര്യത്തിന്റെ ത്രിവർണ്ണ പതാകയുയർത്തി. സമ്മേളനത്തിൽ മഹാത്മാഗാന്ധി തന്നെ പൂർണ്ണ സ്വാതന്ത്ര്യം അവകാശപ്പെടുന്ന പ്രമേയം അവതരിപ്പിച്ചു. ഒരർത്ഥത്തിൽ ഇത് ഇടതുപക്ഷത്തിന്റെ ഒരു വിജയമായിരുന്നു. എന്നാൽ മഹത്തായ ഈ ധർമ്മം നിർവ്വഹിക്കുവാൻ ഒരു പ്രവർത്തന പരിപാടിയും ആവിഷ്കരിച്ചിട്ടില്ലാതിരുന്നതിനാൽ നിഷ്ഫലമായ ഒരു വ്യായാമമായിട്ടേ ഇടതുപക്ഷത്തിന് ഇതിനെ കാണാൻ കഴിഞ്ഞുള്ളൂ. അതുകൊണ്ട് ബോസ്, രാജ്യത്ത് ഒരു സമാന്തരഗവൺമെന്റ് രൂപീകരിക്കുകയായിരിക്കും കോൺഗ്രസിന്റെ അടുത്ത ലക്ഷ്യമെന്നും അതിനായി തൊഴിലാളികളെയും കർഷകരെയും

സംഘടിപ്പിക്കണം എന്നുമുള്ള ഒരു ഭേദഗതി അവതരിപ്പിച്ചു. എന്നാൽ ബോസിനെയും ശ്രീനിവാസ അയ്യങ്കാരെയും മറ്റ് ഇടതുനേതാക്കളെയും കോൺഗ്രസ് പ്രവർത്തകസമിതിയിൽ ഉൾപ്പെടുത്തിയിട്ടില്ലാതിരുന്നതിനാൽ ഈ ഭേദഗതി നിർദ്ദേശം പരാജയപ്പെട്ടു. ഇതിൽ പ്രതിഷേധിച്ച് ഇടതുപക്ഷം സമ്മേളനത്തിൽനിന്നും ഇറങ്ങിപ്പോയി. ബോസാകട്ടെ 1930 ജനുവരി രണ്ടിന് കോൺഗ്രസുകാരെ തന്റെ പുരോഗമനവിപ്ലവപ്രവർത്തനപരിപാടിയിലേക്ക് ആകർഷിച്ചുകൊണ്ടുവരുന്നതിനായി കോൺഗ്രസ് ഡെമോക്രാറ്റിക് പാർട്ടി രൂപീകരിച്ചു. എന്നാൽ ഈ പരിപാടി തകർക്കുന്നതിനായി ബോസിനെ അറസ്റ്റു ചെയ്തു ജയിലിലിലടച്ചു.

കോൺഗ്രസിലെ വിമത ശക്തികളുടെ മുഖ്യവക്താവ് എന്നതു കൂടാതെ ബോസ് യുവാക്കളുടെയും തൊഴിലാളികളുടെയും കർഷകരുടെയും സ്വാഭാവിക നേതാവ് എന്ന നിലയിൽ സ്ഥിരപ്രതിഷ്ഠ നേടി. 1923 ൽ തന്നെ തന്റെ അദ്ധ്യക്ഷതയിൽ അഖിലബംഗാൾ യൂത്ത് ലീഗ് സ്ഥാപിക്കപ്പെട്ടിരുന്നു. 1928-30 കാലഘട്ടം യുവജന, തൊഴിലാളി അസ്വാസ്ഥ്യങ്ങളുടെ കാലഘട്ടമായിരുന്നു. രാജ്യത്തിന്റെ വിവിധ ഭാഗങ്ങളിൽ യൂത്ത് ലീഗ് സ്ഥാപിക്കപ്പെടുകയും യൂത്ത് കോൺഫറൻസുകൾ നടക്കുകയും ചെയ്തുകൊണ്ടിരുന്നു. യുവാക്കളെ ശുഭാപ്തി വിശ്വാസത്തിന്റെയും കർമ്മോന്മുഖത്വത്തിന്റെയും തത്ത്വശാസ്ത്രം പിന്തുടരുവാൻ അദ്ദേഹം ആഹ്വാനം ചെയ്തു. നിഷ്ക്രിയത്വത്തിന്റെ തത്ത്വശാസ്ത്രം പ്രചരിപ്പിക്കുന്നതിന് അരബിന്ദോയെയും മഹാത്മാഗാന്ധിയെയും അദ്ദേഹം നിശിതമായി വിമർശിച്ചു. ഇന്ത്യയുടെ വിമോചനത്തിനായി സ്വയം ത്യാഗം ചെയ്യുവാനും ബ്രിട്ടീഷുകാരെ ഇന്ത്യയിൽനിന്നും തുരത്തുന്നതിനും വിപ്ലവംതന്നെ ആവശ്യമായി വന്നാൽ അതിനെ ഭയപ്പെടരുതെന്നും അദ്ദേഹം വികാരനിർഭരനായി യുവാക്കളെ ആഹ്വാനം ചെയ്തു.

1928 ൽ വിവിധ വ്യവസായങ്ങളിൽ തൊഴിലാളി പ്രക്ഷോഭം ആരംഭിക്കുകയും 1929 ഓടെ അതിന്റെ തീവ്രതയും ശക്തിയും വർദ്ധിക്കുകയും ചെയ്തു. തൊഴിലുടമകളും ഉദ്യോഗഗണവും ഭീതിയുടെ പിടിയിലമർന്നു. സമരം ഒരു തകർച്ചയുടെ വക്കിലായതോടെ നേതാജി നേതൃത്വമേറ്റെടുക്കണമെന്ന് പണിമുടക്കുന്ന ടാറ്റാ അയൺ ആൻഡ് സ്റ്റീൽ തൊഴിലാളികൾ അദ്ദേഹത്തോടു നിർബ്ബന്ധപൂർവ്വം ആവശ്യപ്പെട്ടു. സുഭാസിന്റെ കരുത്തുറ്റ നേതൃത്വം അതിനെ ശക്തമായി പുനരുദ്ധരിക്കുകയും സമരം ഒരു മാന്യമായ ഒത്തുതീർപ്പിലെത്തിക്കുകയും ചെയ്തു.

1930 ഓടെ ബോസ് ദേശീയ പ്രസക്തിയുള്ള ഒരു നേതാവായി ഉയർന്നു. ദേശീയ വിമോചന സമരത്തിന്റെ മുന്നണിയിൽ തന്നെ അദ്ദേഹം ഉണ്ടായിരുന്നു. 1930 ജനുവരി 23 ന് ബോസിനെ ഒരു വർഷത്തെ കഠിന തടവിനു ശിക്ഷിച്ച് ഇരുമ്പഴിക്കുള്ളിലാക്കി. ജയിലിൽ കിടന്ന അദ്ദേഹം നിയമനിഷേധപ്രസ്ഥാനം ദിനംപ്രതി കരുത്താർജ്ജിക്കുന്നതുകണ്ട്

ആഹ്ലാദിച്ചു. ബഹുജനങ്ങളിൽ ധീരതയും ത്യാഗവും ഉണർത്തിവിടുന്ന പ്രസ്ഥാനത്തെ നയിക്കുന്ന മഹാത്മാഗാന്ധിയെ അദ്ദേഹം ആദരവോടെ നോക്കിക്കണ്ടു. ജയിലിലും അദ്ദേഹം ബ്രിട്ടീഷ് പൈശാചികതയിൽ നിന്നും വിമുക്തനായിരുന്നില്ല. ജയിൽ ജീവനക്കാരും ആംഗ്ലോ ഇന്ത്യൻ തടവുകാരും ഒരുഭാഗത്തും രാഷ്ട്രീയത്തടവുകാർ മറുഭാഗത്തുമായി നടന്ന സംഘർഷത്തിൽ ജയിൽ അധികൃതർ അടിച്ചു ബോധരഹിതനാക്കി. ചില രാഷ്ട്രീയത്തടവുകാരുടെ പരാതികൾക്കു പരിഹാരം കാണുവാൻ ബോസ് ജയിലിൽ നിരാഹാരവും അനുഷ്ഠിക്കുകയുണ്ടായി. സെപ്തംബർ 25 ന് ബോസ് ജയിൽമോചിതനായി.

രാജ്യത്തെ രാഷ്ട്രീയ അന്തരീക്ഷത്തിൽ ശൂന്യത സൃഷ്ടിച്ചുകൊണ്ട് 1931 ഫെബ്രുവരി 6 ന് പണ്ഡിറ്റ് മോത്തിലാൽ നെഹ്റു നിര്യാതനായി. മാർച്ച് 5-ാം തീയതി ഗാന്ധി ഇർവ്വിൻ സന്ധി ഒപ്പുവയ്ക്കപ്പെട്ടു. അതനുസരിച്ച് നിയമനിഷേധപ്രസ്ഥാനം നിർത്തിവയ്ക്കുന്നതിനും വട്ടമേശസമ്മേളനത്തിൽ പങ്കെടുക്കുവാനും കോൺഗ്രസ് സമ്മതിച്ചു. അടിയന്തരാവസ്ഥ ഓർഡിനൻസ് പിൻവലിക്കുവാനും രാഷ്ട്രീയത്തടവുകാരെ മോചിപ്പിക്കുവാനും, ഉപ്പുല്പാദനം അനുവദിക്കുവാനും ഗവൺമെന്റ് സമ്മതിച്ചു. രാജ്യം മുഴുവനും സന്ധിയെ സ്വാഗതംചെയ്തു. എന്നാൽ ജവഹർലാൽ നെഹ്റുവിനും ബോസിനും ഇത് നിരാശാജനകമായിരുന്നു. സുഭാസ് ബോസ് അതിനെ 'ശാപം' എന്നു വിളിച്ചു. നവജവാൻ ഭാരത് സഭയിൽ തന്റെ അദ്ധ്യക്ഷപ്രസംഗത്തിൽ അദ്ദേഹം "ഇത് അങ്ങേയറ്റം അതൃപ്തികരവും അത്യധികം നിരാശാജനകവുമാണ്. സന്ധി എഴുതിയുണ്ടാക്കുമ്പോൾ നമുക്ക് യഥാർത്ഥത്തിൽ ആ രേഖയുടെ ഉള്ളടക്കത്തിൽ കാണുന്നതിനേക്കാൾ വളരെയധികം യുക്തിയുണ്ടായിരുന്നു," എന്നു പറഞ്ഞു (എൻ ജി ജോഗ് *ഇൻ ഫ്രീഡംസ് ക്വസ്റ്റ്*)

1933 ലും 34 ലും ബോസ് യൂറോപ്പിലെ അനേകം രാജ്യങ്ങൾ സന്ദർശിക്കുകയും അവിടങ്ങളിലെ രാഷ്ട്രീയ സാഹചര്യങ്ങൾ പഠിക്കുകയും ഇന്ത്യൻ സ്വാതന്ത്ര്യപ്രസ്ഥാനത്തിന് അനുഭാവം നേടുകയും ചെയ്തു. എന്നാൽ അദ്ദേഹത്തിന് ഇംഗ്ലണ്ടിൽ പ്രവേശനം നിഷേധിക്കപ്പെട്ടു. അവിടെ അദ്ദേഹം ലണ്ടനിൽ നടത്തപ്പെട്ട മൂന്നാം ഇന്ത്യൻ പൊളിറ്റിക്കൽ കോൺഫറൻസിൽ അദ്ധ്യക്ഷത വഹിക്കേണ്ടതായിരുന്നു. തന്റെ അസാന്നിദ്ധ്യത്തിൽ അദ്ദേഹത്തിന്റെ പ്രസംഗം സമ്മേളനത്തിൽ വായിക്കപ്പെട്ടു. പ്രസംഗത്തിൽ സാമ്യവാദിസംഘം എന്ന ഒരു പുതിയപാർട്ടി രൂപീകരിക്കണമെന്ന ആശയം അദ്ദേഹം അവതരിപ്പിച്ചു. തന്റെ ഭാവിയിലെ പാർട്ടി ഇന്ത്യൻ ജനതയുടെ സാമൂഹ്യവും സാമ്പത്തികവും രാഷ്ട്രീയവുമായ സമഗ്രസ്വാതന്ത്ര്യത്തിനുവേണ്ടി നിലകൊള്ളുന്ന അച്ചടക്കമുള്ള കേന്ദ്രീകൃത അഖിലേന്ത്യാ പാർട്ടി ആയിരിക്കുമെന്നു വിഭാവനം ചെയ്യപ്പെട്ടിരുന്നു. 1934 മുഴുവനും തന്റെ *ദി ഇന്ത്യൻ സ്ട്രഗിൾ* എന്ന ഗ്രന്ഥം രചിക്കുന്നതിനാണ് ബോസ് വിനിയോഗിച്ചത്. വർഷാവസാനം ഗ്രന്ഥം

ലണ്ടനിൽ പ്രസിദ്ധീകരിച്ചപ്പോൾ ഇന്ത്യയിലും ഇംഗ്ലണ്ടിലും ഇത് വികാര വിക്ഷോഭം ഇളക്കി വിട്ടു. ഭീകരപ്രസ്ഥാനത്തെ പ്രോത്സാഹിപ്പിക്കും എന്ന പേരിൽ ഇന്ത്യയിൽ ഈ പുസ്തകം നിരോധിക്കപ്പെട്ടു.

1934 നവംബറിൽ ബോസിന്റെ പിതാവ് ജാനകിനാഥ് മരണശയ്യയിലായി. വിവരമറിഞ്ഞ ബോസ് ഇന്ത്യയിലേക്ക് മടങ്ങി എന്നാൽ മാർഗ്ഗമദ്ധ്യേ കറാച്ചിയിൽവച്ച് അദ്ദേഹം പിതാവിന്റെ മരണവിവരം അറിഞ്ഞു. ദുഃഖിതനായി അദ്ദേഹം കല്ക്കത്തയിലെത്തി. എന്നാൽ പഴക്കം ചെന്ന ഒരു നിയമ (റഗുലേഷൻ 3, 1818) ത്തിന്റെ മറവിൽ അദ്ദേഹത്തെ വീട്ടുതടങ്കലിലാക്കി ഭരണകൂടം അതിന്റെ ഹൃദയശൂന്യതയെ വെളിപ്പെടുത്തി. പിതാവിന്റെ ശേഷ ക്രിയകൾക്കുശേഷം 1935 ജനുവരി 8 ന് ബോസ് വീണ്ടും യൂറോപ്പിലേക്കു പോയി. ഇന്ത്യൻ സ്വാതന്ത്ര്യത്തിനായി വിദേശത്തും പ്രചാരണം നടത്തേണ്ടതുണ്ടെന്ന് ബോസ് കരുതി. ആശയഗതി മാത്രമായിരുന്നില്ല; ബോസ് വിദേശ പരസ്യപ്രചാരണത്തിന്റെ രൂപരേഖയും തയ്യാറാക്കിയിരുന്നു.

1936 ൽ ജവഹർലാൽ നെഹ്റു കോൺഗ്രസ് പ്രസിഡന്റായി തിരഞ്ഞെടുക്കപ്പെട്ടത് ഇടതുപക്ഷവിഭാഗങ്ങളുടെ ഹൃദയത്തിൽ പുതിയ പ്രത്യാശ ജ്വലിപ്പിച്ചു. നിയമനിഷേധ പ്രസ്ഥാനത്തിന്റെ പരാജയത്തെത്തുടർന്ന് ഏകദേശം അഞ്ചുവർഷക്കാലം കോൺഗ്രസ് ഒരുതരം മരവിച്ച അവസ്ഥയിലായിരുന്നു. അസ്പൃശ്യതയ്ക്ക് എതിരായ പ്രചാരണത്തിലായിരുന്നു ഗാന്ധിയുടെ ശ്രദ്ധ മുഴുവനും. ജവഹർലാലിന്റെ പ്രസിഡന്റു പദവി കോൺഗ്രസിന്റെ പുനരുദ്ധാരണത്തിനിടയാക്കി. ഇതോടെ എല്ലാവരും സുഭാസിന്റെ സാന്നിദ്ധ്യം ആഗ്രഹിച്ചു. അദ്ദേഹത്തെ കോൺഗ്രസ് പ്രവർത്തകസമിതിയിൽ ഉൾപ്പെടുത്തി. വിലക്കുകളുണ്ടായിരുന്നുവെങ്കിലും ബോസ് ലഖ്നൗ സമ്മേളനത്തിൽ പങ്കെടുക്കുവാൻ ബോംബെയിലേക്കു തിരിച്ചു. എന്നാൽ ബോംബെയിൽ ഇറങ്ങിയപാടേ ബോസ് അറസ്റ്റു ചെയ്യപ്പെടുകയാണുണ്ടായത്. “സ്വാതന്ത്ര്യത്തിന്റെ പതാക ഉയർത്തിപ്പിടിക്കുക” എന്ന സന്ദേശം സമ്മേളനപ്രതിനിധികൾക്ക് നല്കി ബോസ് ജയിലിലേക്കു പോയി.

ബോസിന്റെ ആവർത്തിച്ചുള്ള അറസ്റ്റും തടവുശിക്ഷയും ഇന്ത്യൻ നിയമനിർമ്മാണസഭയിൽ ചൂടേറിയ വാദപ്രതിവാദത്തിനിടയാക്കി. ഗവൺമെന്റ് അതിനു മറുപടിയായി ബോസിന് ഭീകര, വിപ്ലവ പ്രസ്ഥാനങ്ങളുമായി ബന്ധമുണ്ടെന്ന തെളിയിക്കപ്പെടാനാവാത്ത ആരോപണങ്ങളുന്നയിക്കും. അനീതിപൂർവ്വമായ ഇത്തരം നടപടികളിൽ പ്രതിഷേധിച്ച് 1936 മേയ് 10ന് രാജ്യം മുഴുവനും ഹർത്താൽ ആചരിച്ചു. അവസാനം 1937 മാർച്ച് 17 ന് ബോസ് നിരുപാധികം മോചിപ്പിക്കപ്പെട്ടു. ഡൽഹൗസി ഹിൽസ്റ്റേഷനിൽ 6 മാസം വിശ്രമിച്ച ശേഷം ഒക്ടോബറിൽ ബോസ് കല്ക്കത്തയിലേക്കു പോയി.

അഞ്ചുവർഷത്തെ ഇടവേളയ്ക്കുശേഷം ബോസ് സജീവരാഷ്ട്രീയത്തിലേക്കു തിരിച്ചുവന്നു. 1935 ലെ ഗവൺമെന്റ് ഓഫ് ഇന്ത്യാ ആക്ട് അനുസരിച്ച് ലഭിച്ച പ്രവിശ്യാ സ്വയം ഭരണാവകാശം കോൺഗ്രസിനെ പതിനൊന്നിൽ ഏഴു പ്രവിശ്യകളും അധികാരത്തിലെത്തിക്കുകയുണ്ടായി. ഇത് രാഷ്ട്രീയ സാഹചര്യങ്ങൾ ശക്തമായ മാറ്റം വരുത്തിയിരുന്നു. കോൺഗ്രസിന്റെ ഹരിപുരാ സമ്മേളനത്തിൽ ബോസിനെ പ്രസിഡന്റാക്കണമെന്ന് അഖിലേന്ത്യാ കോൺഗ്രസ് കമ്മിറ്റി തീരുമാനിച്ചിരുന്നു. ഈ നീക്കത്തെ 1929 ൽ ജവഹർലാലിന്റെ കാര്യത്തിൽ ഗാന്ധി ചെയ്തതുപോലെ ഇടതുപക്ഷത്തെ സന്തോഷിപ്പിക്കുവാനും അവരുടെ ഏറ്റവും മികച്ച നേതാവും തന്റെ വിമർശകനുമായയാളെ തന്റെ ഭാഗത്തേക്കു കൊണ്ടുവരാനുമുള്ള ഒരു നീക്കമായിട്ടാണ് വിമർശകർ ഈ നടപടിയെ വിശേഷിപ്പിച്ചത്. എന്നാൽ ബോസിനെ സംബന്ധിച്ചിടത്തോളമാണെങ്കിൽ അത്തരം കണക്കുകൂട്ടലുകൾ തെറ്റി എന്നു പിന്നീട് ബോദ്ധ്യമായി.

നവംബർ മാസത്തിൽ ബോസ് വീണ്ടും യൂറോപ്പിലേക്കുപോയി. ഈ യാത്രയിൽ അദ്ദേഹം ആസ്ത്രേലിയയും ബ്രിട്ടണും സന്ദർശിച്ചു. തന്നെ ഇന്ത്യൻ നാഷണൽ കോൺഗ്രസിന്റെ പ്രസിഡന്റായി തിരഞ്ഞെടുത്ത വിവരം വിദേശത്തായിരുന്നപ്പോഴാണ് ബോസിനെ അറിയിച്ചത്. മടങ്ങുന്നതിനു മുമ്പ് അദ്ദേഹം ഐറിഷ് സ്വാതന്ത്ര്യത്തിന്റെ ശില്പിയായ Eaman D Vebraയെ സന്ദർശിച്ച് ഐറിഷ് സ്വാതന്ത്ര്യസമരതന്ത്രത്തെ സംബന്ധിച്ച് ചർച്ച നടത്തുകയുണ്ടായി. അന്ന് ബ്രിട്ടീഷ് ലേബർ പാർട്ടി നേതാവായിരുന്ന ആറ്റ്ലിയുമായും സംഭാഷണം നടത്തി.

ഇന്ത്യൻ നാഷണൽ കോൺഗ്രസിന്റെ 51-ാം സമ്മേളനത്തിൽ അദ്ധ്യക്ഷത വഹിക്കുന്നതിന് ഗുജറാത്തിലെ ഹരിപുരായിലെത്തിച്ചേർന്ന സുഭാസ് ചന്ദ്രബോസിന് ഒരു വർണ്ണോജ്ജ്വലമായ വരവേല്പാണു ലഭിച്ചത്. പ്രസിഡന്റെന്ന നിലയിൽ ബോസ് നടത്തിയ പ്രസംഗം സമഗ്രവും ആഴത്തിലുള്ളതുമായിരുന്നു. സ്വതന്ത്രഇന്ത്യ നേരിടാനിരിക്കുന്ന ഏറക്കുറെ എല്ലാപ്രശ്നങ്ങളെയും പരാമർശിക്കാനായിരുന്നു ആ പ്രസംഗം. ജവഹർലാൽ നെഹ്റു അദ്ധ്യക്ഷനായി ഒരു പ്ലാനിങ് കമ്മിറ്റി രൂപീകരിച്ചു. ചൈനയിലേക്ക് ഒരു മെഡിക്കൽ മിഷനെ അയക്കാനും തീരുമാനിച്ചു. പ്രവിശ്യകളിൽ ഉരുത്തിരിഞ്ഞുവന്ന പ്രശ്നങ്ങൾ വിജയകരമായി കൈകാര്യം ചെയ്യാൻ ബോസിനു കഴിഞ്ഞു. പ്രവർത്തകസമിതി അംഗങ്ങളുമായി ബോസിനുണ്ടായിരുന്ന ബന്ധം സൗഹാർദ്ദപരമായിരുന്നു. ഗാന്ധിയുമായി ബോസ് സൗഹാർദ്ദപരമായ ബന്ധം കെട്ടിപ്പടുത്തുവെന്നതാണ് വളരെ പ്രധാനപ്പെട്ട കാര്യം: തന്റെ പ്രവർത്തനത്തിനിടെ അദ്ദേഹം ഗാന്ധിയുടെ അഭിപ്രായം ആരാഞ്ഞിരുന്നു.

എന്നാൽ ഈ സൗഹൃദം കൊടുങ്കാറ്റിനു മുൻപത്തെ ശാന്തതയായിരുന്നുവെന്ന് മനസ്സിലാക്കിയത് ബോസ് രണ്ടാമതൊരുതവണ

കോൺഗ്രസ്പ്രസിഡന്റ് പദത്തിനു മത്സരിക്കാൻ ഒരുമ്പെടുമ്പോഴായിരുന്നു. സുഭാസ് ബോസ് ഒരു പ്രാവശ്യംകൂടി കോൺഗ്രസ് പ്രസിഡന്റാവുന്നത് മഹാത്മാഗാന്ധി ഇഷ്ടപ്പെട്ടില്ല. കോൺഗ്രസിന്റെ മുതിർന്ന നേതാവായ പട്ടാഭിസീതാരാമയ്യയെ പ്രസിഡന്റ് സ്ഥാനത്തേക്കു നിർദ്ദേശിച്ചു. എന്നാൽ ബോസ് പിന്മാറാൻ തയ്യാറായില്ല. ഇരുഭാഗത്തും ശക്തമായ പ്രചാരണം നടന്നു. തുടക്കത്തിൽ മഹാത്മാഗാന്ധി തന്റെ താല്പര്യം വെളിപ്പെടുത്തിയില്ല. നെഹ്റുവാകട്ടെ എങ്ങും തൊടാത്ത നിലപാടെടുത്തു. ബോസ് രണ്ടാമതും പ്രസിഡന്റുസ്ഥാനത്തു വരുന്നത് അദ്ദേഹം ഇഷ്ടപ്പെട്ടിരുന്നില്ല. എന്നാൽ സീതാരാമയ്യയുടെ സ്ഥാനാർത്ഥിത്വത്തെ അദ്ദേഹം തുണച്ചതുമില്ല. ബോസിന് തന്റെ വിജയത്തെ സംബന്ധിച്ച് തികഞ്ഞ ആത്മവിശ്വാസമായിരുന്നു. എതിരാളികളും നിഷ്പക്ഷനിലപാടുകാരും ബോസ് പരാജയപ്പെടുമെന്നുറപ്പിച്ചു. എന്നാൽ ബോസ് വൻ വിജയം നേടി. 1375 ന് എതിരെ 1580 വോട്ടുനേടി അദ്ദേഹം വിജയിച്ചു.

തിരഞ്ഞെടുപ്പിനു ശേഷമുള്ള മഹാത്മാഗാന്ധിയുടെ നിലപാട് തന്റെ മാഹാത്മ്യത്തിനു നിരക്കുന്നതായിരുന്നില്ല. അദ്ദേഹത്തിന്റെ നടപടികൾ സങ്കുചിതവും ജനാധിപത്യവിരുദ്ധവുമായിരുന്നു. ജനുവരി 31 ന് അദ്ദേഹം പുറപ്പെടുവിച്ച ഒരു പ്രഖ്യാപനത്തിൽ "പരാജയം അയ്യാളുടേതി(സീതാരാമയ്യ)നെക്കാൾ എന്റേതാണ്" എന്നവകാശപ്പെടുകയുണ്ടായി. പ്രസിഡന്റുമായി അഭിപ്രായവ്യത്യാസമുള്ളവർ കോൺഗ്രസിൽനിന്നും പുറത്തുവരാൻ അദ്ദേഹം ആവശ്യപ്പെട്ടു. പ്രവർത്തകസമിതിയംഗങ്ങളിൽ 12 പേർ രാജി വച്ചു. നെഹ്റുവാകട്ടെ ഔപചാരികമായി രാജിവയ്ക്കാതെ പ്രവർത്തക സമിതിയിൽനിന്നും ഒഴിഞ്ഞു നിന്നു. കോൺഗ്രസിന്റെ ത്രിപുര സമ്മേളനത്തിനു (52-ാം സമ്മേളനം) മുൻപുതന്നെ ബോസ് രോഗബാധിതനായി. എങ്കിലും അദ്ദേഹം സമ്മേളനത്തിന് അദ്ധ്യക്ഷത വഹിച്ചു. അദ്ധ്യക്ഷ പ്രസംഗത്തിൽ അദ്ദേഹം നമ്മുടെ ദേശീയചരിത്രത്തിൽ സ്വരാജിന്റെ ദിശയിലേക്കുള്ള അന്തിമമുന്നേറ്റം നടത്തുവാൻ ഇതിനേക്കാൾ അനുയോജ്യമായ ഏത് നിമിഷമാണ് നമുക്കു കണ്ടെത്താൻ കഴിയുക? എന്നു ചോദിച്ചു ഇന്നത്തെ സാഹചര്യത്തിലെ എല്ലാ വസ്തുതകളും അത്രത്തോളം നമുക്ക് പ്രയോജനപ്രദമാണെന്നതിനാൽ നാം വമ്പിച്ച ശുഭാപ്തിവിശ്വാസം പുലർത്തണമെന്നാണ് എനിക്കു പറയാനുള്ളത്. എന്നുപറഞ്ഞു ഗാന്ധിയിൽ വിശ്വാസം പ്രകടിപ്പിക്കുകയും അദ്ദേഹത്തിന്റെ നിർദ്ദേശമനുസരിച്ച് പ്രവർത്തകസമിതി രൂപീകരിക്കുവാൻ പ്രസിഡന്റിനു നിർദ്ദേശം നല്കുകയും ചെയ്യുന്ന ഒരു പ്രമേയം സമ്മേളനം പാസാക്കി. എന്നാൽ ബോസിന് ഒരു നിർദ്ദേശവും നല്കുവാൻ ഗാന്ധി കൂട്ടാക്കിയില്ല. സംഘടനയിലെ സാഹചര്യം തനിക്ക് തികച്ചും പ്രതികൂലമാണെന്നു കണ്ട ബോസ് പ്രസിഡന്റുസ്ഥാനം രാജിവച്ചു.

എന്നാൽ വെറുതെയിരിക്കാൻ ബോസ് കൂട്ടാക്കിയില്ല. പ്രസിഡന്റു

പദം രാജിവച്ചതിന്റെ മൂന്നാം ദിവസം തന്നെ അദ്ദേഹം കോൺഗ്രസിനുള്ളിൽ ഫോർവേഡ് ബ്ലോക്ക് എന്ന പാർട്ടി രൂപീകരിച്ചു (മെയ് 1939). ഇടതുപക്ഷത്തെയും യുവാക്കളെയും തന്റെ ഭാഗത്ത് ഉറപ്പിച്ചു നിർത്തുന്നതിനും കോൺഗ്രസിനുള്ളിലെ വലതുപക്ഷമേധാവിത്വം ചെറുക്കുവാനും വേണ്ടിയാണ് ബോസ് ഫോർവേഡ് ബ്ലോക്ക് രൂപീകരിച്ചത്. സുഭാസ് ചന്ദ്രബോസ് പ്രവചിച്ചിരുന്നതുപോലെ രണ്ടാം ലോക യുദ്ധം പൊട്ടിപ്പുറപ്പെട്ടു. 1939 സെപ്തംബർ 5 നാണ് യുദ്ധം ആരംഭിച്ചത്. ബോസിന്റെ നേതൃത്വത്തിൽ ഫോർവേഡ് ബ്ലോക്ക് തീവ്രമായ ബ്രിട്ടീഷ് വിരുദ്ധ പ്രചാരണം ആരംഭിച്ചു. ഇന്ത്യയുടെ സമ്മതം കൂടാതെ രാജ്യത്തെ രണ്ടാം ലോകയുദ്ധത്തിൽ കക്ഷി ചേർത്തതിനെതിരായിരുന്നു മുഖ്യമായും പ്രചാരണം. ഇതിനു സമാന്തരമായി ബ്രിട്ടീഷ് വിരുദ്ധ സമരം ആരംഭിക്കുന്ന കാര്യത്തിൽ കോൺഗ്രസ് നടത്തുന്ന ചാഞ്ചാട്ടത്തിനെതിരായും പ്രചാരണം ശക്തമാക്കി.

കോൺഗ്രസിൽ

പ്രശസ്തമായ നിലയിൽ സിവിൽ സർവ്വീസ് പരീക്ഷ പാസായ സുഭാസിന് സിവിൽ സർവ്വീസിൽ ചേർന്നുപ്രവർത്തിക്കുവാൻ താല്പര്യമുണ്ടായിരുന്നില്ല. മൂത്തസഹോദരനായ ശരത് ചന്ദ്രബോസിന് സുഭാസ് അയച്ച കത്തിൽ പറയുന്നത്,

> കാലഹരണപ്പെട്ടതും, അനധികൃതസംരക്ഷണം, സ്വാർത്ഥാധികാരം, ഹൃദയശൂന്യത, ചുവപ്പുനാട എന്നിവയുമായി ബന്ധപ്പെട്ട എല്ലാറ്റിനും വേരൂന്നി നിലകൊള്ളുന്നതുമായ പ്രസ്ഥാനത്തിന്റെ ഭാഗമാവുക എന്ന ആശയം അംഗീകരിക്കുവാൻ തത്ത്വത്തിൽ എനിക്കു കഴിയുകയില്ല.
>
> സി ആർ ദാസിന് ഈ പ്രായത്തിൽ എല്ലാം ഉപേക്ഷിച്ച് ജീവിതത്തിന്റെ അനിശ്ചിതത്വത്തെ നേരിടാനാവുമെങ്കിൽ ലൗകികമായ ഉൽക്കണ്ഠകളൊന്നും ശല്യപ്പെടുത്താനില്ലാത്ത യുവാവായ എനിക്ക് അങ്ങനെ ചെയ്യാൻ കൂടുതൽ ശേഷിയുണ്ട്...

ഇന്ത്യയിൽ മടങ്ങിയെത്തിയ ഉടനെ തന്നെ സുഭാസ് സ്വാതന്ത്ര്യപ്രസ്ഥാനത്തിൽ ആണ്ടിറങ്ങുകയും 25 വർഷത്തിനുശേഷം ആസാദ് ഹിന്ദ് താല്ക്കാലിക ഗവൺമെന്റിന്റെ തലവനെന്ന നിലയ്ക്ക് ഒരു സുപ്രധാന ദൗത്യവുമായി സെയ്ഗോണിലേക്കു പറക്കുന്നതുവരെ വിശ്രമരഹിതമായി പണിയെടുക്കുകയും ചെയ്തു.

ഐ സി എസ് ഉപേക്ഷിച്ച് ഇംഗ്ലണ്ടിൽനിന്നും ബോംബെയിൽ വന്നിറങ്ങി വൈകാതെ സുഭാസ് മഹാത്മാഗാന്ധിയെ അദ്ദേഹത്തിന്റെ വാസസ്ഥലമായ ലാബർനം റോഡിൽ പോയിക്കണ്ടു. ബ്രിട്ടീഷ് ഭരണത്തിനെതിരെ മഹാത്മാഗാന്ധി രാജ്യവ്യാപകമായ നിസ്സഹകരണപ്രസ്ഥാനം

ആരംഭിച്ച സമയമായിരുന്നു അത്. നിസ്സഹകരണപ്രസ്ഥാനത്തിൽ പങ്കെടുക്കാൻ ആഗ്രഹമുണ്ടായിരുന്ന സുഭാസ് മഹാത്മാഗാന്ധിയുടെ നിലപാടും, പ്രവർത്തനപദ്ധതിയെക്കുറിച്ചും വ്യക്തമായി മനസ്സിലാക്കുവാൻ ആഗ്രഹിച്ചു. മൂന്നു കാര്യങ്ങൾ സുഭാസ് ബോസിനു വ്യക്തമാകാനുണ്ടായിരുന്നു. കോൺഗ്രസ് നടത്തിക്കൊണ്ടിരുന്ന വ്യത്യസ്തപ്രവർത്തനങ്ങൾ പ്രചാരണത്തിന്റെ അവസാനഘട്ടമായ നികുതി നിഷേധത്തിൽ എങ്ങനെ എത്തിച്ചേരും? നികുതിനിഷേധത്തിനും നിയമനിഷേധത്തിനും ഭരണം അവസാനിപ്പിക്കുന്നതിനോ ഇന്ത്യക്കാരെ സ്വതന്ത്രരാക്കുന്നതിനോ എങ്ങനെ സാധിക്കും? ഒരുവർഷത്തിനുള്ളിൽ ഇന്ത്യക്കു സ്വാതന്ത്ര്യം ലഭിക്കുമെന്ന് ഗാന്ധിക്ക് എങ്ങനെ പ്രതിജ്ഞ ചെയ്യാനാവും? ആദ്യത്തെ ചോദ്യത്തിനു ഗാന്ധി നല്കിയ ഉത്തരം തനിക്ക് സ്വീകാര്യമായി. എന്നാൽ മറ്റു രണ്ടുത്തരങ്ങളും സുഭാസിനു യുക്തിസഹമായിതോന്നിയില്ല. എന്നാൽ സി ആർ ദാസിനെ കാണുവാനുള്ള ഗാന്ധിയുടെ ഉപദേശം സുഭാസ് സ്വീകരിച്ചു.

ദേശബന്ധു സി ആർ ദാസിൽ സുഭാസ് തന്റെ നേതാവിനെ കണ്ടെത്തി. സുഭാസ് കല്ക്കത്തയിൽ താമസമുറപ്പിച്ചു രാജ്യത്തെ സാഹചര്യം വിലയിരുത്തി. രാജ്യത്തുടനീളം നിലനിന്ന സമാനതകളില്ലാത്ത ആവേശം വിദേശവസ്ത്രങ്ങളുടെയും നിയമനിർമ്മാണസഭയുടെയും കോടതികളുടെയും വിദ്യാഭ്യാസസ്ഥാപനങ്ങളുടെയും ബഹിഷ്കരണം വിജയിക്കുന്നതിനുള്ള അവസരമൊരുക്കി. എന്നാൽ ഇന്ത്യൻ ലിബറലുകളുൾപ്പെടെയുള്ള ബുദ്ധിജീവികൾ നിസ്സഹകരണപ്രസ്ഥാനത്തെയും റവല്യൂഷണറി പാർട്ടി അക്രമരാഹിത്യത്തെയും എതിർത്തിരുന്നു. 1921 അവസാനംവരെയും രാജ്യവ്യാപകമായി അധികാരികളുമായുള്ള സംഘർഷത്തിനുള്ള അടയാളമോ സ്വരാജ് നേടുന്നതിന്റെ ലക്ഷണമോ കാണപ്പെട്ടില്ല. കോൺഗ്രസ് പ്രവർത്തനമാന്ദ്യത്തിന്റെ ഈ കാലഘട്ടത്തിലാണ്, വെയ്ത്സ് രാജകുമാരൻ നവംബറിൽ ഇന്ത്യ സന്ദർശിക്കുമെന്ന് ഗവൺമെന്റ് അറിയിച്ചത്. ഈ സന്ദർശനം ബഹിഷ്കരിക്കുവാൻ കോൺഗ്രസ് ഉന്നതാധികാരസമിതി തീരുമാനിച്ചു. കോൺഗ്രസ് അംഗത്വം നേടിയ സുഭാസ് ചന്ദ്രബോസിനായിരുന്നു കല്ക്കത്തയിൽ ബഹിഷ്കരണ പ്രചാരണത്തിന്റെ ചുമതല. കല്ക്കത്തയിൽ ബഹിഷ്കരണം പൂർണ്ണമായിരുന്നു. ആയിരക്കണക്കിനു വിദ്യാർത്ഥികളും തൊഴിലാളികളും ബഹിഷ്കരണത്തിൽ സന്നദ്ധപ്രവർത്തകരായി. ഗവൺമെന്റിന്റെ നേർക്കു വർദ്ധിച്ചുവരുന്ന എതിർപ്പിനെ നിശ്ശബ്ദമാക്കുന്നതിന് ഗവൺമെന്റ് കർശന നടപടികളുമായി മുന്നോട്ടുപോയി. ദേശബന്ധു സി ആർ ദാസും സുഭാസ് ചന്ദ്രബോസ് ഉൾപ്പെടെയുള്ള അനുയായികളും അറസ്റ്റുചെയ്യപ്പെട്ടു. 1921 ഡിസംബർ 10 ന് വൈകുന്നേരം സുഭാസ് അറസ്റ്റിലായി. ഇതാദ്യമായാണ് അദ്ദേഹത്തെ ബ്രിട്ടീഷ് ഇന്ത്യൻ ഗവൺമെന്റ് അറസ്റ്റു ചെയ്യുന്നത്. 1941 സുഭാസ് ചന്ദ്രബോസ് അപ്രത്യക്ഷനാവുന്നതിന് ഇടയ്ക്കുള്ള 20 വർഷത്തിനിടെ അദ്ദേഹം 11 പ്രാവശ്യം തുറുങ്കിലാക്കപ്പെട്ടി

രുന്നു. അറസ്റ്റിലായതോടെ ബോസിന് ബംഗാൾ നാഷണൽ കോളേജ് പ്രിൻസിപ്പൽ സ്ഥാനത്തു തുടരാനാവാതെ വന്നു. ബംഗാൾ പ്രവിശ്യാ കോൺഗ്രസ് കമ്മിറ്റിയുടെ പബ്ലിസിറ്റി ഓഫീസർ, നാഷണൽ വാളണ്ടിയർ കോറിന്റെ ക്യാപ്റ്റൻ എന്നീ തരത്തിലുള്ള പ്രവർത്തനങ്ങളും നിലച്ചു.

വർഷാവസാനം മഹാത്മാഗാന്ധി ഒഴികെയുള്ള മുൻനിര നേതാക്കളെല്ലാം ജയിലിൽ ആയിരുന്നു. പണ്ഡിറ്റ് മോത്തിലാൽ നെഹ്റു, ലാലാ ലജപത്റായ്, സി ആർ ദാസ് എന്നിവർ അതിൽപ്പെടും. ഇതിനിടെ ഒരു രാഷ്ട്രീയ തീർപ്പിനുള്ള നിർദ്ദേശം വൈസ്രോയ് റീഡിങ് പ്രഭു കോൺഗ്രസിനു മുന്നിൽവച്ചു. ഈ പ്രശ്നത്തിൽ ഗാന്ധിയും ഇതര നേതാക്കളുമായുള്ള അഭിപ്രായ വ്യത്യാസം മറ നീക്കി പുറത്തുവന്നു. വൈസ്രോയിയുടെ നിർദ്ദേശം അംഗീകരിക്കാൻ സി ആർ ദാസും ഗാന്ധിയുടെ മേൽ സമ്മർദ്ദം ചെലുത്തി. വളരെ വൈകി മഹാത്മാഗാന്ധി നിർദ്ദേശം സ്വീകരിക്കാനൊരുങ്ങി. എന്നാൽ, ആ സമയം ആയപ്പോഴേക്കും വൈസ്രോയി തന്റെ നിർദ്ദേശം അംഗീകരിക്കാൻ സി ആർ ദാസ് ഗാന്ധിയുടെ മേൽ സമ്മർദം ചെലുത്തി. വളരെ വൈകി മഹാത്മാഗാന്ധി നിർദേശം സ്വീകരിക്കാനൊരുങ്ങി. എന്നാൽ ആ സമയം ആയപ്പോഴേക്കും വൈസ്രോയി തന്റെ നിലപാടിൽനിന്നും പിന്നോട്ടു പോയിരുന്നു.

ചൗരിചൗരാ അക്രമത്തിന്റെ മറവിൽ 1922 ന് മഹാത്മാഗാന്ധി നികുതി നിഷേധപ്രസ്ഥാനം സസ്പെന്റ് ചെയ്തു. ഒരു മാസത്തിനു ശേഷം 1922 മാർച്ചിൽ അഹമ്മദാബാദിൽ വച്ച് മഹാത്മാഗാന്ധി അറസ്റ്റു ചെയ്യപ്പെട്ടു. അദ്ദേഹത്തെ ആറുവർഷത്തെ വെറും തടവിനു ശിക്ഷിച്ചു. ഇതിനിടെ ജയിലിൽ വച്ചുതന്നെ സി ആർ ദാസും അദ്ദേഹത്തിന്റെ കൂട്ടാളികളും തിരഞ്ഞെടുപ്പിലൂടെ നിയമസഭയിൽ കയറിപ്പറ്റുന്നതിനു ഒരുപദ്ധതി ആസൂത്രണംചെയ്തു. സി ആർ ദാസിന്റെ അദ്ധ്യക്ഷതയിൽ ഗയയിൽ ചേർന്ന കോൺഗ്രസ് സമ്മേളനത്തിൽ സ്വരാജ് പാർട്ടി രൂപീകരിക്കപ്പെട്ടതായി പണ്ഡിറ്റ് മോത്തിലാൽ നെഹ്റു പ്രഖ്യാപിച്ചു. സി ആർ ദാസ് ഔപചാരികമായി കോൺഗ്രസ് പ്രസിഡന്റു സ്ഥാനം രാജിവച്ചു.

1922 ആദ്യം ജയിൽവിമോചിതനായ സുഭാസ് ചന്ദ്രബോസ് സർ പ്രഫുല്ല ചന്ദ്ര റേയുടെ നേതൃത്വത്തിൽ വെള്ളപ്പൊക്കദുരിതനിവാരണ പ്രവർത്തനത്തിൽ ഏർപ്പെട്ടിരിക്കയായിരുന്നു. *ബംഗ്ലർ കഥ* എന്ന പത്രത്തിന്റെ എഡിറ്റർ സ്ഥാനവും അദ്ദേഹം ഏറ്റെടുത്തു. കേന്ദ്ര പ്രവിശ്യാ നിയമസഭാ നിയമസഭകളിലേക്ക് മത്സരിക്കാനുള്ള സ്വരാജ് പാർട്ടിയുടെ പരിപാടിക്ക് രാജ്യത്തെമ്പാടും വലിയ പ്രചാരം ലഭിച്ചു. സുഭാസ് ചന്ദ്രബോസ് സ്വരാജ് പാർട്ടി പുതുതായി ആരംഭിച്ച *ഫോർവേഡ്* എന്ന ദിനപ്പത്രത്തിന്റെ മാനേജരും ബംഗാൾ പ്രവിശ്യാ കോൺഗ്രസ് കമ്മിറ്റിയുടെ സെക്രട്ടറിയുമായി.

പ്രാദേശിക ഭരണസ്ഥാപനങ്ങളിലേക്ക് കല്ക്കത്തയിൽ 1924 ൽ നടന്ന തിരഞ്ഞെടുപ്പിൽ സ്വരാജ് പാർട്ടിവമ്പിച്ച വിജയം നേടി. സി ആർ ദാസ് കല്ക്കത്താ മേയറായി തിരഞ്ഞെടുക്കപ്പെട്ടു. സുഭാസ് ചന്ദ്രബോസ്

അദ്ദേഹത്തിന്റെ 27-ാം വയസ്സിൽ കല്ക്കത്താ കോർപ്പറേഷന്റെ ചീഫ് എക്സിക്യൂട്ടീവ് ഓഫീസറായി നിയമിതനായി. കല്ക്കത്താ മുനിസിപ്പൽ കോർപ്പറേഷന്റെ ഭരണത്തലവനെന്ന നിലയിൽ സുഭാസ് കോർപ്പറേഷനും പൊതുജനങ്ങളും തമ്മിലുള്ള ബന്ധത്തിൽ വിപ്ലവകരമായ മാറ്റം വരുത്തി. ജീവിതത്തിലാദ്യമായി മുനിസിപ്പൽ ഓഫീസർമാരും ജീവനക്കാരും വെറും ബ്യൂറോക്രാറ്റുകളല്ലെന്നും ജനസേവകരാണെന്നും ജനങ്ങൾക്ക് തോന്നലുണ്ടായി. ബ്രിട്ടീഷ് സ്ഥാപിതതാല്പര്യത്തിന് തങ്ങളുടെ പ്രാധാന്യം നഷ്ടപ്പെട്ടുവെന്ന തോന്നലുണ്ടായി. സുഭാസാകട്ടെ ചീഫ് എക്സിക്യൂട്ടീവ് ഓഫീസറുടെ ശമ്പളമായ 3000 രൂപയുടെ സ്ഥാനത്ത് 1500 രൂപ മാത്രമേ കൈപ്പറ്റിയിരുന്നുള്ളൂ. തന്റെ ഔദ്യോഗികസ്ഥാനത്തിന്റെ ഉത്തരവാദിത്വങ്ങൾ സുഭാസിന്റെ മുഴുവൻ സമയവും ശ്രദ്ധയും അപഹരിച്ചു. എന്നിട്ടും മറ്റനേകം കോൺഗ്രസുകാരോടൊപ്പം ഒക്ടോബറിൽ സുഭാസും അറസ്റ്റു ചെയ്യപ്പെട്ടു. യഥാർത്ഥത്തിൽ സ്വരാജ് പാർട്ടിയുടെ വർദ്ധിച്ചുവരുന്ന ജനസമ്മതിയുടെ വേലിയേറ്റം തടഞ്ഞുനിർത്തുകയായിരുന്നു ഗവൺമെന്റിന്റെ ലക്ഷ്യം. സുഭാസിന്റെ അറസ്റ്റിനെതിരെ വമ്പിച്ച പ്രക്ഷോഭണം നടന്നു. പ്രക്ഷോഭണത്തെ ഗവൺമെന്റ് കർശനമായി നേരിട്ടു. സുഭാസിനെ ആദ്യം ബംഗാളിലെ ജയിലുകളിൽ പാർപ്പിച്ചു. പിന്നെ അന്ന് ഭരണപരമായി ഇന്ത്യയുടെ ഭാഗമായിരുന്ന ബർമ്മയിലെ മാണ്ട്ലേ ജയിലിൽ പാർപ്പിച്ചു. ലോകമാന്യ ബാലഗംഗാധരതിലകനെ 6 വർഷവും ലാലാലജപത്റായ്യെ 1 വർഷവും ഈ ജയിലിൽ തടങ്കലിലാക്കിയിട്ടുണ്ട്. ഏകദേശം രണ്ടരവർഷവും സുഭാസ് മാണ്ട്ലേയിലെ ജയിലിൽ കഴിഞ്ഞു. പിന്നിടദ്ദേഹത്തെ ബംഗാളിലേക്കു മടക്കിക്കൊണ്ടുവരികയും ആരോഗ്യപരമായ കാരണത്താൽ 1927 മേയിൽ മോചിപ്പിക്കുകയും ചെയ്തു. മാണ്ട്ലേ ജയിലിലായിരുന്നപ്പോൾ ദുർഗ്ഗാ പൂജ പോലുള്ള മതപരമായ ചടങ്ങുകളിൽ പങ്കെടുക്കാൻ അനുമതി നിരാകരിച്ചതിൽ പ്രതിഷേധിച്ച് 6 ആഴ്ച നീണ്ടുനിന്ന നിരാഹാരസമരം നടത്തുകയുണ്ടായി.

ജയിൽ വിമോചനത്തിനു രണ്ടു വർഷത്തിനു മുമ്പ് തന്റെ ഗുരുവും നേതാവുമായിരുന്ന സി ആർ ദാസിന്റെ മരണം വ്യക്തിപരമായി സുഭാസിനെ വല്ലാതെ ഉലച്ചു. രാഷ്ട്രീയജീവിതത്തിൽ സി ആർ ദാസിന്റെ നിര്യാണം ഇന്ത്യക്ക് ഒരു വമ്പിച്ച ദുര്യോഗമായി. സ്വരാജ് പാർട്ടിയുടെ പ്രവർത്തനം മരവിച്ചു. മഹാത്മാഗാന്ധി ഫലത്തിൽ പൊതുജീവിതത്തിൽനിന്നും വിട്ടുനില്ക്കുന്ന മട്ടിൽ നിശ്ശബ്ദനായിരുന്നു. മോത്തിലാൽ നെഹ്റു തന്റെ മരുമക്കളുടെ ചികിത്സാർത്ഥം വിദേശത്തായിരുന്നു. സുഭാസ് ചന്ദ്രബോസിന് സി ആർ ദാസിന്റെ കരുത്തുറ്റ ശിക്ഷണം ലഭിച്ചിരുന്നു. ജയിൽ ജീവിതത്തിനിടെ ചിന്തിക്കുന്നതിനും ബ്രിട്ടീഷുകാരിൽനിന്നും മോചനം നേടുന്നതിനു രാജ്യം അവലംബിക്കേണ്ടുന്ന വിശാലമായ തന്ത്രം കരുപ്പിടിപ്പിക്കുന്നതിന് മതിയായ സമയം ലഭിച്ചിരുന്നു. അങ്ങനെ ഒരുറച്ച കാഴ്ചപ്പാടോടെയാണ് ഏതാണ്ട് മൂന്നുവർഷത്തെ ഇടവേളയ്ക്കുശേഷം അദ്ദേഹം സജീവരാഷ്ട്രീയത്തിൽ പുനഃപ്രവേശിച്ചത്.

ജയിൽമോചിതനായ ഉടനെതന്നെ സുഭാസ് ചന്ദ്ര ബോസ് ബംഗാൾ പ്രവിശ്യാ കോൺഗ്രസ് കമ്മിറ്റിയുടെ പ്രസിഡന്റായി തിരഞ്ഞെടുക്കപ്പെട്ടു. അങ്ങനെ അദ്ദേഹം സജീവരാഷ്ട്രീയത്തിൽ ആണ്ടിറങ്ങി. ബംഗാൾ രാജ്യത്തെ ഇതര ഭാഗങ്ങളെപ്പോലെ, വെള്ളക്കാർ മാത്രമുൾപ്പെടുന്ന സൈമൺ കമ്മീഷനെ ബഹിഷ്കരിക്കുന്നതിനുള്ള രാഷ്ട്രീയ പ്രക്ഷോഭ ണത്തിന്റെ രീതിയിലായിരുന്നു. ഭരണഘടനാ പരിഷ്കാരത്തിന്റെ അടുത്ത ഗഡു നല്കുന്നതിനുള്ള ഇന്ത്യയുടെ യോഗ്യത അവലോകനം ചെയ്യുക എന്നതായിരുന്നു സൈമൺ കമ്മീഷന്റെ നിയോഗം. ബംഗാളിലെ ബഹി ഷ്കരണത്തിന് ബോസ് നേതൃത്വം നല്കി. അതോടൊപ്പംതന്നെ അഖില ബംഗാൾ സ്റ്റുഡന്റ്സ് അസോസിയേഷനും അഖിലബംഗാൾ യൂത്ത് അസോസിയേഷനും സംഘടിപ്പിക്കുന്നതിൽ ശ്രദ്ധചെലുത്തി. ആ വർഷം അതായത് 1928 ൽ തന്നെ അദ്ദേഹം ജവഹർലാൽ നെഹ്റു, ശ്രീനിവാസ അയ്യങ്കാർ തുടങ്ങിയവരോടൊപ്പം ചേർന്ന് ഇന്ത്യൻ ഇൻഡിപ്പെന്റൻസ് ലീഗ് രൂപീകരിച്ചു. ആ വർഷം അവസാനം മദ്രാസിൽവച്ചു നടന്ന കോൺഗ്രസ് സമ്മേളനം ശ്രദ്ധേയമായിരുന്നു. ഇന്ത്യൻ ജനതയുടെ ലക്ഷ്യം സ്വാതന്ത്ര്യം നേടിയെടുക്കലാണെന്നു പ്രഖ്യാപിക്കുന്ന പ്രമേയം പാസാ ക്കിയത് ഈ സമ്മേളനത്തിലാണ് ഇടതുപക്ഷത്തിന്റെ പ്രതിനിധികൾ ഈ സമ്മേളനത്തിൽവച്ച് കോൺഗ്രസ് പ്രവർത്തകസമിതിയിൽ ഉൾപ്പെ ടുത്തപ്പെട്ടതും ഈ സമ്മേളനത്തിലാണ്. പണ്ഡിറ്റ് ജവഹർലാർ നെഹ്റുവും സുഐബ് ഖുറേഷി, സുഭാസ് ചന്ദ്രബോസ് എന്നിവരെ കോൺഗ്രസ് ജനറൽ സെക്രട്ടറിമാരായി നിയമിച്ചു.

1928 ലെ കോൺഗ്രസിന്റെ കല്ക്കത്താ സമ്മേളനം ആ സംഘടന യിലെ വലത് ഇടത് വിഭാഗങ്ങളുടെ ശക്തി പരീക്ഷണത്തിന്റെ വേദി യായി ഈ സമ്മേളനത്തിൽ, 1927 ഡിസംബറിനു മുൻപ് ബ്രിട്ടീഷ് ഗവൺമെന്റ് ഇന്ത്യക്ക് പുത്രികാ രാജ്യപദവി അനുവദിച്ചില്ലെങ്കിൽ കോൺഗ്രസ് അക്രമരഹിതനിസ്സഹകരണപ്രസ്ഥാനം സംഘടിപ്പിക്കുമെന്ന് പ്രഖ്യാപിക്കുന്ന പ്രമേയം മഹാത്മാഗാന്ധി അവതരിപ്പിച്ചു. എന്നാൽ ഇതിനു ഭേദഗതിയായി 'സ്വാതന്ത്ര്യത്തിൽ കുറഞ്ഞ ഒന്നുകൊണ്ടും കോൺഗ്രസ് തൃപ്തിപ്പെടുകയില്ല' എന്ന ഭേദഗതി സുഭാസ് ചന്ദ്രബോസ് അവതരിപ്പിച്ചു. ജവഹർലാൽ നെഹ്റു ഭേദഗതിയെ പിന്താങ്ങി. 972 വോട്ടി നെതിരെ 1350 വോട്ടിന് ഭേദഗതി തള്ളപ്പെട്ടു. ഭേദഗതിയുടെ വിജയം മഹാ ത്മാഗാന്ധി തന്റെ പരാജയമായി എടുക്കുമെന്നും അങ്ങനെ വന്നാൽ അദ്ദേഹം വിട്ടുനില്ക്കുമെന്ന സംശയം കാരണമാണ് ഭേദഗതിക്കെതിരെ അനേകം പേരും വോട്ടു ചെയ്തതെന്ന് സുഭാസ് ചന്ദ്രബോസ് വിലയിരു ത്തി. എങ്കിൽ തന്നെയും ഇടതുവിഭാഗം ശക്തവും, സ്വാധീനമുള്ളതുമാ ണെന്ന് വോട്ടിങ് തെളിയിച്ചു. സമ്മളനം നടക്കുമ്പോൾ 50,000 ത്തിലേ റെപേരടങ്ങുന്ന ഒരു പ്രകടനം ദേശീയ സ്വാതന്ത്ര്യസമരത്തിനു പിന്തുണ പ്രഖ്യാപിച്ചുകൊണ്ട് സമ്മേളനസ്ഥലത്തെത്തിച്ചേർന്നു. ഈ സമ്മേളന ത്തിൽ താൻ തന്നെ രൂപീകരിച്ച് പരിശീലിപ്പിച്ച യൂണിഫോം ധരിച്ച

ബംഗാൾ വാളണ്ടിയർകോറിന്റെ കമാന്റിങ് ഓഫീസറായി പ്രവർത്തിച്ചു.

ഇക്കാലത്തുതന്നെ സുഭാസ് ചന്ദ്രബോസ് എ ഐ ടി യു സിയുടെ പ്രസിഡന്റായി തിരഞ്ഞെടുക്കപ്പെട്ടു. 1931 അദ്ദേഹം ആസ്ഥാനത്ത് തുടർന്നു. കോൺഗ്രസിന്റെ ബംഗാൾ സമ്മേളനത്തോടെ സുഭാസ് ചന്ദ്ര ബോസ് സ്വാതന്ത്ര്യസമരപ്രസ്ഥാനത്തിന്റെ മുൻനിരയിലേക്ക് കടന്നുവന്നു. ദേശീയതലത്തിൽ യുവജനങ്ങളെയും വിദ്യാർത്ഥികളെയും സംഘടിപ്പിച്ച് അവർ ഊർജ്ജസ്വലമായ നേതൃത്വം നല്കി; വ്യവസായതൊഴിലാളികളുടെ പിന്തുണ സമാഹരിച്ച ഉറച്ച അടിസ്ഥാനത്തിലുള്ള ട്രേഡ് യൂണിയൻ സംഘടന കെട്ടിപ്പടുത്തു. കോൺഗ്രസിലെ ഇടതുപക്ഷ ഘടകങ്ങളെ ഏകോപിപ്പിച്ച് അവയുടെ മുന്നണിപ്പോരാളിയായി. 1930 ആയപ്പോഴേക്കും മഹാത്മാഗാന്ധിയും ജവഹർലാൽ നെഹ്റുവും കഴിഞ്ഞാൽ അടുത്ത പ്രധാനപ്പെട്ട കോൺഗ്രസ് നേതാവായി സുഭാസ് ഉയർന്നു.

ശ്വാസകോശത്തിൽ ടി ബി ബാധയുണ്ടായി എന്ന സംശയത്തിൽ 1932 ൽ സുഭാസ് ചികിത്സയ്ക്കായി വിയന്നയിലേക്ക് പോയി. വിയന്നയിൽ വിശ്രമിക്കുകയായിരുന്നു വിത്തൽഭായി പട്ടേലിനെ കണ്ടുമുട്ടി. ഇരുവരും തമ്മിൽ നടന്ന നിരന്തരമായ ചർച്ചകൾക്കുശേഷം വിദേശസഹായത്തെ ആശ്രയിക്കാതെ ഇന്ത്യക്ക് ഒരിക്കലും സ്വതന്ത്രയാവാൻ കഴിയുകയില്ല എന്ന നിഗമനത്തിൽ എത്തിച്ചേർന്നു. അവർ സംയുക്തമായി ഒപ്പുവച്ച 1933 മേയ് 9 ന് പുറത്തിറക്കിയ പ്രഖ്യാപനത്തിൽ പറയുന്നത്.

> നമുക്കുപരമാവധി ദുരിതങ്ങളും നമ്മുടെ എതിരാളികൾക്ക് ഏറ്റവും ചുരുങ്ങിയ കഷ്ടപ്പാടുകളും എന്ന തത്ത്വത്തിലടിസ്ഥാനമായ ഒരു രാഷ്ട്രീയ യുദ്ധത്തിന് വിജയത്തിലേക്കു നയിക്കാൻ കഴിയുകയില്ല എന്ന കഴിഞ്ഞ പതിമൂന്നുവർഷക്കാലത്തെ സംഭവങ്ങൾ ബോദ്ധ്യപ്പെടുത്തിയിരിക്കുകയാണ്. നമ്മുടെ സ്വന്തം ദുരിതാനുഭവം കൊണ്ടോ അഥവാ അവരെ സ്നേഹിക്കാൻ ശ്രമിക്കുന്നതുകൊണ്ടോ എന്തെങ്കിലും നമ്മുടെ ഭരണാധികാരികളുടെ മനസ്സിൽ മാറ്റം വരുത്താൻ നമുക്കു കഴിയുമെന്ന് പ്രതീക്ഷിക്കുന്നത് നിഷ്ഫലമാണ്. ഏറ്റവുമൊടുവിൽ നിയമനിഷേധപ്രസ്ഥാനം സസ്പെന്റു ചെയ്ത മഹാത്മാഗാന്ധിയുടെ നടപടി കോൺഗ്രസിന്റെ ഇന്നത്തെ പ്രവർത്തനത്തെ സംബന്ധിച്ച പരാജയത്തിന്റെ കുറ്റസമ്മതമാണ്. ഒരുരാഷ്ട്രീയ നേതാവെന്ന നിലയിൽ മഹാത്മാഗാന്ധി പരാജയപ്പെട്ടുവെന്നാണ് ഞങ്ങളുടെ വ്യക്തമായ അഭിപ്രായം. അതുകൊണ്ട് ഒരു പുതിയ തത്ത്വത്തിന്റെയും ഒരു പുതിയ പ്രവർത്തനരീതിയുടെയും അടിസ്ഥാനത്തിൽ കോൺഗ്രസിനെ മൗലികമായി പുനഃസംഘടിപ്പിക്കുന്നതിനുള്ള സമയം വന്നെത്തിയിരിക്കുന്നു. ഈ പുനഃസംഘടന കൊണ്ടുവരുന്നതിന് ഒരു നേതൃത്വമാറ്റം ആവശ്യമാണ്: എന്തെന്നാൽ തന്റെ ആജീവനാന്ത തത്ത്വങ്ങൾക്കു നിരക്കാത്ത ഒരു പ്രവർത്തനപരിപാടിയും മാതൃകയും മഹാത്മാഗാന്ധി

> ആവിഷ്കരിക്കുമെന്നും പ്രവർത്തനത്തിൽ കൊണ്ടുവരുമെന്നും പ്രതീക്ഷിക്കുന്നത് അദ്ദേഹത്തോടു കാട്ടുന്ന അനീതിയാണ്. കോൺഗ്രസ് ഒന്നടങ്കം ഈ പരിവർത്തനത്തിലൂടെ കടന്നുപോകുവാനാകുമെങ്കിൽ അതാണ് ഏറ്റവും നല്ലത്. അതിൽ പരാജയപ്പെടുമെങ്കിൽ എല്ലാ പുരോഗമനവാദികളും ഉൾപ്പെടുന്ന ഒരുപുതിയ പാർട്ടി കോൺഗ്രസിനുള്ളിൽ രൂപീകരിക്കപ്പെടണം. നിസ്സഹകരണം ഉപേക്ഷിക്കപ്പെട്ടുകൂടാ; പ്രത്യുത നിസ്സഹകരണത്തിന്റെ രൂപം കൂടുതൽ സമരോത്സുകമായ ഒന്നായി മാറണം; സ്വാതന്ത്ര്യത്തിനായുള്ള സമരം എല്ലാ മുന്നണികളിലും നടത്തപ്പെടണം.

ഒരു സംയുക്ത പ്രസ്താവന അവരുടെ ചിന്തയുടെ പ്രവണത വെളിവാക്കുന്നു. ഇന്ത്യ അന്താരാഷ്ട്ര ബന്ധങ്ങളുറപ്പിക്കാതെ ഇന്ത്യൻ ദേശീയ പ്രസ്ഥാനത്തിന് അതിന്റെ നിശ്ചലാവസ്ഥയിൽനിന്നും പുറത്തുവരാനോ അന്താരാഷ്ട്ര കാര്യങ്ങളിൽ ഒരു ഘടകമായിത്തീരുവാനോ സാധിക്കുയില്ല. ഇന്ത്യൻ സ്വാതന്ത്ര്യം ത്വരിതഗതിയിൽ നേടുന്നതിനുള്ള ഒരേയൊരു ഫലപ്രദമാർഗ്ഗം അതിനെ രാഷ്ട്രങ്ങൾ തമ്മിലുള്ള ഒരു പ്രശ്നമാക്കി മാറ്റുകയെന്നുള്ളതാണ്. അന്താരാഷ്ട്രബന്ധത്തിന്റെ അനിവാര്യത ബോദ്ധ്യമായ വിത്തൽഭായി പട്ടേൽ ഗുരുതരമായ രോഗാവസ്ഥയിൽ കഴിയുന്ന തന്റെ സ്വത്ത് മുഴുവൻ വിൽപ്പത്രത്തിലൂടെ സുഭാസ് ചന്ദ്രബോസിന്റെ പേരിലാക്കി. ഇറ്റലിയുടെ ചരിത്രത്തെയും സാഹിത്യത്തെയും സംബന്ധിച്ച പരന്ന വായന, ഇന്ത്യൻ നേതാക്കളും ഇറ്റലിയൻ സ്വാതന്ത്ര്യപ്രസ്ഥാനത്തിന്റെ നേതാക്കളായ ഗാരിബാൾഡിയെയും മസീനിയെയും പോലെ ബ്രിട്ടീഷ് വിരുദ്ധ രാഷ്ട്രങ്ങളുടെ പിന്തുണ ഉറപ്പാക്കണമെന്നും അത് ബ്രിട്ടനെ അസ്വസ്ഥമാക്കുമെന്നും പെട്ടെന്ന് ഇന്ത്യക്കു സ്വാതന്ത്ര്യം നല്കാൻ അത് അവരെ പ്രേരിപ്പിക്കുമെന്നും സുഭാസ് ചിന്തിച്ചു.

സുഭാസ് ചന്ദ്രബോസും വിത്തൽ ഭായ് പട്ടേലും ചേർന്ന് പുറത്തിറക്കിയ *മാനിഫെസ്റ്റോ* ഇന്ത്യൻ സ്വാതന്ത്ര്യസമരചരിത്രത്തിലെ നാഴികക്കല്ലായിരുന്നു. അന്നുവരേയും ലീഗ് ഹെഗൽസ്റ്റ് ഇംപീരിയലിസത്തിന്റെ ബ്രസൽസ് സമ്മേളനത്തിൽ നെഹ്റു പങ്കെടുത്തത് ഒഴികെ കോൺഗ്രസിന്റെ ഒരു പ്രധാന നേതാവും ഇന്ത്യക്കനുകൂലമായി അന്താരാഷ്ട്ര പൊതുജനാഭിപ്രായം രൂപീകരിക്കുന്നതിനുള്ള ഒരു പരിശ്രമവും നടത്തിയിരുന്നില്ല. കോൺഗ്രസിന്റെ നാഗ്പൂർസമ്മേളനം മഹാത്മാഗാന്ധിയുടെ അക്രമരഹിത നിസ്സഹകരണപ്രമേയം അംഗീകരിച്ചശേഷം ലണ്ടനിൽ കോൺഗ്രസിനുണ്ടായിരുന്ന ഒരു ചെറിയ ഓഫീസ് പോലും അടച്ചുപൂട്ടുകയാണുണ്ടായത്. ഇന്ത്യയിലെ അവസ്ഥ ബ്രിട്ടീഷ് ജനതയെ അറിയിക്കുന്നതിനുള്ള ഇംഗ്ലീഷ് കൃതികൾ പ്രസിദ്ധീകരിക്കുന്നതിനായിരുന്നു ഈ ഓഫീസ് നിലനിന്നുപോന്നിരുന്നത്. അനേകം ബ്രിട്ടീഷ് ലിബറൽ രാഷ്ട്രീയ നേതാക്കളുമായും ഈ ഓഫീസ് ബന്ധം പുലർത്തിവന്നിരുന്നു. ഇത് പൂട്ടപ്പെട്ട ശേഷം ഇന്ത്യൻ ദേശീയ നേതാക്കളുടെ നിലപാട്

വ്യക്തമാക്കുന്നതിനും ഇന്ത്യൻ ജനതതിയുടെ പ്രശ്നങ്ങൾ ചൂണ്ടിക്കാണിക്കുന്നതിനും ഇന്ത്യക്കു പുറത്ത് ഒരു ഔദ്യോഗികസംഘടനകളും ഇല്ലാതായി. വിദേശഭരണാധികാരികൾക്ക് തുടരാൻ വൈഷമ്യമുളവാക്കുന്ന സാഹചര്യം ഇന്ത്യക്കാർ തന്നെ സൃഷ്ടിക്കുമ്പോൾ മാത്രമേ ലോകം ഇന്ത്യയെ ശ്രദ്ധിക്കുകയുള്ളൂവെന്നായിരുന്നു മഹാത്മാഗാന്ധിയുടെ നിലപാട്. ഈ നയം ഇന്ത്യക്കു ഗുണകരമല്ല എന്ന് പട്ടേലും ബോസും കണ്ടെത്തി. ബ്രിട്ടീഷ് ഭരണം ഇന്ത്യക്കാരോട് എങ്ങനെയാണു പെരുമാറിയതെന്ന് ഇന്ത്യക്കു പുറത്ത് ആരും അറിഞ്ഞിരുന്നില്ല. ഇന്ത്യയിൽ പ്രവർത്തിച്ചിരുന്ന വാർത്താ ഏജൻസികൾ ബ്രിട്ടീഷ് ഗവൺമെന്റിന്റെ നിയന്ത്രണത്തിലായിരുന്നു. വല്ലപ്പോഴും ഇന്ത്യയിലെത്തുന്ന അമേരിക്കൻ പത്രപ്രവർത്തകർക്ക് ഒരു ഹ്രസ്വകാലത്ത് തങ്ങളുടെ പത്രങ്ങൾക്കു റിപ്പോർട്ടു നല്കുവാൻ കഴിഞ്ഞുവെന്നേയുള്ളൂ. എന്നിരുന്നാലും ഇന്ത്യൻ വീക്ഷണഗതി വിദേശീയർക്കു മനസ്സിലാക്കുവാൻ ഇതുമതിയാവുമായിരുന്നില്ല. നേരേമറിച്ച് ഹെർട്സ് (Herst) വർത്തമാനപ്പത്രങ്ങളിൽ വന്നിരുന്ന റിപ്പോർട്ടുകളുടെ ഫലങ്ങളെ ചെറുക്കുന്നതിന് ബ്രിട്ടീഷുകാർ കാതറിൻ മയോ എന്ന അമേരിക്കൻ ഗ്രന്ഥകാരിയെ വരുത്തുകയും ഇന്ത്യയെ ആഭാസകരമായി ചിത്രീകരിക്കുന്ന *മദർ ഇന്ത്യ* എന്ന ഗ്രന്ഥം രചിപ്പിക്കുകയുണ്ടായി. ഇന്ത്യൻ ദേശീയ നേതാക്കളെയും ദേശീയപ്രസ്ഥാനത്തെയും അപകീർത്തിപ്പെടുത്തുന്നതിനായി ബ്രിട്ടീഷ് ഗവൺമെന്റ് അവർക്കു പണം നല്കിയെന്ന് പിന്നീട് തെളിയിക്കപ്പെട്ടു. ലോകത്ത് ഇന്ത്യക്കെതിരായി നടത്തുന്ന ബ്രിട്ടീഷ് പ്രചാരണത്തിനെ എതിരിടുന്നതിന് ഒരു ഫലപ്രദമായ സംഘടനകൂടാതെ സാദ്ധ്യമാവുകയില്ലെന്ന് ഇതെല്ലാം തന്നെ തെളിയിക്കുകയുണ്ടായി. പുറംലോകത്ത് ഇന്ത്യൻ ലക്ഷ്യത്തോടുണ്ടായ നിസ്സംഗതയും എതിർപ്പും ഇന്ത്യൻ സ്വാതന്ത്ര്യത്തെക്കുറിച്ചു ചർച്ച വൈകിപ്പിക്കുന്നതിന് ബ്രിട്ടീഷുകാർ ഫലപ്രദമായി ഉപയോഗപ്പെടുത്തി.

ഇന്ത്യൻ നാഷണൽ കോൺഗ്രസിന്റെ 1928 ലെ നാഗ്പൂർ സമ്മേളനം അക്രമരഹിത നിസ്സഹകരണ പ്രമേയം അംഗീകരിച്ചതോടെ സുഭാസ് ചന്ദ്രബോസ് ബ്രിട്ടീഷ് ഗവൺമെന്റിനെതിരെ അക്രമരഹിത ചെറുത്തുനില്പ് പ്രയോഗിക്കുന്നതിന്റെ പ്രായോഗികതയെ സംബന്ധിച്ച് ഗൗരവപൂർവ്വമായി ചിന്തിച്ചു തുടങ്ങി. ബംഗാളി ദിനപ്പത്രമായ *ബംഗ്ലർകഥ*യിലുൾപ്പെടെയുള്ള തന്റെ ലേഖനങ്ങളിൽ തെളിയുന്നത് ബോസ് കോൺഗ്രസിൽ ചേർന്നത് മാനസികമായ കരുതലുകളോടെയാണെന്നാണ്. സി ആർ ദാസും കോൺഗ്രസിലെ ബംഗാൾ വിഭാഗത്തിൽപ്പെട്ടവരും, അക്രമരഹിത നിസ്സഹകരണത്തിലൂടെയും സത്യഗ്രഹത്തിലൂടെയും മഹാത്മാഗാന്ധിക്ക് ഒരു വർഷത്തിനുള്ളിൽ സ്വരാജ് നേടാൻ കഴിയുമെന്ന് ഗൗരവപൂർവ്വം വിശ്വസിച്ചിരുന്നില്ല. എന്നിരുന്നാലും ഈ പ്രസ്ഥാനം ശക്തിയാർജ്ജിക്കുകയും ബഹുമാനപങ്കാളിത്തം വർദ്ധിക്കുകയും ചെയ്തതോടെ ഇതുമൂലമുണ്ടായ അസ്വസ്ഥത വിപ്ലവകരമായ

മാനം കൈവരിക്കുന്നുവെന്നും തൻനിമിത്തം ഉളവാകുന്ന രാഷ്ട്രീയ പ്രതിസന്ധി ഇന്ത്യക്കു സ്വാതന്ത്ര്യം നല്കുവാൻ ബ്രിട്ടനെ നിർബ്ബന്ധിതമാക്കുമെന്നും സുഭാസ് ചന്ദ്രബോസും അദ്ദേഹത്തെപ്പോലെ ചിന്തിക്കുന്നവരും കരുതി. നിസ്സഹകരണപ്രസ്ഥാനത്തെ സംബന്ധിച്ച സുഭാസ് ചന്ദ്രബോസിന്റെ ദീപ്തവും വിമർശനാത്മകവുമായ സമീപനം അനേകം പേരെ സ്വാധീനിച്ചു. വിദേശഭരണത്തിൽനിന്നും മോചനം നേടുന്നതിന് ഇന്ത്യക്കു സ്വീകരിക്കാവുന്ന വിവിധ മാർഗ്ഗങ്ങളിൽ ഒന്നായി അദ്ദേഹം ഇതിനെ കണക്കാക്കി. ഇന്ത്യൻ പ്രമാണി വർഗ്ഗത്തിന് ഇന്ത്യൻ ബഹുജനങ്ങളുമായി പൂർണ്ണമായും സമ്പർക്കമില്ലാത്ത അവസ്ഥയിൽ സുഭാസ് ചന്ദ്രബോസിനെപ്പോലുള്ള രാഷ്ട്രീയനേതാക്കൾ മഹാന്മാഗാന്ധിയുടെ പ്രസ്ഥാനത്തെ ആവേശപൂർവ്വം പിന്താങ്ങി. ബ്രിട്ടീഷ് താല്പര്യസംരക്ഷണത്തിനുവേണ്ടി ഇന്ത്യയുടെ ആവശ്യങ്ങളൊന്നും പരിഗണിക്കാതെ നടത്തിയ ഇന്ത്യൻപട്ടണങ്ങളുടെ അനാസൂത്രിതമായ നഗരവല്ക്കരണവും, ഇംഗ്ലീഷ് വിദ്യാഭ്യാസത്തിന്റെ വ്യാപനവും കാരണം, സമൂഹത്തിലെ പ്രമാണിവിഭാഗവും സാധാരണക്കാരും തമ്മിൽ വർദ്ധിച്ചുവരുന്ന വിടവ് നികഴ്ത്തുന്ന മികവുള്ള ഒരേയൊരു ഇന്ത്യൻ നേതാവ് മഹാത്മാഗാന്ധിയാണെന്ന കാഴ്ചപ്പാടാണ് ഇതിനു കാരണം. ബീഹാറിലെ ചമ്പാരൻ ജില്ലയിലെ കർഷകരുടെ പ്രശ്നത്തിൽ ഇടപെടുമ്പോഴായിരുന്നു മഹാത്മാ ഗാന്ധിക്ക് ദരിദ്രവിഭാഗത്തെക്കുറിച്ചു മനസ്സിലാക്കാൻ കഴിഞ്ഞത്. ഇന്ത്യൻ രാഷ്ട്രീയത്തിൽ അദ്ദേഹം ഇന്ത്യൻ യാഥാർത്ഥ്യങ്ങളെ ഉൾച്ചേർത്തു. യുവ രാഷ്ട്രീയ വിപ്ലവകാരികൾ ഈ യാഥാർത്ഥ്യം കണ്ടെത്തി.

എന്നിരുന്നാലും ബ്രിട്ടനിൽനിന്നും ഇന്ത്യക്ക് മോചനം ലഭിക്കണമെങ്കിൽ വിപ്ലവപരമായ പോരാട്ടം അനിവാര്യമാണ് എന്ന തന്റെ വിശ്വാസം സുഭാസ് ചന്ദ്രബോസ് ഉപേക്ഷിച്ചില്ല. ചരിത്രപഠനത്തിലും തന്റെ തന്നെ നിഗമനങ്ങളിലും നിന്നുള്ള ബോസിന്റെ കാഴ്ചപ്പാട് ഇന്ത്യയിലെ ബ്രിട്ടീഷ് വാഴ്ച സൈനികമായ അധിനിവേശമാണെന്നും രൂക്ഷമായ ഒരു കലഹത്തിലൂടെ മാത്രമേ അതിൽനിന്നും മോചനം നേടാനാവുകയുള്ളൂവെന്നുമായിരുന്നു. ഇന്ത്യയിലെ ജനങ്ങൾക്ക് മെച്ചപ്പെട്ട വിദ്യാഭ്യാസം നല്കുന്നതിനോ അവരുടെ സമൂഹത്തെ ആധുനീകരിക്കുന്നതിനോ ബ്രിട്ടീഷ് ഗവൺമെന്റു തയ്യാറാവുമെന്ന് സുഭാസ് ചന്ദ്രബോസ് വിശ്വസിച്ചില്ല. ബ്രിട്ടീഷ് ഭരണം കാരണം ഇന്ത്യക്ക് എന്തെങ്കിലും ഗുണഫലങ്ങളുണ്ടായിട്ടുണ്ടെങ്കിൽ അവ വെറും ഉപോല്പന്നങ്ങളാണെന്നും അദ്ദേഹം വിലയിരുത്തി. ഇന്ത്യയുടെ മാനുഷിക വിഭവശേഷിയും ഭൗതികവിഭവങ്ങളും ബ്രിട്ടീഷ് സമ്പദ് വ്യവസ്ഥയുടെ നേട്ടത്തിനായി ചൂഷണം ചെയ്യുകയെന്ന ബ്രിട്ടീഷ് നയത്തിന്റെ ഫലമായി മദ്ധ്യകാല അവസ്ഥയിൽ മുങ്ങിപ്പോയ ഇന്ത്യയെ പിടിച്ചുകയറ്റുകയെന്നത് ബ്രിട്ടണു താല്പര്യമുള്ള കാര്യമായിരുന്നില്ലെന്ന് സുഭാസ് ചന്ദ്രബോസ് ഉറപ്പിച്ചു വിശ്വസിച്ചു. എന്നാൽ യാഥാർത്ഥ്യബോധമുള്ള ഒരു രാഷ്ട്രീയകാരനായ ബോസ് സ്വാതന്ത്ര്യസമരത്തിന്റെ ആദ്യകാലഘട്ടത്തിലെങ്കിലും മഹാത്മാ

ഗാന്ധിയുടെ മാർഗ്ഗം ഏറ്റവും നല്ലതാണെന്നു തിരിച്ചറിഞ്ഞു. എന്തെന്നാൽ ബ്രിട്ടീഷ് ഭരണത്തിനെതിരായ ജനകീയ കലാപത്തിലേക്കു നയിക്കുന്ന സാമൂഹ്യ, രാഷ്ട്രീയ സാഹചര്യങ്ങൾ സൃഷ്ടിക്കുന്ന പുതിയ ശക്തികളെയും പുതിയ പ്രവർത്തനങ്ങളെയും ഉല്പാദിപ്പിക്കുവാൻ അതിനു കഴിയും. അതുകൊണ്ട് ചൗരിചൗരാ സംഭവത്തിനുശേഷം മഹാത്മാഗാന്ധി ഇന്ത്യൻ സ്വാതന്ത്ര്യപ്രസ്ഥാനം നിർത്തിവയ്ക്കുകയും സൃഷ്ടിപരപ്രവർത്തനത്തിൽ മുഴുകാൻ ജനങ്ങളെ ആഹ്വാനം ചെയ്യുകയും ചെയ്തപ്പോൾ സുഭാസ് ചന്ദ്രബോസിന് അത്ഭുതമൊന്നും തോന്നിയില്ല. നിയമനിഷേധപ്രസ്ഥാനം സസ്പെന്റു ചെയ്യപ്പെട്ടതിനുശേഷം മാത്രമേ മഹാത്മാഗാന്ധിയെ അറസ്റ്റുചെയ്തുള്ളൂവെന്നതിൽനിന്നും സുഭാസ് ചന്ദ്രബോസ് പഠിച്ചപാഠം; താല്ക്കാലികമായെങ്കിലും പ്രസ്ഥാനത്തെ തകർക്കുകയും ദേശീയ നേതാവെന്ന നിലയിലുള്ള ഗാന്ധിയുടെ യശസ്സും സ്വാധീനവും അട്ടിമറിക്കുകയും ആയിരുന്നു ബ്രിട്ടീഷുകാരുടെ ലക്ഷ്യം എന്നാണ്. ബഹുജനങ്ങൾ ക്രമേണ വിപ്ലവകരമായ ആശയഗതിക്ക് വിധേയരായിക്കൊണ്ടിരുന്ന സമയത്ത് സമരപരിപാടികൾ നിർത്തിവച്ചതുകൊണ്ടാണ് ഗാന്ധിയെ അറസ്റ്റു ചെയ്യാൻ ബ്രിട്ടീഷുകാർ ധൈര്യപ്പെട്ടത്. മഹാത്മാഗാന്ധി നിയമനിഷേധ പ്രസ്ഥാനം നിർത്തിവച്ച കാലഘട്ടത്തിൽ ബോൾഷെവിക് വിപ്ലവത്തിനുശേഷം റഷ്യയിലുണ്ടായ സംഭവവികാസങ്ങൾ കോൺഗ്രസ് നേതാക്കളുടെ യുവനിരയുടെ രാഷ്ട്രീയ ചിന്തയെ വൻതോതിൽ സ്വാധീനിച്ചുതുടങ്ങി. കമ്യൂണിസ്റ്റു സാഹിത്യവും ഇന്ത്യയിലേക്കു കടന്നു കയറാൻ ആരംഭിച്ചിരുന്നു.

ഇന്ത്യൻ നേതാക്കൾക്ക് വിപ്ലവ വ്യഗ്രത അവികലമായി നിലനിർത്തുന്നതിനും, സ്വാതന്ത്ര്യത്തിനായുള്ള ഇന്ത്യൻ ജനതയുടെ ആഗ്രഹം ക്ഷണഭംഗുരമല്ലാ മറിച്ച് രൂഢമൂലമാണെന്ന് ബ്രിട്ടീഷ് ഭരണവർഗ്ഗത്തെ സാദ്ധ്യമായ എല്ലാ രീതിയിലും ബോദ്ധ്യപ്പെടുത്തി ഗവൺമെന്റിനെ സംഭ്രാന്തമാക്കുന്നതിനും ഒരു പുതിയ രാഷ്ട്രീയ ആയുധം വികസിപ്പിക്കുക എന്നതായിരുന്നു നിയമനിഷേധപ്രസ്ഥാനം പിൻവലിച്ചതിന്റെ സയുക്തികമായ അനന്തരഫലം. മോത്തിലാൽ നെഹ്റുവും സി ആർ ദാസും സ്ഥാപിച്ച സ്വരാജ്യപാർട്ടിയായിരുന്നു ഈ രാഷ്ട്രീയ ആയുധം. നിയമനിർമ്മാണസഭകളിൽ പ്രവേശിച്ച് അവയെ പൊളിക്കുന്ന പ്രവർത്തനത്തിലൂടെ തങ്ങൾക്ക് സ്വാതന്ത്ര്യപ്രക്ഷോഭണത്തെ സജീവമായി നിലനിർത്താനാകുമെന്നും സാധാരണ ജനങ്ങളുടെ താല്പര്യങ്ങൾക്കെതിരായ നിയമനിർമ്മാണത്തെ ചെറുത്തുനില്ക്കാമെന്നുമുള്ള സിദ്ധാന്തം അവർ ആവിഷ്കരിച്ചു. ഗാന്ധിയുടെ അംഗീകാരം ലഭിച്ചെങ്കിലും സി ആർ ദാസ് കോൺഗ്രസിന്റെ ഗയാസമ്മേളനത്തിൽ ഈ പുതിയ സമരരീതിയുടെ തന്ത്രങ്ങൾ വിശദീകരിച്ചു. ഈ പുതിയ സമരതന്ത്രം സുഭാസ് ചന്ദ്രബോസിനെ ആകർഷിച്ചു. ഗവൺമെന്റിനെതിരെ വിവിധ രൂപത്തിലുള്ള ആക്രമണങ്ങൾ ഒരു കേന്ദ്രരാഷ്ട്രീയ ഏജൻസിയുടെ ഏകോപനത്തിലൂടെ - സംഘടിപ്പിക്കുന്നതിലൂടെ മാത്രമേ ഗവൺമെന്റിനെ സ്തംഭിപ്പിക്കുവാൻ

കഴിയുകയുള്ളൂവെന്ന് സുഭാസ് ചന്ദ്രബോസ് ദൃഢമായി വിശ്വസിച്ചു. വൈകാതെ സുഭാസ് ചന്ദ്രബോസ് സ്വരാജ് പാർട്ടിയുടെ സെക്രട്ടറിയായി ചേരുകയും അതിന്റെ പ്രവർത്തനത്തിൽ സി ആർ ദാസിനെയും മോത്തിലാൽ നെഹ്റുവിനെയും സഹായിക്കുകയും ചെയ്തു. സ്വരാജ് പാർട്ടി ഗാന്ധി വിഭാവനം ചെയ്ത അക്രമരഹിതനിസ്സഹകരണ പ്രസ്ഥാനത്തിന്റെ തത്ത്വങ്ങൾക്കെതിരാണെന്ന പേരിൽ എതിർക്കുന്ന ഒരു വിഭാഗം കോൺഗ്രസുകാർക്കെതിരെ, പാർട്ടി തന്ത്രം കെട്ടിപ്പടുക്കുന്നതിന് ബോസ് യത്നിച്ചു. ആദ്യം സ്വരാജ് പാർട്ടിക്കെതിരായ നിലപാടെടുത്തെങ്കിലും ഗാന്ധി പിന്നീട് കോൺഗ്രസിനു പുറത്ത് അത്തരമൊരു പ്രസ്ഥാനത്തിന്റെ ആവശ്യകതയെക്കുറിച്ചു ബോധവാനാകുകയും കോൺഗ്രസ് പ്രതിനിധികൾ നിയമനിർമ്മാണസഭയ്ക്കുള്ളിൽ എതിർപ്പു പ്രകടിപ്പിക്കുക എന്ന ആശയവുമായി പൊരുത്തപ്പെടുകയുംചെയ്തു. ഈ രൂപത്തിലുള്ള എതിർപ്പ് കോൺഗ്രസിന്റെ പൊതുതന്ത്രത്തിന് അപ്രസക്തമല്ല എന്നു ക്രമേണ ബോദ്ധ്യപ്പെട്ടു. കൗൺസിലുകൾക്കും അസംബ്ലിക്കും ഉള്ളിൽ പാർട്ടി അംഗങ്ങൾ ഗവൺമെന്റിനെതിരെ തുറന്നുവിട്ട കടന്നാക്രമണങ്ങൾ ബ്രിട്ടീഷ്ഭരണത്തിനെതിരായ ദേശീയവികാരം ബലപ്പെടുത്തുന്നതിനു സഹായകമായി. പാർലമെന്ററി പരിരക്ഷ കാരണം അംഗങ്ങൾക്ക് പാർലമെന്റിനുപുറത്തു പറയാനാകാത്ത കാര്യങ്ങൾ അകത്തു പറയാൻ കഴിഞ്ഞു. ഈ പ്രസ്ഥാനത്തിൽ സുഭാസ് ചന്ദ്രബോസ് പൂർണ്ണമായും മുഴുകിയെങ്കിലും പ്രവിശ്യാ കൗൺസിലുകളിലും കേന്ദ്രഅസംബ്ലിയിലും എതിർപ്പു സംഘടിപ്പിക്കുന്നതുകൊണ്ടുമാത്രം ബ്രിട്ടൺ ഇന്ത്യക്കു സ്വാതന്ത്ര്യം നല്കുമെന്നു വിശ്വസിച്ചില്ല. നിയമസഭകളിൽ നേടിയ പ്രാതിനിദ്ധ്യം സ്വാതന്ത്ര്യപ്രസ്ഥാനം മുന്നോട്ടു കൊണ്ടുപോകുന്നതിനുള്ള ഒരു മാർഗ്ഗം മാത്രമാണെന്ന് അദ്ദേഹം കരുതി.

ഈ ഘട്ടത്തിലാണ് ഒരു ഇന്ത്യൻ അംഗം പോലുമില്ലാത്ത സൈമൺ കമ്മിഷന്റെ ആഗമനവും, മിതവാദികളടക്കമുള്ള കോൺഗ്രസിന്റെയും മറ്റുകക്ഷികളിലൂടെ ബഹിഷ്കരണവും. തികച്ചും നിരാശാജനകമായ സൈമൺ കമ്മിഷൻ റിപ്പോർട്ട് പ്രസിദ്ധീകരിക്കപ്പെട്ടശേഷം, കോൺഗ്രസ് മോത്തിലാൽ നെഹ്റുവിന്റെ അദ്ധ്യക്ഷതയിൽ ഇന്ത്യയുടെ ഭാവി ഭരണഘടന തയ്യാറാക്കുന്നതിന് ഒരു കമ്മിറ്റിയെ നിയമിച്ചു. ഇന്ത്യൻ ജനതതിയുടെ മിനിമം ഡിമാന്റ് എന്ന നിലയിൽ ബ്രിട്ടീഷ് ഗവൺമെന്റിനു സമർപ്പിക്കുന്നതിനുവേണ്ടിയായിരുന്നു ഇത്. മോത്തിലാൽ നെഹ്റുവിന്റെ അദ്ധ്യക്ഷതയിൽ ചേർന്ന അഖിലകക്ഷിസമ്മേളനം കമ്മിറ്റി റിപ്പോർട്ട് അംഗീകരിച്ച് ഇന്ത്യൻ നാഷണൽ കോൺഗ്രസിനു സമർപ്പിച്ചു. മോത്തിലാൽ നെഹ്റുവായിരുന്നു 1928 ൽ കല്ക്കത്തയിൽ ചേർന്ന കോൺഗ്രസിന്റെ 50-ാം സമ്മേളനത്തിന്റെ പ്രസിഡന്റ്. ഈ സമ്മേളനത്തിലായിരുന്നു സുഭാസ് ചന്ദ്രബോസ് ഇന്ത്യയുടെ സ്വാതന്ത്ര്യം നേടുന്നതിനുള്ള തന്റെ ബഹുമുഖ തന്ത്രം പ്രകടിപ്പിച്ചത്. മുൻപു പരാമർശിച്ചിട്ടുള്ള വാളണ്ടിയർ സംഘടനയുടെ രൂപീകരണത്തിലും പ്രവർത്തനത്തിലും കൂടെയാണ്

ബോസ് അത് പ്രകടിപ്പിച്ചത്. സൈനിക പരിശീലനത്തോടെ സംഘടിപ്പിക്കപ്പെട്ട വാളണ്ടിയർ സംഘടന മോത്തിലാൽനെഹ്റുവിന്റെ പോലും പ്രശംസ പിടിച്ചുപറ്റി.

കർഷകരുടെയും തൊഴിലാളികളുടെയും ഇടയിലുള്ള പ്രവർത്തനത്തോടൊപ്പം വരാനിരിക്കുന്ന സമരത്തിൽ പങ്കെടുക്കുന്നതിന് യുവാക്കളെ സമാഹരിക്കുന്നതിനുവേണ്ടി യുവാക്കളെ സജ്ജീകരിക്കുന്നതിനുള്ള പ്രവർത്തനങ്ങളാരംഭിച്ചു. 1928 ലെ കല്ക്കത്താ കോൺഗ്രസ് സമ്മേളനത്തിനു ശേഷം ഇന്ത്യയിലങ്ങോളമിങ്ങോളം അനേകം യുവജനസംഘടനകൾ രൂപീകരിക്കപ്പെട്ടു. യൂസഫ് മെഹ്റാളി പ്രസിഡന്റായ അഖിലേന്ത്യാ യൂത്ത് കോൺഗ്രസ്, അഖില ബംഗാൾ സ്റ്റുഡന്റ്സ് അസോസിയേഷൻ, ബംഗാൾ പ്രസിഡൻസി സ്റ്റുഡന്റ്സ് അസോസിയേഷൻ എന്നിവയായിരുന്നു അതിൽ പ്രധാനപ്പെട്ടവ. ഈ എല്ലാ യുവജനസംഘടനകൾക്കും സുഭാസ് ചന്ദ്ര ബോസിന്റെ പിന്തുണയും സഹായവും ലഭിച്ചു. വിദേശഗവൺമെന്റിനെതിരെ സജീവമായ ചെറുത്തുനില്പു സംഘടിപ്പിക്കുന്നതിൽ യുവാക്കൾക്ക് ഒരു പ്രമുഖ പങ്കുവഹിക്കുവാനുണ്ട് എന്ന ദ്ദേഹം വിശ്വസിച്ചു. ഇതിനു സമാന്തരമായി അദ്ദേഹം അനുശീലൻ മസിതി ജുഗാന്താർ ഗ്രൂപ്പ് ഭഗത്സിങ്ങിന്റെ നേതൃത്വത്തിലുള്ള ഹിന്ദുസ്ഥാൻ റിപ്പബ്ലിക്ക് സായുധഗ്രൂപ്പ് മുതലായവ വിപ്ലവ സംഘടനകളുമായി രഹസ്യമായ ബന്ധം പുലർത്തി. ബോസ് തങ്ങളെ പിന്താങ്ങുന്നുണ്ട് എന്ന് ഈ വിപ്ലവഗ്രൂപ്പുകൾ കരുതി. അവയെ സഹായിക്കുന്നതിനു ലഭിക്കുന്ന ഒരവസരവും സുഭാസ് ചന്ദ്രബോസ് പാഴാക്കിയിരുന്നില്ല. 1930 നും 32നുമിടെ മൂന്നു വട്ടമേശാസമ്മേളനം നടന്നുവെങ്കിലും ഇന്ത്യയുടെ കാര്യത്തിന് ഒരുപരിഹാരം കാണുന്നതിൽ എല്ലാ ബ്രിട്ടീഷ് പരിശ്രമങ്ങളും പരാജയപ്പെട്ടു. മഹാത്മാഗാന്ധിയുടെ രണ്ടാം നിയമനിഷേധ പ്രസ്ഥാനത്തിന് 1930 ലെ ഗാന്ധി ഇർവ്വിൻ സന്ധിയിൽ കവിഞ്ഞൊന്നും നേടാൻ കഴിഞ്ഞില്ല. ഒരു വിഭാഗം കോൺഗ്രസുകാർ ഈ സന്ധിയെ ഒരു മഹാനേട്ടമായി കണ്ടുവെങ്കിലും യഥാർത്ഥത്തിൽ അത് അങ്ങനെയായിരുന്നില്ല. ഹാലിഫാക്സ് പ്രഭുവിന്റെ (ഇർവ്വിൻ പ്രഭു) സ്മരണിക (memories) യിൽ പറയുന്നതുപോലെ ഇത് സ്വാതന്ത്ര്യ പ്രസ്ഥാനത്തെ നിയന്ത്രണത്തിൽ നിർത്താനും തുടർന്ന് ബ്രിട്ടീഷ് അധികാരികൾക്ക് അതിനെ അടിച്ചമർത്തുവാൻ സാവകാശം ലഭിക്കുവാനും ആയിരുന്നു. ഇന്ത്യയിൽ ബ്രിട്ടീഷ് ഭരണം തുടരുന്നതിനെ സംബന്ധിച്ചിടത്തോളം ബ്രിട്ടീഷ് ലിബറലുകളും ബ്രിട്ടീഷു കൺസർവേറ്ററികളും ബ്രിട്ടീഷ് ലേബർപാർട്ടിയും ഒരേ നിലപാടുതന്നെയാണ് അവലംബിച്ചിരുന്നതെന്ന് വട്ടമേശ സമ്മേളനങ്ങൾ തെളിയിച്ചു. ഇന്ത്യയെ സംബന്ധിച്ചുള്ള തന്റെ പുസ്തകത്തിൽ ഇന്ത്യയിലെ ബ്രിട്ടീഷ് ബ്യൂറോക്രസിയുടെ പല ചെയ്തികളെയും അപലപിക്കുകയും പാർലമെന്റിന്റെ ലേബർ പാർട്ടി പ്രതിനിധിയായിരുന്നപ്പോൾ ഇന്ത്യൻ ദേശീയപ്രസ്ഥാനത്തെ അടിച്ചമർത്തുന്ന രീതിയെ അപലപിക്കുകയും ചെയ്ത റാംസേ മക്ഡൊനാൾഡ് പ്രധാന മന്ത്രിയായിരി

ക്കുമ്പോൾ തന്നെ രണ്ടാംവട്ടമേശ സമ്മേളനത്തിൽ പങ്കെടുത്തു മടങ്ങി യെത്തിയ ഉടൻ മഹാത്മാഗാന്ധി അറസ്റ്റു ചെയ്യപ്പെട്ടു.

വെല്ലിങ് ടൺ പ്രഭു വൈസ്രോയി ആയിരുന്ന കാലഘട്ടത്തിൽ അക്രമരഹിത നിസ്സഹകരണപ്രസ്ഥാനം തിരിച്ചു പോകാനാവാത്ത തരത്തിൽ എത്തിച്ചേർന്നിരുന്നു. ഈ സ്വാതന്ത്ര്യത്തെ സംബന്ധിച്ച് ഒരു പുതിയ സമീപനം കൂടാതെ അക്രമരഹിത നിസ്സഹകരണപ്രസ്ഥാനത്തിന് ഒരു പുതിയ മാനം നല്കാൻ കഴിയുകയില്ലെന്ന് സുഭാസ് ചന്ദ്രബോസിന് ബോദ്ധ്യമായി.

യൂറോപ്പിൽനിന്നും സുഭാസ് ചന്ദ്ര ബോസ് മടങ്ങിയെത്തിയ ഉടനെ ഹരിപുരയിൽ 1938 ൽ ചേർന്ന ഇന്ത്യൻ നാഷണൽ കോൺഗ്രസിന്റെ അമ്പത്തി ഒന്നാം സമ്മേളനത്തിൽ അദ്ദേഹം പ്രസിഡന്റായി തിരഞ്ഞെടുക്കപ്പെട്ടുവെന്ന് പരാമർശിച്ചിരുന്നുവല്ലോ. യൂറോപ്പിൽ അദ്ദേഹം നാഷണൽ സോഷ്യലിസത്തിന്റെ ഉയർച്ചയ്ക്കും ലോകവ്യാപകമായ ഭിന്നിപ്പിന്റെ ആവിർഭാവത്തിനും സാക്ഷ്യം വഹിച്ചു. ഇതിൽനിന്നും സുഭാസ് ചന്ദ്രബോസ് ഒരു സങ്കല്പം കരുപ്പിടിപ്പിച്ചു. വിവിധ പ്രവിശ്യകളിൽ മന്ത്രിസഭകൾ രൂപീകരിക്കപ്പെട്ടശേഷം കോൺഗ്രസ് സംഘടനയിൽ വന്നുപെട്ട നിഷ്ക്രിയത്വത്തെ നേരിടുന്നതിനുള്ള മാർഗ്ഗങ്ങൾ അദ്ദേഹം ആസൂത്രണം ചെയ്തു. യൂറോപ്പിലെ കുറേ നാളത്തേ താമസം ഒരു യുദ്ധം ആസന്നമാണെന്ന് അദ്ദേഹത്തെ ബോദ്ധ്യപ്പെടുത്തി. ബ്രിട്ടനും കൂടെ പങ്കാളിയാവുന്ന യുദ്ധത്തെ പൂർണ്ണമായും ഉപയോഗപ്പെടുത്തുവാൻ ഇന്ത്യ തയ്യാറായിരിക്കണം എന്നദ്ദേഹം വിശ്വസിച്ചു. എന്നാൽ അദ്ദേഹം യൂറോപ്പിലായിരിക്കുമ്പോൾ താൻ ആഗ്രഹിച്ച പ്രകാരത്തിലുള്ള രാഷ്ട്രീയ ബന്ധങ്ങൾ കെട്ടിപ്പടുക്കുവാൻ കഴിഞ്ഞിരുന്നില്ലെങ്കിലും ചെക്കോസ്ലോവാക്യയിലെ ഡോ. ബനസുമായും ഇംഗ്ലണ്ടിൽ ക്ലമന്റ് ആറ്റ്ലിയുമായും സർസ്റ്റാഫോർഡ് ക്രിപ്സുമായും ബന്ധപ്പെട്ടു ജർമ്മനിയിൽ ബോസിന്റെ വിജയം പരിമിതമായിരുന്നു. എന്തെന്നാൽ നാസികൾക്ക് ഇന്ത്യയുടെ സ്വാതന്ത്ര്യത്തിൽ താല്പര്യമുണ്ടായിരുന്നില്ല. എന്നാലും യൂറോപ്പിൽ ഇന്ത്യയെ പിന്താങ്ങുന്നവരുടെ ചെറുഗ്രൂപ്പുകൾ സ്ഥാപിക്കുന്നതിന് അദ്ദേഹത്തിന് കഴിഞ്ഞു. യൂറോഇന്ത്യയുടെ സ്വാതന്ത്ര്യം ബ്രിട്ടീഷ് സാമ്രാജ്യത്തിന്റെ തകർച്ചയ്ക്കു വഴിവയ്ക്കുമെന്നതുകൊണ്ട് യൂറോപ്യൻ രാജ്യങ്ങൾക്ക് പ്രയോജനകരമായിരിക്കുമെന്ന് പല പ്രമുഖയൂറോപ്യൻ രാഷ്ട്രീയനേതാക്കളെയും ബോദ്ധ്യപ്പെടുത്തുന്നതിൽ അദ്ദേഹം വിജയിച്ചു. എന്നാൽ ഈ ജോലി വളരെ ശ്രമകരമായിരുന്നു. കാരണം, ഇംഗ്ലണ്ടിന്റെ തകർച്ച തങ്ങളുടെ കോളനികളും നഷ്ടമാവുന്നതിൽ കലാശിക്കും എന്നുള്ളതുകൊണ്ട്, ജർമ്മനിയൊഴികെ ഒരു രാജ്യവും ബ്രിട്ടീഷുമായി ഒരു സംഘർഷത്തിന് ഒരുക്കമായിരുന്നില്ല.

സാമ്പത്തികത്തകർച്ച തരണം ചെയ്തശേഷം 1931 മുതല്ക്ക് ബ്രിട്ടൻ അതിശക്തമായിത്തീർന്നിരുന്നു. ബ്രിട്ടൻ ശക്തിയാർജ്ജിക്കുന്തോറും ഇതര യൂറോപ്യൻ രാജ്യങ്ങൾ ഇന്ത്യൻ സ്വാതന്ത്ര്യത്തിനോട് അനുഭാവം

പുലർത്തുന്നതിനുള്ള സാദ്ധ്യത കുറഞ്ഞുവന്നു. ജർമ്മനിയുടെ നാസിസത്തിന്റെയും ഇറ്റലിയുടെ ഫാസിസത്തിന്റെയും ആക്രമണസ്വഭാവം ലോകമനഃസാക്ഷിയെ ഞെട്ടിച്ചിരിക്കുന്നു. സോവിയറ്റു യൂണിയനൊഴികെ യൂറോപ്പിലെയോ ഏഷ്യയിലെയോ ഒരു രാജ്യവും ഇന്ത്യൻ സ്വാതന്ത്ര്യ സമരത്തോട് ഒരു താല്പര്യവും പ്രകടിപ്പിച്ചില്ല. സോവിയറ്റു യൂണിയന്റെ താല്പര്യമാകട്ടെ ഇന്ത്യൻ ബൂർഷ്വാസിയെ ഭയപ്പെടുത്തുന്നതിനും യൂറോപ്യൻ മാനവതാവാദികളെ അന്യവല്ക്കരിക്കുന്നതിനും മാത്രമേ ഉതകിയുള്ളൂ.

സുഭാസ് ചന്ദ്രബോസിന്റെ ആശയക്കുഴപ്പം, അതുകൊണ്ട് വളരെ വലുതായിരുന്നു. യുദ്ധം പ്രഖ്യാപിക്കപ്പെട്ടപ്പോഴും ഈ ആശയക്കുഴപ്പം തുടർന്നു. ഫാസിസത്തിന്റെ വളർച്ച ലോകസംസ്കാരത്തിന്റെ ഭീമമായ അപകടമാണെന്ന് ലോകത്തിലെ മിക്ക രാജ്യങ്ങളും കരുതിയതുകൊണ്ടായിരുന്നു ഇത്. നാസിസത്തിന്റെ യൂറോപ്പിലെ മേധാവിത്തം അവിടത്തെ ജനങ്ങൾക്കു സന്തുഷ്ടിപകരുമെന്നോ കോളനി രാജ്യങ്ങളുടെ മേലുള്ള സാമ്രാജ്യത്വ മേധാവിത്തം അവസാനിപ്പിക്കുമെന്നോ ആരും പ്രതീക്ഷിച്ചില്ല. നാസിജർമ്മനിയോട്, ഇന്ത്യൻ സ്വാതന്ത്ര്യപ്രസ്ഥാനത്തെ സഹായിക്കണമെന്ന് അഭ്യർത്ഥിക്കുന്ന കാര്യം ഗൗരവപൂർവ്വം പരിഗണിക്കുവാൻ സുഭാസ് ചന്ദ്രബോസ് തയ്യാറായില്ല. ഇന്ത്യൻ സ്വാതന്ത്ര്യപ്രസ്ഥാനത്തിൽ ജർമ്മനിയുടെ സഹായം തേടുന്നതിനുള്ള വൈമുഖ്യത്തിനു കാരണങ്ങളുണ്ടായിരുന്നു. സുഭാസ് ചന്ദ്രബോസിന് ജർമ്മൻ നാഷണൽ സോഷ്യലിസ്റ്റു പാർട്ടിയുടെ നേതാക്കളുമായി ബന്ധമൊന്നുമുണ്ടായിരുന്നില്ല. ജർമ്മനിക്ക് ഇന്ത്യൻ സ്വാതന്ത്ര്യ പ്രസ്ഥാനത്തോടുള്ള സമീപനത്തെ സംബന്ധിച്ചു നിരാശയുണ്ടായിരുന്നു. തന്റെ നിരാശ അറിയിച്ചുകൊണ്ട് ജർമ്മൻ സാംസ്കാരിക സ്ഥാപനമായ ഡ്യൂഷേ അക്കാദമി പ്രസിഡന്റായ ഡോ. നിയർ ഫെൽഡർ (Thierfileder) ക്ക് എഴുതിയ കത്തിൽ ഇന്ത്യയെ അധിക്ഷേപിച്ചുകൊണ്ടുള്ള ഹിറ്റ്ലറുടെ പ്രസംഗത്തെ ശക്തമായി അപലപിക്കുകയുണ്ടായി. യഥാർത്ഥത്തിൽ ബോസിന്റെ താല്പര്യം നാസിജർമ്മനിയെ സംബന്ധിച്ചായിരുന്നില്ല. മറിച്ച് രണ്ടു സാമ്രാജ്യത്വ ശക്തികൾ തമ്മിലുള്ള യുദ്ധം അവയുടെ അധീനതയിലുള്ള രാജ്യങ്ങൾക്കു പ്രയോജനകരമാവുമെന്നുള്ളതിനാലായിരുന്നു.

യൂറോപ്പിലെ സംഭവ വികാസങ്ങളെ സംബന്ധിച്ച് പൊതുവിൽ ബ്രിട്ടീഷ് ഗവൺമെന്റ് ഭാഗത്തുനിന്നും പുറത്തുവിടുന്ന വാർത്തകൾ മാത്രമേ ഇന്ത്യക്കാർക്ക് ലഭ്യമായിരുന്നുള്ളൂ. സുഭാസ് ചന്ദ്രബോസിനാകട്ടെ ജയിൽ വിമോചനത്തിനു ശേഷം ബർലിനിൽനിന്നുള്ള റേഡിയോ വാർത്തകൾ നേരിട്ട് അറിയാൻ കഴിഞ്ഞിരുന്നു. ജർമ്മനിയുടെ പോളണ്ട് അധിനിവേശവും, ജർമ്മനിയും സോവിയറ്റ് യൂണിയനും തമ്മിൽ പോളണ്ട് പങ്കുവയ്ച്ചതും; ജർമ്മൻ സൈന്യത്തിന്റെ ചെക്കോസ്ലോവാക്യ അധിനിവേശവും; ക്രമേണ ഡെന്മാർക്ക്, നോർവേ, ഹോളണ്ട്, ബൽജിയം എന്നിവയുടെ ജർമ്മൻ അധിനിവേശവും കാരണമായി യൂറോപ്പിൽ ക്രമേണ

യായി ഉരുത്തിരിഞ്ഞുവരുന്ന സാഹചര്യത്തിന്റെ ചിത്രം ബോസിന്റെ മനസ്സിൽ രൂപപ്പെട്ടു. ജർമ്മൻ സേന കൊണ്ടുവന്ന ദ്രുതതരവും, നൃശംസവുമായ മാറ്റം, യൂറോപ്പിൽ ദശാബ്ദങ്ങളായി അറിയപ്പെട്ടിട്ടില്ലാതിരുന്ന ഒരു സാഹചര്യം സൃഷ്ടിച്ചു.

യുദ്ധത്തെ സംബന്ധിച്ച ബോസിന്റെ പ്രായോഗികസമീപനവും, യുദ്ധത്തിന്റെ ഫലത്തെ സംബന്ധിച്ച തന്റെ കണക്കുകൂട്ടലും ഇങ്ങനെ ആയിരുന്നു. ഇന്ത്യയുടെ സ്വാതന്ത്ര്യ പോരാട്ടത്തിന് അതു ഭാവവും പിന്തുണയും സമ്പാദിക്കുന്നതിനു വേണ്ടി യുദ്ധത്തിൽ പങ്കാളിയാവുകയും, ബ്രിട്ടന് കനത്ത നാശനഷ്ടങ്ങളേല്പിക്കുകയും ചെയ്ത രാജ്യങ്ങളെ സമീപിക്കാൻ പ്രേരിപ്പിച്ച രണ്ടു ഘടകങ്ങൾ. പൊതുവായ ചരിത്രപഠനവും ഇന്ത്യാ ചരിത്രത്തെ സംബന്ധിച്ച പ്രത്യേക പഠനവും ആയിരുന്നു. ഒരു രാജ്യത്തിൻ മേലുള്ള വിദേശമേധാവിത്തം മൗലികമായും സൈനിക അധിനിവേശത്തെ അടിസ്ഥാനമാക്കിയാണിരിക്കുന്നതെന്നു ഉറച്ച ബോദ്ധ്യം അദ്ദേഹത്തിൽ ഉളവാക്കി. ഇതും മേൽപ്പറഞ്ഞിരുന്ന പ്രക്രിയ ആവിർഭവിക്കുന്നതിനു കാരണമായി.

നേതാജിയും മഹാത്മാഗാന്ധിയും

ഇന്ത്യൻ സ്വാതന്ത്ര്യസമരചരിത്രത്തിലെ മുന്നണി ധീരനായകരിൽ അനന്യസ്ഥാനം വഹിക്കുന്ന രണ്ടുപേരാണ് മഹാത്മാഗാന്ധിയും നേതാജി സുഭാസ് ചന്ദ്രബോസും. ഇന്ത്യ വിമോചിപ്പിക്കപ്പെടണമെന്ന പൊതു ലക്ഷ്യം സാക്ഷാൽക്കരിക്കുക എന്ന പൊതുലക്ഷ്യം നേടുന്നതിന് പരസ്പര വിരുദ്ധമായ രണ്ട് മാർഗ്ഗങ്ങൾ പിന്തുടർന്ന നേതാക്കളാണ് അവർ. ഗാന്ധിജി അക്രമരാഹിത്യത്തിന്റെ പ്രവാചകനായിരുന്നു. ബ്രിട്ടീഷ് ഗവൺമെന്റിന്റെ ഹൃദയം അക്രമരാഹിത്യത്തിലൂടെ മാറ്റിയെടുക്കാനാവുമെന്നും അങ്ങനെ അവർ ഇന്ത്യക്കു സ്വാതന്ത്ര്യം നല്കുമെന്നും അദ്ദേഹം വിശ്വസിച്ചു. ബ്രിട്ടീഷ് രാജ് മൃഗീയമായ ബലപ്രയോഗം നടത്തുമെന്ന് സുഭാസ് ചന്ദ്രബോസ് ഉറച്ചു വിശ്വസിച്ചു. അതുകൊണ്ട് അക്രമപരമോ അക്രമരഹിതമോ ആയ ഏതൊരു മാർഗ്ഗത്തിലൂടെയും അവരുടെ മേൽ ബലം പ്രയോഗിച്ചില്ലെങ്കിൽ ഇന്ത്യക്കു സ്വാതന്ത്ര്യം ലഭിക്കുകയില്ലെന്ന് അദ്ദേഹം വിശ്വസിച്ചു. ഗാന്ധിയെ സംബന്ധിച്ചിടത്തോളം ലക്ഷ്യം പോലെത്തന്നെ അതു നേടുന്നതിനുള്ള മാർഗ്ഗവും പ്രധാനപ്പെട്ടതാണ്. കുലീനമായ ലക്ഷ്യം നേടുന്നതിന് ഉപയോഗിക്കുന്ന മാർഗ്ഗവും കുലീനമായിരിക്കണം. സ്വന്തം മാതൃഭൂമിയുടെ സ്വാതന്ത്ര്യം ഒരു വികാരാവേശമായിരുന്ന ബോസിന് ലക്ഷ്യം തന്നെയായിരുന്നു മഹത്തരമായത് അതു നേടുന്നതിനുപയോഗിച്ച മാർഗ്ഗം അത്ര പ്രസക്തമായിരുന്നില്ല. സമീപനത്തിലെ ഈ വൈരുദ്ധ്യം ആദ്യം മുതൽ അവസാനംവരെ രണ്ടുപേരും തമ്മിലുള്ള ബന്ധത്തിന്റെ സഹജലക്ഷണം ആയിരുന്നു.

ഇന്ത്യയുടെ വിമോചനത്തിനെതിരായുള്ള ഒരു ത്യാഗവും അത്രയ്ക്കു മഹത്തരമല്ല എന്ന അടിസ്ഥാനപരമായ തത്ത്വത്തിലധിഷ്ഠിതമായ ബംഗാളിലെ പുനരുജ്ജീവന തീവ്രവാദദേശീയതയുടെ ഉല്പന്ന

മായിരുന്നു സുഭാസ് ചന്ദ്രബോസ്. ഗാന്ധിജി ആവിഷ്കരിച്ച നിസ്സഹകരണപ്രസ്ഥാനങ്ങളിൽ അദ്ദേഹം ഹൃദയംഗമമായി പങ്കെടുക്കുകയും അദ്ദേഹത്തെ ഉത്സുകമായി പിന്തുടരുകയം ചെയ്തു. എന്നാൽ അതു പിൻവലിക്കപ്പെട്ടപ്പോഴൊക്കെ തന്റെ കോപവും നിരാശയും നിശിതമായി പ്രകടിപ്പിക്കുകയുണ്ടായി. രണ്ടുപേരെയും സൂക്ഷ്മമായി അപഗ്രഥിച്ച ചത്താർ സിങ് സാമ്രായുടെ വാക്കുകളിൽ മഹാത്മാഗാന്ധി ബ്രിട്ടനുമായി കൂടിയാലോചിക്കുവാനും വിലപേശുവാനും തയ്യാറായിരുന്നു. അദ്ദേഹത്തിന്റെ അക്രമരഹിതനിസ്സഹകരണപ്രസ്ഥാനങ്ങൾ ഫലത്തിൽ സാമൂഹിക ക്രമത്തിനു വിനാശകരമായ ബഹുജനമുന്നേറ്റം ത്വരിതപ്പെടുത്താതെ വ്യവസ്ഥാപിതമായ ബഹുജനസമ്മർദ്ദം പ്രയോഗിച്ചുകൊണ്ട് കൂടുതൽ കൂടുതൽ സൗജന്യങ്ങൾ പിടിച്ചെടുക്കുന്നതായിരുന്നു. അദ്ദേഹം കഴിയുമെങ്കിൽ എപ്പോഴും അതിതീവ്രനിലപാട് ഒഴിവാക്കിയിരുന്നു. ചിലപ്പോൾ ആഭ്യന്തരവും അന്താരാഷ്ട്രവുമായ സംഭവങ്ങളുടെ സമ്മർദ്ദത്താൽ വിപ്ലവകരമായ നടപടികളെടുത്ത ഒരു പരിഷ്കരണവാദിയായിരുന്നു. നേരേമറിച്ച് ബോസ് ആഭ്യന്തരവും വിദേശീയവുമായ സാഹചര്യങ്ങളുടെ പ്രാബല്യത്താൽ പലപ്പോഴും സഹിഷ്ണുതയുള്ള പരിപാടികൾ പിന്തുടർന്നിരുന്ന തികഞ്ഞ വിപ്ലവകാരിയായിരുന്നു. വിട്ടുവീഴ്ചയിലും, അനുരഞ്ജനത്തിലും അദ്ദേഹത്തിന് തീരെ വിശ്വാസമുണ്ടായിരുന്നില്ല. ഇന്ത്യയെ മോചിപ്പിക്കുന്നതിന് കൂടുതൽ മൗലികവും കർക്കശവുമായ പ്രവർത്തനക്രമം അനുവർത്തിക്കേണ്ടതുണ്ടെന്ന് അദ്ദേഹം വാദിച്ചു. നിസ്സഹകരണ-നിയമനിഷേധ പ്രചാരണങ്ങൾ ക്രമാനുഗതമായ ഘട്ടങ്ങളിലൂടെ മുന്നോട്ടു പോകണമെന്നും, അത് ശത്രുവിന്റെ ഭാഗത്തു നിന്നുള്ള പൂർണ്ണമായ കീഴടങ്ങലിൽ പരിസമാപിക്കണമെന്നും ആയിരുന്നു അദ്ദേഹത്തിന്റെ ആവശ്യം. (Leadership and Political Institution in India)

ഒരിക്കലും അക്രമരാഹിത്യത്തിന്റെ ഉപാസകനല്ലാതിരുന്ന സുഭാസ് അതിനോടുള്ള ഗാന്ധിജിയുടെ വ്യാമോഹത്തെ വിലമതിച്ചില്ല.

> മഹാത്മായെ സംബന്ധിച്ചിടത്തോളം അക്രമരാഹിത്യം ഒരു ജീവിക്കുന്ന മനഃധർമ്മമാണ്. സുഭാസിനെ സംബന്ധിച്ചിടത്തോളം ഇന്ത്യൻ മണ്ണിൽനിന്നും വിദേശീയ ഭരണാധികാരികളെ നിഷ്കാസനം ചെയ്യുന്നതിൽ ബലപ്രയോഗം ആവശ്യമാണ് എന്നത് ഒരു വിശ്വാസപ്രമാണം ആയിരുന്നു: (എസ് എ അയ്യർ, *സുഭാസ് ചന്ദ്രബോസിന്റെ തെരഞ്ഞെടുത്ത പ്രസംഗ*ങ്ങളുടെ അവതാരിക)

> മഹാത്മാഗാന്ധിയെയും സുഭാസ് ചന്ദ്രബോസിനെയും യോജിപ്പിക്കുന്ന പൊതു സവിശേഷത ആശയങ്ങളെ വസ്തുതകളായി മാറ്റാനുള്ള അവരുടെ കഴിവും അവരുടെ ഒടുങ്ങാത്ത അച്ചടക്ക ബോധവുമാണ്. ഈ സാദൃശ്യം പരിഗണിച്ചുകൊണ്ടുതന്നെ, അനേക വർഷം ഒരേ നിയോഗത്തിനായി സ്വയം സമർപ്പിക്കപ്പെട്ട ഗാന്ധിജിക്കും ബോസിനും ഇടയിലുണ്ടായ താല്ക്കാലിക അകല്ച്ച ഇട

യ്ക്കിടെയുള്ള മാറ്റങ്ങളെയും യുദ്ധത്തിനുമുൻപും യുദ്ധകാലത്തും അനിശ്ചിത സാഹചര്യങ്ങളെയും കണക്കിലെടുത്തുകൊണ്ട് ലക്ഷ്യത്തെ സമീപിക്കുന്നതിനുള്ള നടപടിക്രമത്തെ മാത്രം ബാധിക്കുന്നതായിരുന്നു. പ്രായത്തിലുള്ള വലിയ വ്യത്യാസവും സ്വാഭാവികമായും ഒരു വലിയ പങ്കുവഹിച്ചു. ഇതിന്റെയർത്ഥം ആരംഭം മുതല്ക്ക് രണ്ട് വ്യക്തിത്വങ്ങൾക്കും മനസ്സിലുണ്ടായിരുന്ന പൊതുലക്ഷ്യം പരിഗണിക്കുമ്പോൾ പോലും - ചിത്തവൃത്തിയിലും ശൈലിയിലും മൗലികമായ വ്യത്യാസം ഉണ്ടായിരുന്നുവെന്നാണ്. ഈ ധ്രുവത്വം ഇന്ത്യാ ചരിത്രത്തിന്റെയും തല്ഫലമായി ലോകചരിത്രത്തിന്റെയും ഭാഗമാണ്. (Alexander with and Waltor Herbich, netaji in Germany.)

ഗാന്ധിജിക്കൊപ്പം

സുഭാസ് ചന്ദ്ര ബോസിന്റെ ആദ്യത്തെ ഗാന്ധി സന്ദർശനത്തെക്കുറിച്ച് മുൻപു പരാമർശിച്ചതോർക്കുമല്ലോ. സന്ദർശനവേളയിലെ സംഭാഷണങ്ങൾക്കുശേഷം സുഭാസിന് മൂന്നു കാര്യങ്ങളിൽ വ്യക്തത വേണമായിരുന്നു. ഒന്നാമതായി, കോൺഗ്രസ് നടത്തി വരുന്ന വിവിധ പ്രവർത്തനങ്ങൾ എങ്ങനെയാണ് പ്രചാരണത്തിന്റെ അവസാന ഘട്ടമായ നികുതി നിഷേധത്തിൽ എത്തിച്ചേരുന്നത്? നികുതി നിഷേധത്തിനോ നികുതി ലംഘനത്തിനോ എങ്ങനെയാണ് ഭരണം അവസാനിപ്പിക്കുന്നതിനും ഇന്ത്യക്കു സ്വാതന്ത്ര്യം നല്കുന്നതിനും നിർബ്ബന്ധിക്കുവാൻ കഴിയുക? മൂന്നാമതായി, ഒരുവർഷത്തിനുള്ളിൽ സ്വരാജ് കൈവരുമെന്നു ഗാന്ധിജിക്ക് എങ്ങനെ വാഗ്ദാനംചെയ്യാൻ കഴിയും? ആദ്യ ചോദ്യത്തിനുള്ള ഗാന്ധിജിയുടെ ഉത്തരം സുഭാസിന് തൃപ്തികരമായി തോന്നി. എന്നാൽ മറ്റു രണ്ടു ചോദ്യങ്ങൾക്കുള്ള ഗാന്ധിജിയുടെ ഉത്തരം സുഭാസിന് ബോദ്ധ്യമായില്ല. ഗാന്ധിജിക്ക് ബ്രിട്ടീഷുകാരുടെ ഇന്ത്യ വിട്ടുപോകാൻ

നിർബ്ബന്ധിതരാകുന്നതിനുള്ള അടവുകളെ സംബന്ധിച്ച് ഗാന്ധിജിക്ക് ഒന്നുകിൽ വ്യക്തമായ സങ്കല്പനം ഉണ്ടായിരുന്നില്ലെന്നും, അല്ലെങ്കിൽ രഹസ്യം വെളിപ്പെടുത്തുവാൻ അദ്ദേഹം സന്നദ്ധനല്ല എന്നും സുഭാസ് കരുതി. ഒരു വർഷത്തിനുള്ളിൽ സ്വരാജ്! ചന്ദ്രബോസ് അമ്പരന്നു. ചുരുക്കത്തിൽ സുഭാസ് നിരാശാഭരിതനായി. *ഇന്ത്യൻ സ്ട്രഗിളിൽ* 1920–42 ൽ സുഭാസ് എഴുതി:

> അന്ന്, എന്റെ ഭാഗത്ത് ധാരണാ പിശക് ഉണ്ടായിരിക്കാമെന്ന് എന്നെ പ്രേരിപ്പിക്കുവാൻ ഞാൻ ശ്രമിച്ചുവെങ്കിലും, മഹാത്മാഗാന്ധി തയ്യാറാക്കിയ പദ്ധതിയിൽ പരിതാപാർഹമായ വ്യക്തതയില്ലായ്മയുണ്ടെന്നും അദ്ദേഹത്തിനു തന്നെ ഇന്ത്യയെ സ്വാതന്ത്ര്യത്തിലേക്കു കൊണ്ടുവരുന്നതിനുള്ള പ്രചാരണത്തിന്റെ തുടർച്ചയായുള്ള ഘട്ടങ്ങളെ സംബന്ധിച്ച് വ്യക്തമായ ആശയമുണ്ടായിരുന്നില്ല എന്നും എന്റെ യുക്തി എന്നോടു പറഞ്ഞു.

സി ആർ ദാസിനെ തന്റെ രാഷ്ട്രീയ ഗുരുവായി സ്വീകരിച്ച സുഭാസ് നിസ്സഹകരണ പ്രസ്ഥാനത്തിൽ കൈയും മെയ്യും മറന്ന് സ്വയം സമർപ്പിതനായി. എന്നാൽ 1922 ഫെബ്രുവരിയിൽ ഗാന്ധിജിയുടെ ആഹ്വാനമനുസരിച്ച് ആകസ്മികമായി അവസാനിപ്പിക്കപ്പെട്ടപ്പോൾ സുഭാസ് ചന്ദ്രബോസിന്റെ ഹൃദയം തകർന്നു. തന്റെ *ഇന്ത്യൻ സ്ട്രഗിൾ* എന്ന പുസ്തകത്തിൽ സ്വേച്ഛാധിപതിയുടെ കല്പന എന്നദ്ദേഹം ഈ ആഹ്വാനത്തെ വിശേഷിപ്പിച്ചു. അദ്ദേഹത്തിന്റെ അഭിപ്രായത്തിൽ പൊതുജനങ്ങളുടെ ആവേശം തിളച്ചുമറിയുന്ന ഘട്ടത്തിലെത്തിയപ്പോൾ പിൻമാറ്റത്തിനുള്ള കല്പന മുഴക്കിയത് ഒരു ദേശീയ ദുരന്തമല്ലാതെ മറ്റൊന്നുമായിരുന്നില്ല. (ഇന്ത്യൻ സ്ട്രഗിൾ)

നിസ്സഹകരണപ്രസ്ഥാനം പിൻവലിക്കപ്പെട്ടശേഷം സി ആർ ദാസും മോത്തിലാൽ നെഹ്റുവും നിയമസഭകളിലെയും പൊതുസമിതികളിലെയും, മുനിസിപ്പാലിറ്റികളിലെയും തിരഞ്ഞെടുക്കപ്പെട്ട എല്ലാ സീറ്റുകളും പിടിച്ചെടുക്കുവാൻ ഒരുപദ്ധതി തയ്യാറാക്കി. ഗവൺമെന്റിൽ ഐകരൂപ്യമുള്ളതും, തുടർച്ചയുള്ളതും സ്ഥിരതയുള്ളതുമായ എതിർപ്പിന്റെ നയം പിന്തുടരുകയെന്നതായിരുന്നു ലക്ഷ്യം. സ്വരാജ് പാർട്ടിയിലാണ് സുഭാസ് പൊതുജീവിതം ആരംഭിച്ചത്. ഗയാ കോൺഗ്രസിൽ തന്റെ പ്രമേയം പരാജയപ്പെട്ടതോടെ സി ആർ ദാസ് കോൺഗ്രസിൽനിന്നും രാജിവയ്ക്കുകയും മോത്തിലാൽ നെഹ്റുവിന്റെ പിന്തുണയോടെ സ്വരാജ് പാർട്ടി രൂപീകരിക്കുകയും അതിന് രാജ്യത്താകെ വമ്പിച്ച പിന്തുണ ലഭിക്കുകയും ചെയ്തു. എട്ടുമാസങ്ങൾക്കു ശേഷം ഗാന്ധി സ്വരാജ് പാർട്ടിയുടെ പദ്ധതി വൈമനസ്യത്തോടെ അംഗീകരിക്കുകയും, കോൺഗ്രസുമായി ആ പാർട്ടി ഒത്തുതീർപ്പിലെത്തുകയും ചെയ്തു.

മദ്രാസ് കോൺഗ്രസ് സമ്മേളനത്തിൽ സുഭാസ് ചന്ദ്രബോസ് ജന

റൽ സെക്രട്ടറിമാരിൽ ഒരാളായി തിരഞ്ഞെടുക്കപ്പെട്ടു. 1928 മേയിൽ സുഭാസ് സബർമതി ആശ്രമത്തിൽപോയി മഹാത്മാഗാന്ധിയെ കണ്ടു. നിസ്സഹകരണപ്രസ്ഥാനം പിൻവലിച്ചശേഷം ദേശീയ പ്രക്ഷോഭണത്തിൽ നിന്നു വിട്ടുനില്ക്കുകയായിരുന്നു അദ്ദേഹം. റിട്ടയർമെന്റിൽനിന്നും തിരിച്ചുവരണമെന്നും ഊർജ്ജസ്വലമായ പ്രചാരണത്തിനു നേതൃത്വം നല്കണമെന്നും സുഭാസ് അദ്ദേഹത്തോടഭ്യർത്ഥിച്ചു. യുവജന പ്രസ്ഥാനങ്ങളും തൊഴിലാളികളുടെ അമർഷവും വിപ്ലവപ്രവർത്തനങ്ങളുംകൊണ്ട് നീറിനിന്നിരുന്ന കാലമായിരുന്നു 1928. എന്നാൽ ഗാന്ധിജിയുടെ മറുപടി താൻ പ്രകാശം ഒട്ടും കാണുന്നില്ല എന്നായിരുന്നു. മഹാത്മാഗാന്ധിയെപ്പോലെ തന്നെ കോൺഗ്രസ് സംഘടനാ സംവിധാനം കൈപ്പിടിയിൽ ആയിരുന്ന സ്വരാജിസ്റ്റുകളും 1928, 1929 കാലങ്ങളിൽ നിർജ്ജീവരായിരുന്നു.

യൂത്ത് കോൺഗ്രസ് സ്വീകരണസമിതി അദ്ധ്യക്ഷൻ എന്ന നിലയിൽ 1929 ഡിസംബർ 25 ന് സുഭാസ് നടത്തിയ ഒരു പ്രസംഗത്തിൽ ഗാന്ധിയൻ ചിന്താപദ്ധതിയെക്കുറിച്ചുള്ള തന്റെ വിമർശനം അദ്ദേഹം വിശദീകരിച്ചു.

> സബർമതി സ്കൂൾ ഓഫ് തോട്ട് നിർവ്വഹിച്ച പ്രചാരണത്തിന്റെ ശരിയായ ഫലം, ആധുനികത ചീത്തയാണ്, വൻകിട ഉല്പാദനം അധമമാണ്, ആവശ്യങ്ങൾ വർദ്ധിക്കരുത്, ജീവിതനിലവാരം ഉയരാൻ പാടില്ല. നാം നമ്മുടെ കഴിവിന്റെ പരമാവധി കാളവണ്ടിയുഗത്തിലേക്കു മടങ്ങിപ്പോകാൻ പ്രയത്നിക്കണം; നമ്മുടെ ആത്മാവ് എത്രയും പ്രധാനപ്പെട്ടതായതുകൊണ്ട് ഭൗതികസംസ്കാരവും സൈനികപരിശീലനവും തീർത്തും അവഗണിക്കണം എന്നതാണ്.

ഈ പ്രസംഗം സുഭാസിന്റെ എതിരാളികളെയും അനുയായികളെയും ഒരുപോലെ ഞെട്ടിച്ചു. എതിരാളികൾ ഇതിൽനിന്നും രാഷ്ട്രീയ മുതലെടുപ്പിനു ശ്രമിച്ചു. ഗാന്ധിജിയുടെ അനുയായികൾ അമ്പരക്കുകയും അസഹ്യരാവുകയും ചെയ്തു. കോൺഗ്രസിന്റെ കല്ക്കത്താ സമ്മേളനം ഗാന്ധിജിയും സുഭാസ് ചന്ദ്രബോസുമായുള്ള പരസ്യമായ അഭിപ്രായഭിന്നതയോടെയാണ് ആരംഭിച്ചത്. സമ്മേളനത്തിൽ മഹാത്മാഗാന്ധി അവതരിപ്പിച്ച പ്രമേയത്തിൽ ''രാഷ്ട്രീയ സാഹചര്യത്തിൽ ഒഴിച്ചുകൂടായ്മയ്ക്കുവിധേയമായി. 1929 ഡിസംബർ 31 നു മുൻപായി ബ്രിട്ടീഷ് പാർലമെന്റ് നെഹ്റു റിപ്പോർട്ടിൽ അനുവദിച്ചിരിക്കുന്ന ഭരണഘടന മുഴുവനായും അംഗീകരിക്കുകയാണെങ്കിൽ കോൺഗ്രസ് അത് അംഗീകരിക്കുമെന്നും, ആ ദിവസത്തോടെ അത് അംഗീകരിക്കാതിരിക്കുകയോ അതിനു മുൻപായി നിരാകരിക്കപ്പെടുകയോ ചെയ്താൽ നികുതി നിഷേധിക്കുന്നതടക്കമുള്ള അക്രമരഹിതനിസ്സഹകരണപ്രസ്ഥാനം സംഘടിപ്പിക്കുകയോ ചെയ്യും എന്ന് പറഞ്ഞിരുന്നു. സുഭാസ് ചന്ദ്രബോസ് ജവഹർലാൽ നെഹ്റുവിന്റെ പിന്തുണയോടെ ഇതിന് ഒരു ഭേദഗതി കൊണ്ടു

വന്നു. ഭരണഘടന പൂർണ്ണമായി അംഗീകരിക്കാതെ വന്നാൽ കോൺഗ്രസ് ബ്രിട്ടീഷുകാരുമായുള്ള എല്ലാ ബന്ധവും വിച്ഛേദിക്കും എന്നായിരുന്നു. ഭേദഗതിയുടെ ഉള്ളടക്കം. ഭേദഗതി 1350 എതിരെ 973 വോട്ടിന് പരാജയപ്പെട്ടു. എങ്കിലും കോൺഗ്രസിലെ ഇടതുപക്ഷം ശക്തവും സ്വാധീനമുള്ളതുമാണെന്നു തെളിയിക്കപ്പെടും.

മഹാത്മാഗാന്ധിയുടെ ഹൃദയപൂർവ്വകമായ പിന്തുണയോടെ ജവഹർലാൽ നെഹ്റു കോൺഗ്രസ് പ്രസിഡന്റായി തിരഞ്ഞെടുക്കപ്പെട്ടു. എന്നാൽ ഇത് തന്റെ നേതൃത്വത്തിനോടുള്ള ഇടതുപക്ഷത്തിന്റെ പ്രതിഷേധത്തെ അവരുടെ നേതൃത്വത്തിലൊരാളെ തന്റെ പക്ഷത്തേക്കു ചേർന്നുകൊണ്ട് ദുർബ്ബലപ്പെടുത്തുന്നതിനുള്ള കണക്കുകൂട്ടിയുള്ള ഗാന്ധിജിയുടെ നീക്കമായിരുന്നു. പ്രവർത്തകസമിതിയിൽ പൂർണ്ണമായും ഗാന്ധിപക്ഷക്കാരെ ഉൾപ്പെടുത്തിക്കൊണ്ട് ഫലത്തിൽ ജവഹർലാൽ നെഹ്റുവിനെ ഒരു ഡമ്മിപ്രസിഡന്റാക്കുകയായിരുന്നു. സുഭാസ് ചന്ദ്രബോസിന് തന്റെ ജനറൽ സെക്രട്ടറി സ്ഥാനം നഷ്ടപ്പെട്ടു സുഭാസിനെയും ശ്രീനിവാസഅയ്യങ്കാരെയും നിലനിർത്തണമെന്ന് ശക്തമായ വികാരമുണ്ടായിരുന്നുവെങ്കിൽപ്പോലും ബോസ് പ്രവർത്തകസമിതിയിൽനിന്നും ഒഴിവാക്കപ്പെട്ടു.

ഗാന്ധിജി അവതരിപ്പിച്ച പൂർണ്ണസ്വാതന്ത്ര്യത്തിനു വേണ്ടിയുള്ള പ്രമേയത്തിലൂടെ കോൺഗ്രസിന്റെ ലാഹൂർ സമ്മേളനം ചരിത്രപ്രസിദ്ധമായി. എന്നാൽ ഈ ലക്ഷ്യം നിറവേറ്റുന്നതിന് കോൺഗ്രസിനു മുമ്പിൽ ഒരു പരിപാടിയും ഉണ്ടായിരുന്നില്ലെന്നത് ബോസിനെ വിസ്മയിപ്പിച്ചു. അതുകൊണ്ട് ഇടതുപക്ഷത്തിനുവേണ്ടി അദ്ദേഹം ഒരു സമാന്തര ഗവൺമെന്റു രൂപീകരിക്കുന്നതിന് കോൺഗ്രസ് ലക്ഷ്യമിടണമെന്നും തൊഴിലാളികളെയും കർഷകരെയും യുവാക്കളെയും സംഘടിപ്പിക്കുവാൻ അടിയന്തരമായി ആരംഭിക്കണമെന്നും ആവശ്യപ്പെടുന്ന ഭേദഗതി അവതരിപ്പിച്ചു. ഭേദഗതി നിർദ്ദേശം പരാജയപ്പെട്ടു. ഇതിനെ സംബന്ധിച്ച് തന്റെ *ഇന്ത്യൻ സ്ട്രഗിളിൽ* ബോസ് എഴുതി:

മഹാത്മാജിക്ക് ഇനി മുതൽ തന്റെ സമിതികളിൽ നിന്നുള്ള എതിർപ്പു ഭയപ്പെടാതെ തന്റെ പദ്ധതികളുമായി മുന്നോട്ടു പോകാൻ കഴിയും. അതിനു പുറത്തുനിന്നും എന്തെങ്കിലും എതിർപ്പ് ഉയർന്നുവന്നാൽ കോൺഗ്രസിൽനിന്നും വിരമിക്കുമെന്നോ, മരണംവരെ ഉപവസിക്കുമെന്നോ ഭീഷണിപ്പെടുത്തി ജനങ്ങളെ വരുതിയിൽ നിർത്താനാവും. അദ്ദേഹത്തിന്റെ വ്യക്തിപരമായ വീക്ഷണത്തിൽ ഇതായിരുന്നു ഏറ്റവും ബുദ്ധിപൂർവ്വകമായ നീക്കം. പിന്നീടുള്ള ഒരു സമിതിയിൽ അദ്ദേഹത്തിന് ഇർവ്വിൻ പ്രഭുവുമായി 1934 ൽ സന്ധിയിൽ ഏർപ്പെടുവാൻ സാധിച്ചു; വട്ടമേശസമ്മേളനത്തിൽ ഒരേയൊരു പ്രതിനിധിയായി നിയോഗിക്കപ്പെടാൻ കഴിഞ്ഞു; 1932 സെപ്തംബറിൽ പൂനാ കരാറും മറ്റു പ്രവർത്തനങ്ങളും നടത്താൻ കഴിഞ്ഞു. ഇവ പൊതു ലക്ഷ്യത്തിനു ഗണ്യമായ വിധത്തിൽ ദ്രോഹകരമായിത്തീർന്നു. (സുഭാസ് ചന്ദ്ര ബോസ്, *സമാഹൃത*

കൃതികൾ, വാല്യം 02, പേജ് 194)

1930 ൽ നികുതി നിഷേധപ്രസ്ഥാനത്തിന് മഹാത്മാഗാന്ധി ആഹ്വാനം ചെയ്തപ്പോഴും, ദണ്ഡിയാത്ര ആരംഭിച്ചപ്പോഴും സുഭാസ് അദ്ദേഹത്തെ മുക്തകണ്ഠം പ്രകീർത്തിച്ചു. ഗാന്ധിയുടെ ചരിത്രപ്രസിദ്ധമായ ദണ്ഡിയാത്രയെ എൽബായിൽ നിന്നുള്ള മടക്കയാത്രയിൽ നെപ്പോളിയന്റെ പാരീസ് മാർച്ചിനോടും രാഷ്ട്രീയാധികാരം പിടിച്ചെടുക്കുന്നതിനുള്ള മുസോളിനിയുടെ റോം മാർച്ചിനോടും സുഭാസ് ചന്ദ്രബോസ് താരതമ്യപ്പെടുത്തി.

കടുത്ത ദേശീയവാദിയായ സുഭാസ് ചന്ദ്രബോസ് 1932 മാർച്ച് 5 ന് ഒപ്പുവച്ച ഗാന്ധി-ഇർവ്വിൻ സന്ധിക്കെതിരെ കലാപമുയർത്തി. ഇത് അങ്ങേയറ്റം അതൃപ്തികരവും അത്യന്തം നിരാശാജനകവുമാണ് എന്ന് അദ്ദേഹം പറഞ്ഞു. സുഭാസ് പ്രവചിച്ചപോലെ സന്ധി ഇന്ത്യക്ക് നന്മയൊന്നും ചെയ്തില്ല. വട്ടമേശ സമ്മേളനം മഹാത്മാഗാന്ധിയെ മോഹവിമുക്തനാക്കി. നിരാശനും പീഡിതനുമായി ഗാന്ധി 1931 ഡിസംബർ ഒന്നിന് വട്ടമേശ സമ്മേളനത്തിൽനിന്നും പുറത്തുപോയി. വൈകാതെ ഗാന്ധിജിയും സുഭാസ് ഉൾപ്പെടെ കോൺഗ്രസിലെ ഉന്നതശീർഷരായ നേതാക്കൾ എല്ലാ അറസ്റ്റു ചെയ്യപ്പെട്ടു. മുൻനിര നേതാക്കളുടെ അറസ്റ്റ് തിളച്ചുമറിയുന്ന ബഹുജനാവേശത്തിന് ഇന്ധനം നല്കുകയാണ് യഥാർത്ഥത്തിൽ ചെയ്തത്. നിയമനിഷേധപ്രസ്ഥാനം അതിന്റെ ഉച്ചസ്ഥായിയിലെത്തിയപ്പോൾ, 1932 സെപ്തംബർ 20 ന് മഹാത്മാഗാന്ധി മരണംവരെ ഉപവാസം പ്രഖ്യാപിച്ചു. റാം സേ മക് ഡൊനാൾഡ് പാസാക്കിയ കമ്യൂണൽ അവാർഡിനെതിരെ ആയിരുന്നു ഗാന്ധി നിരാഹാരസമരം പ്രഖ്യാപിച്ചത്. അവശ സമുദായങ്ങളെ ഹിന്ദു സമൂഹത്തിൽനിന്നും വേർപെടുത്തുന്നതിനുള്ള കുപ്രസിദ്ധമായ പദ്ധതിയായിരുന്നു, കമ്യൂണൽ അവാർഡ്. ഇതിലൂടെ അവശസമുദായങ്ങൾക്കും അസ്പൃശ്യർക്കും പ്രത്യേകം നിയോജകമണ്ഡലങ്ങൾ സംവരണം ചെയ്തുവെന്നുമാത്രമല്ല, പൊതുനിയോജകമണ്ഡലങ്ങളിൽ മത്സരിക്കുന്നതിനുള്ള അവകാശം നല്കുകയും ചെയ്തു. മഹാത്മാഗാന്ധിയുടെ ഉപവാസത്തിന് പ്രതീക്ഷിച്ച ഫലമല്ല ഉളവായത്. മറിച്ച് ഇതോടെ എല്ലാ യുക്തിചിന്തയും പൂർണ്ണമായി ഉപേക്ഷിക്കപ്പെടുകയും മഹാത്മാഗാന്ധിയുടെ ജീവൻ എങ്ങനെ രക്ഷിക്കാം എന്നുള്ളത് ജനങ്ങളുടെയെല്ലാം ഒരേയൊരു ചിന്തയായിതീരുകയും ചെയ്തു.”

മഹാത്മാഗാന്ധിയുടെ തീരുമാനം പലപ്പോഴും വസ്തുനിഷ്ഠയാഥാർത്ഥ്യങ്ങളെ വിസ്മൃതിയിലാക്കുന്ന തരത്തിലുള്ള അദ്ദേഹത്തിന്റെ ആത്മനിഷ്ഠ സമീപനത്തിന്റെ ഫലമാണ് എന്നായിരുന്നു സുഭാസ് ചന്ദ്രബോസിന്റെ അഭിപ്രായം. അദ്ദേഹം തുടരുന്നു:

> നിരാഹാരത്തിന് കൂടുതൽ ഗുരുതരമായി എന്നു തെളിയിക്കപ്പെട്ട മറ്റൊരു ദൗർഭാഗ്യകരമായ ഫലം കൂടെ ഉണ്ടായിരുന്നു. ഇത്

രാഷ്ട്രീയ പ്രസ്ഥാനത്തെ അതിന് സാദ്ധ്യമായ എല്ലാത്തരത്തിലുമുള്ള ശ്രദ്ധ അർപ്പിക്കപ്പെടേണ്ടതായിരുന്ന ഒരു സമയത്ത് വ്യതിചലിപ്പിക്കുവാനാണ് ഇടയാക്കിയത്.

അടുത്ത നാലുവർഷക്കാലം മഹാത്മാഗാന്ധിയും സുഭാസ് ചന്ദ്രബോസും സജീവ രാഷ്ട്രീയത്തിലുണ്ടായിരുന്നില്ല. ഗാന്ധിജി രാഷ്ട്രീയേതരമായ സൃഷ്ടിപര പ്രവർത്തനത്തിനായി തന്റെ സമയം വിനിയോഗിച്ചു. ഹരിജൻ എന്നു താൻ സംബോധന ചെയ്ത അസ്പൃശ്യരായ ജനവിഭാഗത്തിനുവേണ്ടിയുള്ള പ്രവർത്തനങ്ങളായിരുന്നു ഇതിന്റെ കേന്ദ്രബിന്ദു. തുടർച്ചയായ അറസ്റ്റും ജയിൽവാസവും നിമിത്തം ആരോഗ്യം തകരുന്ന സുഭാസ് ചന്ദ്രബോസ് ചികിത്സാ സംബന്ധമായി യൂറോപ്പിലായിരുന്നു. 1933 ലെ കോൺഗ്രസ് സമ്മേളനത്തിൽ ജവഹർലാൽ നെഹ്റു പ്രസിഡന്റായി തിരഞ്ഞെടുക്കപ്പെട്ടു. ഇത് ഇടതുപക്ഷ വിഭാഗത്തിന്റെ പ്രതീക്ഷകളെ ഉണർത്തി. പുതിയ പ്രസിഡന്റിന്റെ പുരോഗമനപരവും ചലനാത്മകവുമായ നേതൃത്വം നിയമനിഷേധപ്രസ്ഥാനം അപ്രതീക്ഷിതമായി നിർത്തിവയ്ക്കപ്പെട്ടതോടെ മരവിച്ചുപോയ പോരാട്ടബോധത്തെ മടക്കിക്കൊണ്ടുവരുമെന്ന് അവർ പ്രതീക്ഷിച്ചു. ഇന്ത്യയിലേക്ക് ഉടനടി മടങ്ങിവരാനും ഇടതുപക്ഷ അനുയായികളെ താങ്ങി ഉയർത്താനും സുഭാസ് ചന്ദ്രബോസ് ആഗ്രഹിച്ചു. എന്നാൽ, ഇന്ത്യയിൽ മടങ്ങിയെത്തിയ ഉടനെ തന്നെ അദ്ദേഹത്തെ അറസ്റ്റുചെയ്ത് ജയിലിലടച്ചു. ഇതിനിടെ സുഭാസ് ചന്ദ്രബോസിനെ അടിയന്തരമായി മോചിപ്പിക്കുന്നതിനുവേണ്ടിയുള്ള സമ്മർദ്ദം സീമാതീതമായി ഉയർന്നു. 1939 മാർച്ച് 17 ന് അദ്ദേഹം നിരുപാധികം ജയിൽവിമോചിതനായി. അല്പനാൾ വിശ്രമത്തിനുശേഷം സുഭാസ് കോൺഗ്രസ് പ്രവർത്തനത്തിൽ സജീവമായി.

ഇന്ത്യൻ നാഷണൽ കോൺഗ്രസിന്റെ ഹരിപുര സമ്മേളനത്തിൽ സുഭാസ് ചന്ദ്രബോസ് പ്രസിഡന്റായി തിരഞ്ഞെടുക്കപ്പെട്ടു. മഹാത്മാഗാന്ധിയുടെ നിർദ്ദേശപ്രകാരമാണ് അദ്ദേഹത്തിന്റെ നേതൃത്വശൈലിയുടെ ഏറ്റവും വലിയ വിമർശകനായ സുഭാസ് തിരഞ്ഞെടുക്കപ്പെട്ടതെന്ന് പ്രത്യേകം ശ്രദ്ധ അർഹിക്കുന്നു. ഈ തീരുമാനം ബോസിനെ പിന്താങ്ങുന്നവരുടെയും എതിർക്കുന്നവരുടെയും ഇടയിൽ അമ്പരപ്പുളവാക്കി. ഗാന്ധിയുമായി ഇടയ്ക്കിടെയുണ്ടാവുന്ന അഭിപ്രായവ്യത്യാസം ലഘൂകരിക്കുന്നതിന് സുഭാസ് ചന്ദ്രബോസ് ഒരിക്കലും ശ്രമിച്ചിരുന്നില്ല. അതുകൊണ്ട് അദ്ദേഹത്തെ കോൺഗ്രസ് പ്രസിഡന്റുപദവിയിലേക്കു നിർദ്ദേശിക്കുന്നത് എന്ത് ഉദ്ദേശിച്ചുകൊണ്ടാണെന്ന് പലരും അത്ഭുതപ്പെട്ടു. 1929 ൽ ഗാന്ധിജി, തന്റെ ഏറ്റവും കടുത്ത എതിരാളിയായ ജവഹർലാൽ നെഹ്റുവിനെ കോൺഗ്രസ് പ്രസിഡന്റുപദവി ഏല്പിച്ചുകൊടുത്തു. തന്റെ ഭാഗത്തേക്കു മാറ്റിയെടുത്ത തന്ത്രത്തിന്റെ ചരിത്രപരമായ ആവർത്തനമായി ചിലർ ഇതിനെ കണ്ടു. കടുത്ത ദേശീയവാദിയായ സുഭാസ് ചന്ദ്രബോസിനെ കോൺഗ്രസ് പ്രസിഡന്റ് പദത്തിൽ അവരോ

ധിച്ചുകൊണ്ട് ആ പ്രസ്ഥാനം ഭാവിയിൽ കൈക്കൊള്ളുന്ന പ്രവർത്തന പരിപാടിയെക്കുറിച്ച് ബ്രിട്ടീഷ് ഗവൺമെന്റിനു മുന്നറിയിപ്പു കൊടുക്കാൻ ഗാന്ധി ആഗ്രഹിച്ചിരിക്കാമെന്നാണ് മറ്റു ചിലരുടെ നിഗമനം. മറ്റു ചിലരാകട്ടെ സുഭാസിന്റെ മതേതരനിലപാടും മുസ്ലീങ്ങളുടെ ഇടയിൽ അദ്ദേഹത്തിനുള്ള സ്വീകാര്യതയും ആണ് അദ്ദേഹത്തെ പ്രസിഡന്റുസ്ഥാനത്തേക്കു നിർദ്ദേശിക്കാൻ കാരണം എന്നാണ്.

മഹാത്മാഗാന്ധിയുമായി ആശയപരമായ അഭിപ്രായവ്യത്യാസങ്ങളുണ്ടായിരുന്നിട്ടും പ്രസിഡന്റായശേഷമുള്ള പത്തുമാസവും സൗമ്യവും വിജയകരവുമായിരുന്നു. ഉപരിതലത്തിൽ ഗാന്ധിയുമായും പ്രവർത്തക സമിതി അംഗങ്ങളുമായുള്ള ബന്ധം സൗഹാർദ്ദപരമായി കാണപ്പെട്ടു. മുൻകാല ശീലമനുസരിച്ച് സുഭാസും തന്റെ പ്രസിഡൻഷ്യൽ പ്രസംഗം ഗാന്ധിജിയുമായി കൂടിയാലോചിച്ചിട്ടാണ് തയ്യാറാക്കിയത്. എല്ലാ പ്രധാന പ്രശ്നങ്ങളിലും അദ്ദേഹം മഹാത്മാഗാന്ധിയുടെ അഭിപ്രായം ആരാഞ്ഞു എന്നാൽ സുഭാസ് ചന്ദ്രബോസ് പ്രവർത്തകസമിതി അംഗങ്ങളുമായും മഹാത്മാഗാന്ധിയുമായും പടുത്തുയർത്തിയ സൗഹൃദത്തിന്റെ എടുപ്പ്, പ്രസിഡന്റു സ്ഥാനത്തേക്ക് രണ്ടാം തവണ മത്സരിക്കുന്നതിനുള്ള തന്റെ താല്പര്യം പ്രകടിപ്പിച്ചതോടെ തകർന്നുവീണു. കോൺഗ്രസ് പ്രസിഡന്റ് എന്ന നിലയിൽ സുഭാസ് ചന്ദ്രബോസും കോൺഗ്രസ് പ്രവർത്തകസമിതിയംഗങ്ങളും തമ്മിൽ തുറന്ന സംഘർഷമൊന്നും ഉണ്ടായിട്ടില്ലെങ്കിലും താൻ ചെയ്ത ചില കാര്യങ്ങൾ ഗാന്ധിയെയും അനുയായികളെയും അസന്തുഷ്ടരാക്കിയിരുന്നു. ബ്രിട്ടനുമായി ഏതെങ്കിലും തരത്തിലുള്ള ഒത്തുതീർപ്പിനെതിരെ കോൺഗ്രസ് പാർട്ടിയുടെ എതിർപ്പ് കർക്കശമാകുന്നതിന് തന്നാലാവുന്നതെല്ലാം സുഭാസ് ചന്ദ്രബോസ് ചെയ്തു. ഇത് ബ്രിട്ടീഷ് ഗവൺമെന്റുമായി ഒത്തുതീർപ്പുണ്ടാക്കുന്നതിന് താല്പര്യമുണ്ടായിരുന്ന ഗാന്ധിപക്ഷക്കാരെ അലോസരപ്പെടുത്തി. 1938 ൽ ബോസ് വ്യവസായവല്ക്കരണത്തിനും ദേശീയ വികസനത്തിനും ഒരു സമഗ്രമായ പദ്ധതിയുണ്ടാക്കുന്നതിനായി ഒരു നാഷണൽ പ്ലാനിങ് കമ്മിറ്റി രൂപീകരിക്കുകയുണ്ടായി. ഇത്, വ്യവസായവല്ക്കരണത്തെ എതിർത്തിരുന്ന മഹാത്മാഗാന്ധിയുടെ നീരസത്തിന് ഇടയാക്കി. 1938 സെപ്തംബറിലെ മ്യൂണിക് സന്ധിക്കു ശേഷം, യൂറോപ്പിൽ വരാനിരിക്കുന്ന യുദ്ധവുമായി സമകാലികമായി വർത്തിക്കുന്നതരത്തിൽ ദേശീയ സ്വാതന്ത്ര്യസമരത്തിന് ജനങ്ങളെ തയ്യാറാക്കുന്നതിന് ബോസ് ഇന്ത്യയിലുടനീളം തുറന്ന പ്രചാരണം നടത്തി. ഈ നീക്കത്തെ ഗാന്ധി വിഭാഗം എതിർത്തു. രണ്ടാം വട്ടം പ്രസിഡന്റു പദത്തിനു മത്സരിക്കാനൊരുങ്ങിയതോടെ ഗാന്ധിയനുകൂലികളുടെ എതിർപ്പ് രൂക്ഷമായി. ഫലത്തിൽ കോൺഗ്രസിലെ 'ഡിക്റ്റേറ്ററും' എതിർപ്പില്ലാത്ത 'കിങ് മേക്കറു'മായ ഗാന്ധിയും സുഭാസ് വീണ്ടും തിരഞ്ഞെടുക്കപ്പെടുന്നതിന് എതിരായിരുന്നു.

ഗാന്ധി അനുകൂലവിഭാഗം പട്ടാഭിസീതാരാമയ്യയെ സ്ഥാനാർത്ഥിയാക്കി. ഇരുഭാഗവും തിരഞ്ഞെടുപ്പുപ്രചാരണം ഊർജ്ജിതമാക്കി. പ്രസ്താ

വനകളും എതിർപ്രസ്താവനകളും ആരോപണങ്ങളും പ്രത്യാരോപണങ്ങളും പ്രചരിപ്പിക്കപ്പെട്ടു. ഈ തർക്കവിതർക്കങ്ങളിൽ ഇടപെടാതെ മഹാത്മാഗാന്ധി അകന്നുനിന്നു. ഏതെങ്കിലും സ്ഥാനാർത്ഥിയെ പിന്താങ്ങിയോ അഥവാ എതിർത്തോ ഒരു പ്രസ്താവനയും പുറപ്പെടുവിച്ചില്ല. എന്നാൽ 1939 ജനുവരി 28 ന് *ഹരിജനിൽ* എഴുതിയ മുഖപ്രസംഗത്തിൽ അദ്ദേഹം മനസ്സു തുറന്നു.

> കോൺഗ്രസ് തിരഞ്ഞെടുപ്പുകളിലെ കുഴപ്പം ഒരു സാധാരണസംഭവമായിത്തീർന്നിരിക്കുന്നു. എവിടെയും കോൺഗ്രസുകാരുടെ അച്ചടക്കരാഹിത്യം വർദ്ധിച്ചുകൊണ്ടിരിക്കുകയാണ്. അനേകം പേർ നിരുത്തരവാദപരവും അക്രമപരവുമായ പ്രസംഗം നടത്തുന്നു. അനേകർ നിർദ്ദേശങ്ങൾ നടപ്പിലാക്കുന്നതിൽ പരാജയപ്പെടുന്നു. റോമിന്റെ തളർച്ച അതിന്റെ പതനത്തിന് വളരെ മുൻപ് ആരംഭിച്ചു. അഴിമതി യഥാസമയം കൈകാര്യം ചെയ്തിരുന്നെങ്കിൽ അത് നിലംപതിക്കേണ്ട ആവശ്യമുണ്ടാകുമായിരുന്നില്ല.

ഒരു മുന്നറിയിപ്പോടെയാണ് മുഖലേഖനം ഉപസംഹരിക്കുന്നത്."

> കോൺഗ്രസിന്റെ ഇന്നത്തെ അവസ്ഥയിൽ അരാജകത്വവും ചുവന്ന വിനാശവുമല്ലാതെ രാജ്യത്തിന്റെ മുന്നിൽ മറ്റൊന്നും കാണുന്നില്ല. ത്രിപുരയിൽ നാം ഈ പരുഷമായ സത്യം നേരിടേണ്ടതുണ്ടോ.

കോൺഗ്രസിന്റെ പ്രമുഖ നേതാക്കളിൽ മിക്കവരും കോൺഗ്രസ് ഔദ്യോഗിക മെഷീനറി മൊത്തത്തിലും എതിരായിരുന്നിട്ടും സുഭാസ് ചന്ദ്രബോസ് 200 വോട്ടിന് എതിർ സ്ഥാനാർത്ഥിയായ പട്ടാഭി സീതാരാമയ്യയെ പരാജയപ്പെടുത്തി. ഇതു ചരിത്രംകുറിച്ച വിജയമായിരുന്നു. ഗാന്ധിജിയുടെ അനുഗ്രഹാശിസ്സുകളില്ലാതെ പ്രസിഡന്റു തിരഞ്ഞെടുപ്പിൽ ഒരാൾ ജയിച്ചു വന്നത് തികച്ചും മഹാത്ഭുതം തന്നെയായിരുന്നു.

പട്ടാഭിസീതാരാമയ്യയുടെ പരാജയം മഹാത്മാഗാന്ധി സ്വന്തം പരാജയമായി കണ്ടു. കോൺഗ്രസിന്റെ ചോദ്യം ചെയ്യപ്പെടാത്ത നേതാവ് എന്ന സ്ഥാനം വെല്ലുവിളിക്കപ്പെട്ടതായും അദ്ദേഹം വിലയിരുത്തി. അദ്ദേഹത്തിന്റെ പ്രസ്താവനയിൽ പറയുന്നത്. താൻ വലതുപക്ഷം എന്നുവിളിക്കുന്നവരുടെ സൗജന്യത്തിൽ പ്രസിഡന്റാകുന്നതിനു പകരം സുഭാസ് ബാബു ഇപ്പോൾ തിരഞ്ഞെടുപ്പു മത്സരത്തിലൂടെ പ്രസിഡന്റായിരിക്കുകയാണ്. ഒരു ഐകരൂപ്യമുള്ള പ്രവർത്തകസമിതി രൂപീകരിക്കുവാനും യാതൊരു തടസ്സവും കൂടാതെ തന്റെ പരിപാടി നടപ്പാക്കുവാനും ഇത് അദ്ദേഹത്തിനു സഹായകമായിരിക്കുന്നു. തിരഞ്ഞെടുപ്പിനുശേഷമുള്ള മഹാത്മാഗാന്ധിയുടെ പ്രസ്താവന ജനാധിപത്യവിരുദ്ധവും തന്റെ പദവിക്കു നിരക്കാത്തതുമാണെന്ന് വിമർശിക്കപ്പെട്ടിട്ടുണ്ട്. നിയുക്തപ്രസി

ഡന്റിന്റെ നയങ്ങൾ അംഗീകരിക്കാത്തവർ കോൺഗ്രസിനു പുറത്തു വരണമെന്ന അദ്ദേഹത്തിന്റെ ആഹ്വാനം തിരഞ്ഞെടുപ്പു മത്സരത്തെ തുടർന്ന് ആരംഭിച്ച സംഘർഷത്തെ മൂർച്ഛിപ്പിച്ചു. സുഭാസ് ചന്ദ്ര ബോസിനെ സ്വന്തം പക്ഷത്തേക്കു കൊണ്ടുവന്നുകൊണ്ടോ, കോൺഗ്രസ് പ്രസിഡന്റായി വീണ്ടും തിരഞ്ഞെടുക്കപ്പെടുന്നതു തടഞ്ഞുകൊണ്ടോ തന്റെ നേതൃത്വത്തിനു നേർക്കുള്ള ഇടതുപക്ഷ വെല്ലുവിളി ശാന്തമാക്കുന്നതിൽ നേരിട്ട പരാജയം അദ്ദേഹത്തെ നിഷ്കരുണനും പകയുള്ളവനുമാക്കിത്തീർത്തു. കോൺഗ്രസ് പിളർന്നാൽപ്പോലും സുഭാസ് ചന്ദ്രബോസിനെ ഒരു പാഠംപഠിപ്പിക്കാൻ അദ്ദേഹം മുതിർന്നു. രാജ്യത്തിനു വേണ്ടിയുള്ള സുഭാസിന്റെ ത്യാഗത്തെ അഭിനന്ദിച്ചുകൊണ്ട് തന്റെയും തന്റെ അനുയായികളുടെയും പിന്തുണയില്ലാതെ കോൺഗ്രസ് കാര്യങ്ങൾ നിർവ്വഹിക്കുവാൻ അദ്ദേഹം സുഭാസിനെ വെല്ലുവിളിച്ചു. അദ്ദേഹം എഴുതി:

> ഏതായാലും സുഭാസ് ബാബു രാജ്യത്തിന്റെ ശത്രുവല്ല. രാജ്യത്തിനുവേണ്ടി അദ്ദേഹം ത്യാഗം സഹിക്കുകയും ചെയ്തു. അദ്ദേഹത്തിന്റെ അഭിപ്രായത്തിൽ തന്റേതാണ് ഏറ്റവും മുന്നിട്ടു നില്ക്കുന്നതും ധീരവുമായ നയവും പരിപാടിയും. അതിനു വിജയം നേരാൻ മാത്രമേ ന്യൂനപക്ഷത്തിനു കഴിയുകയുള്ളൂ. അവർക്ക് അതുമായി ഒത്തുപോകാൻ കഴിയുന്നില്ലങ്കിൽ അവർ കോൺഗ്രസിൽനിന്നും പുറത്തു വരണം. അവർക്കു കഴിയുമെങ്കിൽ അവർ ഭൂരിപക്ഷത്തിനു ശക്തിപകരണം. ന്യൂനപക്ഷം ഒരുതരത്തിലും തടസ്സം സൃഷ്ടിക്കരുത്. സഹകരിക്കാൻ കഴിയാതെ വരുമ്പോൾ അവർ ഒഴിഞ്ഞു നില്ക്കണം. കോൺഗ്രസ് മനോഭാവവമുണ്ടായിരിക്കെതന്നെ കരുതിക്കൂട്ടി അതിനു പുറത്തുനില്ക്കുന്നവനാണ് അതിനെ ഏറെയും പ്രതിനിധീകരിക്കുന്നത് എന്ന് എല്ലാ കോൺഗ്രസുകാരെയും ഞാൻ ഓർമ്മപ്പെടുത്തട്ടെ. അതുകൊണ്ട് കോൺഗ്രസിനുള്ളിൽ നില്ക്കുന്നത് അസൗകര്യപ്രദമെന്നു തോന്നുന്നവർ പുറത്തുപോരേണ്ടതാണ്: ഇത് ദുഷ്ടബുദ്ധിയോടെയാകരുത്, മറിച്ച് കൂടുതൽ ഫലപ്രദമായ സേവനം നല്കുക എന്ന ബോധപൂർവ്വമായ ലക്ഷ്യത്തോടെയാവണം. (*ക്രോസ് റോഡ്സ്*)

തന്റെ നേതൃത്വത്തിന്റെ നേർക്കുള്ള വെല്ലുവിളി ഒഴിവാക്കുന്നതിനും സുഭാസിനെ തിരിച്ചടിക്കുന്നതിനുമുള്ള യത്നത്തിൽ, ഒരു തിരഞ്ഞെടുപ്പിനെ ഇരുവിഭാഗങ്ങളും: ന്യൂനപക്ഷവും ഭൂരിപക്ഷവും ചോദ്യം ചെയ്യാതെ അംഗീകരിക്കണമെന്ന ജനാധിപത്യത്തിന്റെ മുഖ്യതത്ത്വം മഹാത്മാ ഗാന്ധി മറന്നുപോയതായി കാണപ്പെട്ടുവെന്നാണ് വിമർശകർ രേഖപ്പെടുത്തിയിട്ടുള്ളത് (നേതാജി സുഭാസ് ചന്ദ്രബോസ്: *റീ അസസ്മെന്റ് ഓഫ് ഹിസ് ഐഡിയാസ് ആന്റ് ഐഡിയോളജീസ്*, പ്രൊഫ. ഹരിഹരദാസ് ബി ഡി റാത്ത് പേജ് 61) സുഭാസ് 1939 ഫെബ്രുവരി 15 ന് വാർദ്ധയിൽ

വച്ച് മഹാത്മാഗാന്ധിയെ നേരിൽക്കണ്ട് പരസ്പരധാരണയ്ക്കു ശ്രമിച്ചു. എന്നാൽ ഈ ശ്രമം വിജയിച്ചില്ല.

കോൺഗ്രസിന്റെ ത്രിപുര സമ്മേളനം എല്ലാതരത്തിലും സുഭാസ് ചന്ദ്രബോസിന് കനത്ത തിരിച്ചടിയായിരുന്നു സമ്മേളനത്തിനു തൊട്ടു മുമ്പായി കോൺഗ്രസ് പ്രവർത്തക സമിതിയിലെ 12 അംഗങ്ങൾ രാജിവച്ചു. പ്രതിസന്ധി പരിഹരിക്കുന്നതിന് കോൺഗ്രസിൽ തന്റെ സാന്നിദ്ധ്യം അനിവാര്യമായി വന്നപ്പോൾ ഗാന്ധി രാജ്കോട്ടിലെ ജനങ്ങളും രാജാവും തമ്മിലുള്ള പ്രശ്നത്തിൽ ശ്രദ്ധ കേന്ദ്രീകരിച്ചു. രാജ്കോട്ടിൽ ഗാന്ധിജി ഉപവാസ സമരം ആരംഭിച്ചു. സമ്മേളനത്തിൽ പാന്ത് അവതരിപ്പിച്ചു പാസാക്കിയ പ്രമേയത്തിൽ മഹാത്മാഗാന്ധിയുടെ താല്പര്യമനുസരിച്ചു പ്രവർത്തകസമിതി സംഘടിപ്പിക്കണമെന്ന് പ്രസിഡന്റിനോട് ആവശ്യപ്പെട്ടു. പ്രസിഡന്റു തിരഞ്ഞെടുപ്പിൽ ബോസിനു വോട്ടു ചെയ്തവർ തന്നെ ത്രിപുരയിൽ അദ്ദേഹത്തെ എതിർത്തു.

പ്രവർത്തക സമിതി രൂപീകരിക്കുന്നതിനുള്ള നിർദ്ദേശം ആവശ്യപ്പെട്ട് ബോസ് മഹാത്മാഗാന്ധിയെ നിരന്തരം ബന്ധപ്പെട്ടു. എന്നാൽ അദ്ദേഹം ഒന്നും കൂട്ടാക്കിയില്ല. തുടർച്ചയായ കത്തിടപാടുകൾക്കു ഗുണഫലമൊന്നും ഉണ്ടാക്കുവാൻ കഴിഞ്ഞില്ല. അവസാനം ഏപ്രിൽ 28 ന്റെ കല്ക്കത്താ സമ്മേളനത്തിൽ പങ്കെടുക്കാമെന്ന് ഗാന്ധിജി സമ്മതിച്ചു. ഗാന്ധിജിയുടെ വരവോടെ ബോസ് അദ്ദേഹവുമായി ദീർഘമായ കൂടിക്കാഴ്ച നടത്തി. ഏപ്രിൽ 29 ന് എ ഐ സി സി സമ്മേളനത്തിൽ ഇരു ഗ്രൂപ്പുകളുടെയും സമ്മതിയോടെ പ്രവർത്തകസമിതി രൂപീകരിക്കുന്നതിൽ താൻ പരാജയപ്പെട്ടുവെന്ന പ്രസ്താവനയോടെ സുഭാസ് ചന്ദ്രബോസ് കോൺഗ്രസ് പ്രസിഡന്റുപദം രാജിവച്ചു. അങ്ങനെ ഗാന്ധിയും തന്റെ ഗ്രൂപ്പും ആഗ്രഹിച്ച കോൺഗ്രസിന്റെ ഉന്നതപദവിയിൽനിന്നും ബോസിന്റെ നിഷ്കാസനം സംഭവിച്ചു. പ്രൊഫ. ഹിരൺ ഇതിനെ സംബന്ധിച്ച് രേഖപ്പെടുത്തുന്നത്: 'തന്റെ കുലീനതയിൽ പ്രശാന്തതയും മനസാന്നിദ്ധ്യവുമുള്ള മഹാന്മാർ നിരാശരും പ്രകോപിതരുമാവുന്ന തീരെ വിരളമായ അവസരങ്ങളിൽ ഒന്നായിരുന്നു അത്' എന്നാണ്. (ഹിരൺ മുഖർജി, *ദി ജന്റിൽ കൊളോസസ്,* പേജ് 78) മൈക്കൽ എഡ്വേർഡ്സിന്റെ വാക്കുകൾ: 'ഗാന്ധി ഇപ്പോൾ നിസ്സഹകരണസങ്കേതം തിരിച്ചുവിട്ടത് ബ്രിട്ടീഷുകാർക്കെതിരെയല്ല; കോൺഗ്രസിന്റെ സ്വന്തം പ്രസിഡന്റിനെതിരെയാണ്. ബോസ് രാജിവയ്ക്കാൻ നിർബ്ബന്ധിതനായി... 'മാധുര്യവും പ്രകാശവും സമ്മിശ്രണം ചെയ്തയാളെന്ന് ഇന്ത്യയിലും വിദേശത്തുമുള്ള അനേകംപേർ വിശ്വസിച്ചിരുന്ന ഗാന്ധി, തന്റെ അത്യുഗ്രമായ പ്രശസ്തിയും Jermany Hallൽ നിന്നും പ്രതീക്ഷിക്കുന്നതരത്തിലുള്ള ഉപജാപവും തന്റെ നേതൃത്വത്തിലുള്ള ഒരേയൊരു യഥാർത്ഥ എതിർപ്പിനെ ഒഴിവാക്കുന്നതിൽ വിജയിച്ചു. (മൈക്കൽ എഡ്വേർഡ്സ് *ദി ലാസ്റ്റ് ഇയേഴ്സ് ഓഫ് ബ്രിട്ടീഷ് ഇന്ത്യ*, പേജ് 67). മൈക്കൽ ബ്രഷറും ഏതാണ്ട് ഇതേ വീക്ഷണം തന്നെ പ്രകടിപ്പിച്ചു. വീണ്ടും അദ്ദേഹം

"പങ്കെടുത്ത എല്ലാവരിലും വച്ച് ഗാന്ധിക്കു മാത്രമേ ബോസിനെ നിഷ്കാസനം ചെയ്യുക എന്ന വ്യക്തവും ഉറച്ചതുമായ ലക്ഷ്യം ഉണ്ടായിരുന്നുള്ളൂ." എന്ന് രേഖപ്പെടുത്തുകയുണ്ടായി. (മൈക്കൽ ബ്രഷർ, *നെഹ്റു എ പൊളിറ്റിക്കൽ ബയോഗ്രഫി*, പേജ് 245)

ബോസിന് പക്ഷേ, വെറുതെയിരിക്കാനാവുമായിരുന്നില്ല. രാജിവച്ച് മൂന്ന് ദിവസങ്ങൾക്കുള്ളിൽ അദ്ദേഹം കോൺഗ്രസിനുള്ളിൽ 'ഫോർവേഡ് ബ്ലോക്ക്' എന്ന കക്ഷി രൂപീകരിച്ചു. തന്റെ വിപ്ലവകരമായ പരിപാടികൾ നടപ്പിലാക്കുക. ഇടതുപക്ഷ ശക്തികളെ യോജിപ്പിക്കുക, കോൺഗ്രസ് ഹൈക്കമാന്റിന്റെ ജനാധിപത്യവിരുദ്ധ പ്രവണതകളോടു പോരാടുക എന്നിവയായിരുന്നു ഫോർവേഡ് ബ്ലോക്കിന്റെ പ്രധാന ധർമ്മങ്ങൾ. കോൺഗ്രസിൽ ഇടതുപക്ഷ സ്വാധീനം ഒഴിവാക്കുന്നത് ലക്ഷ്യം വച്ചുകൊണ്ടുള്ള എ ഐ സി സി പ്രമേയങ്ങളെ ബോസ് തുറന്ന് എതിർത്തു. തുടർന്ന് ഒരു എ ഐ സി സി പ്രമേയത്തിലൂടെ ബോസിനെ ബംഗാൾ പ്രൊവിൻഷ്യൽ കോൺഗ്രസ് പ്രസിഡന്റു സ്ഥാനത്തുനിന്നും നീക്കം ചെയ്യുകയും 1939 ആഗസ്ത് മുതല്ക്ക് മൂന്നു വർഷത്തേക്ക് കോൺഗ്രസിലെ ഏതൊരു തിരഞ്ഞെടുക്കപ്പെട്ട സ്ഥാനത്തേക്കും വരുന്നതിനെ വിലക്കുകയും ചെയ്തു.

സുഭാസ് ചന്ദ്രബോസ് പ്രമേയത്തെ സ്വാഗതം ചെയ്യുകയും സംഘടനയിലെ വലതുപക്ഷ ഏകീകരണത്തിന്റെ സന്ദർഭത്തിൽ അത് യുക്തിപരമായതാണെന്നു വിലയിരുത്തുകയും ചെയ്തു. 1939 സെപ്തംബർ 3 ന് രണ്ടാം ലോകയുദ്ധം പൊട്ടിപ്പുറപ്പെട്ടതോടെ അദ്ദേഹം. ബ്രിട്ടീഷുകാർക്കെതിരെ പൂർണ്ണശക്തിയോടെ ആഞ്ഞടിക്കുവാൻ ജനങ്ങളെ ആഹ്വാനം ചെയ്യുകയും, ഒരു ബഹുജനപ്രക്ഷോഭത്തിൽ ആഹ്വാനം കൊടുക്കുവാൻ കോൺഗ്രസ് നേതൃത്വം എടുക്കുന്ന അനാവശ്യമായ കാലവിളംബത്തെ നിശിതമായി വിമർശിക്കുകയും ചെയ്തു.

സുഭാസ് പിന്നെ ഇന്ത്യയിൽ ഉണ്ടായിരുന്ന കാലം മുഴുവൻ അദ്ദേഹത്തിന്റെ പ്രവർത്തന ശൈലിയെ ഉറച്ച് എതിർത്തിരുന്നു. 1940 ജൂലൈ രണ്ടിന് ഡിഫൻസ് ഓഫ് ഇന്ത്യാ റൂൾസ്, സെക്ഷൻ 129 പ്രകാരം സുഭാസ് ചന്ദ്രബോസ് അറസ്റ്റു ചെയ്യപ്പെട്ടപ്പോൾ രാജ്യമെമ്പാടും ജനകീയ പ്രതിഷേധം ആർത്തിരമ്പി. എന്നാൽ ഗാന്ധിയും കോൺഗ്രസ് പ്രവർത്തകസമിതിയും അതിൽനിന്നും മുഖം തിരിച്ചു.

രാഷ്ട്രീയമായി ഇരുവരും തമ്മിലുള്ള അഭിപ്രായവ്യത്യാസങ്ങൾക്ക് അതീതമായി ഗാന്ധിയും സുഭാസും തമ്മിൽ ഊഷ്മളമായ വ്യക്തിബന്ധമാണുണ്ടായിരുന്നത്. ഗാന്ധിക്ക് നേതാജിയോട് സ്നേഹവും പ്രശംസയുമുണ്ടായിരുന്നു: സുഭാസിനാകട്ടെ താൻ ഇന്ത്യയിലെ മഹാൻ എന്നു കരുതുന്ന ഗാന്ധിയോടു ബഹുമാനവും ആദരവും. 1939 ഫെബ്രുവരി 5 ന് ഒരു പത്രപ്രസ്താവനയിൽ ബോസ് പറഞ്ഞു.

എന്നെ സംബന്ധിച്ച് മഹാത്മജിക്ക് എന്തുതരം അഭിപ്രായമാണു

ള്ളത് എന്നെനിക്ക് അറിയില്ല. എന്നാൽ അദ്ദേഹത്തിന് എന്നെക്കുറിച്ചുള്ള അഭിപ്രായം എന്തു തന്നെയായാലും, എന്റെ ഉദ്ദേശവും ലക്ഷ്യവും അദ്ദേഹത്തിന്റെ വിശ്വാസം ആർജ്ജിക്കുന്നതിന് യത്നിക്കുക എന്നതാണ്. എന്തെന്നാൽ ഞാൻ മറ്റെല്ലാവരുടെയും വിശ്വാസമാർജ്ജിക്കുന്നതിൽ വിജയിക്കുകയും എന്നാൽ ഇന്ത്യയിലെ ഏറ്റവും മഹാനായ മനുഷ്യന്റെ വിശ്വാസം നേടുന്നതിൽ പരാജയപ്പെടുകയും ചെയ്താൽ അത് ദാരുണമായിരിക്കും *(ഇംപോർട്ടന്റ് സ്പീച്ചസ് ആന്റ് റൈറ്റിങ്സ് ഓഫ് സുഭാസ് ബോസ്.* പേജ് 250-57)

സുഭാസ് ചന്ദ്രബോസും ജവാഹർലാൽ നെഹ്റുവും

പശ്ചിമ-പൂർവ്വ സാംസ്കാരിക പരിണയത്തിന്റെ മേല്ത്തരം ഉല്പന്നങ്ങളിൽപെടുന്നവരാണ് പണ്ഡിറ്റ് ജവാഹർലാൽ നെഹ്റുവും നേതാജി സുഭാസ് ചന്ദ്രബോസും. എട്ടുവയസ്സ് പ്രായവ്യത്യാസമുണ്ടായിരുന്നുവെങ്കിലും ഇരുവർക്കും പൊതുവായി പലതുമുണ്ടായിരുന്നു. ഇന്ത്യൻ നവോത്ഥാനത്തിന്റെ ഉച്ചകോടിയായ 19-ാം ശതകത്തിന്റെ അവസാനപാദത്തിലാണ് ഇരുവരും ലോകത്തിന്റെ ദീപ്തി ദർശിച്ചത്. ഇരുവരും സമ്പന്ന കുടുംബങ്ങളിൽ ജനിക്കുകയും ലിബറൽ പരിതോവസ്ഥയിൽ വളർത്തപ്പെടുകയും പാശ്ചാത്യ വിദ്യാഭ്യാസം നേടുകയും ചെയ്തു. മാതൃഭൂമിയുടെ ആഹ്വാനം കേട്ട് ഇരുവരും ആദായകരമായ ജീവനും ത്യജിച്ച് 1921 ലെ നിസ്സഹകരണ പ്രസ്ഥാനത്തിന്റെ ചരിത്രസന്ധിയിൽ രാഷ്ട്രീയത്തിൽ അരങ്ങേറ്റം കുറിച്ചവരാണ്. രണ്ടുപേരും ഊർജ്ജസ്വലരും. ദീർഘവീക്ഷണമുള്ളവരും സ്വാഭാവിക യുവനേതാക്കളും ആയിരുന്നു. സ്വതന്ത്രവും ഐശ്വര്യസമൃദ്ധവും സമാധാനപൂർണ്ണവുമായ ഒരു ഇന്ത്യ രണ്ടുപേരും സ്വപ്നം കണ്ടു. മാർക്സിയൻ പ്രത്യയശാസ്ത്രമായ ശാസ്ത്രീയ സോഷ്യലിസവും സോവിയറ്റു യൂണിയനെ സൂപ്പർ പവർ ആക്കിയ അതിന്റെ മാന്ത്രികസ്പർശവും ഈ രണ്ടു നേതാക്കളെയും സ്വാധീനിച്ചു. സോഷ്യലിസ്റ്റ് അടിസ്ഥാനം തങ്ങളുടെ രാഷ്ട്രീയ തത്ത്വശാസ്ത്രത്തിന്റെ തല്പശിലയായി അംഗീകരിക്കുകയും അതിനെ ഇന്ത്യൻ സമൂഹം അനുഭവിക്കുന്ന ദോഷങ്ങൾക്കുള്ള സിദ്ധൗഷധമായി കണക്കാക്കുകയും ചെയ്തു. ഗാന്ധിയൻ നേതൃത്വം പ്രഖ്യാപിക്കുകയും പ്രയോഗിക്കുകയും ചെയ്യുന്ന ഒത്തുതീർപ്പിനും, അനുരഞ്ജനത്തിനും ഇരുവരും എതിരായിരുന്നു. കോൺഗ്രസിനും രാഷ്ട്രത്തിനും ഒരു ബദൽ നേതൃത്വത്തെ സംബന്ധിച്ച സങ്കല്പം ഇരുവരും ചേർന്ന് ഉയർത്തിക്കാട്ടി. ഇതെല്ലാമായിരിക്കെ ഇവരുടെ ഐക്യം ഇന്ത്യൻ സ്വാതന്ത്ര്യപ്രസ്ഥാന

ത്തിന്റെ ഗതി മാറ്റിത്തീർക്കാവുന്ന ഒരു ഘട്ടത്തിൽ അവർ വഴിപിരിഞ്ഞു വെന്നത് ഒരുവിരോധാഭാസമാണെന്നേ പറയേണ്ടതുള്ളൂ. അങ്ങനെയല്ലാതിരുന്നുവെങ്കിൽ സുഭാസ് ചന്ദ്രബോസിന്റെ അപായകരമായ വിദേശ യാത്ര ഒഴിവാക്കപ്പെടുമായിരുന്നു.

നേതാജിയും ജവാഹർലാൽ നെഹ്റുവും അടുത്തു ബന്ധപ്പെടുന്നത് 1927 ലെ മദ്രാസ് കോൺഗ്രസ് സമ്മേളനത്തോടെയാണ്. സൈമൺ കമ്മീഷനെ എല്ലാ ഘട്ടത്തിലും എല്ലാ രൂപത്തിലും ബഹിഷ്കരിക്കണമെന്ന് ഒരു പ്രമേയം മദ്രാസ് കോൺഗ്രസ് സമ്മേളനത്തിൽ അംഗീകരിക്കപ്പെടുകയുണ്ടായി. എല്ലാ കക്ഷികൾക്കും സ്വീകാര്യമായ ഒരു ഭരണഘടന എഴുതിയുണ്ടാക്കുന്നതിന് ഒരു അഖിലകക്ഷി സമ്മേളനം വിളിച്ചു കൂട്ടുന്നതിന് സമ്മേളനം പ്രവർത്തകസമിതിയോടാവശ്യപ്പെടുകയുമുണ്ടായി. ബോസ് പ്രതിനിധാനം ചെയ്തിരുന്ന ഉല്പതിഷ്ണു വിഭാഗമാണ് ഇന്ത്യയുടെ ലക്ഷ്യം പൂർണ്ണ ദേശീയസ്വാതന്ത്ര്യമാണ് എന്ന് നിർവ്വചിക്കുന്ന പ്രമേയം അവതരിപ്പിച്ചു പാസാക്കുന്നതിന് നെഹ്റുവിനെയും അദ്ദേഹത്തിന്റെ ഗ്രൂപ്പിനെയും നിർബ്ബന്ധിതമാക്കിയത്. ഈ സമ്മേളനം ജവഹർലാൽ നെഹ്റുവിനെയും സുഭാസ് ചന്ദ്രബോസിനെയും കോൺഗ്രസ് ജനറൽ സെക്രട്ടറിമാരായി നിയമിച്ചു.

ഭരണഘടന എഴുതി തയ്യാറാക്കാൻ ചുമതലപ്പെടുത്തപ്പെട്ട മോത്തിലാൽനെഹ്റു കമ്മിറ്റി ഒരു ഏകകണ്ഠമായ റിപ്പോർട്ടു സമർപ്പിച്ചു. നെഹ്റുറിപ്പോർട്ടിന്, പാർട്ടി നിലപാടുകൾക്കതീതമായി ദേശീയവാദികളുടെ മൊത്തം പിന്തുണയും പ്രശംസയും ലഭിച്ചുവെങ്കിലും, ഇന്ത്യക്ക് ഡൊമിനിയൻ പദവി ശുപാർശ ചെയ്തതിനെക്കുറിച്ച് ജവാഹർലാൽ നെഹ്റുവിന്റെയും സുഭാസ് ചന്ദ്രബോസിന്റെയും നേതൃത്വത്തിലുള്ള കോൺഗ്രസിലെ ഇടതുപക്ഷ വിഭാഗം അതൃപ്തി പ്രകടിപ്പിച്ചു. 1928 ൽ ഇരുവരും ചേർന്ന് ഇന്റിപെൻന്റസ് ഓഫ് ഇന്ത്യാ ലീഗ് രൂപീകരിച്ചു. ഇന്ത്യൻ സ്വാതന്ത്ര്യസമരത്തിന് പിന്തുണ നേടുന്നതിന് ക്രിയാത്മക പിന്തുണ നേടുന്നതിനായാണ് ലീഗ് രൂപീകരിച്ചത്. നെഹ്റുവും ബോസും ഹൈക്കമാന്റിനു മുമ്പിൽ തങ്ങളുടെ ജനറൽ സെക്രട്ടറി സ്ഥാനം രാജി വച്ചു. എന്നാൽ സ്വാതന്ത്ര്യ പ്രമേയത്തിന്റെ സന്ദർഭത്തിൽ ഇന്റിപ്പെൻന്റസ് ലീഗിന്റെ രൂപീകരണം ഔദ്യോഗികനയത്തിനു വിരുദ്ധമാകുന്നില്ല എന്ന അടിസ്ഥാനത്തിൽ രണ്ടാളോടും ജനറൽ സെക്രട്ടറി സ്ഥനത്തു തുടരാൻ ഹൈക്കമാൻഡ് ആവശ്യപ്പെട്ടു.

1928 ലെ കല്ക്കത്താ കോൺഗ്രസ് സമ്മേളനം ഉല്പതിഷ്ണു വിഭാഗവും മിതവാദിവിഭാഗവും തമ്മിലുള്ള ശക്തി പരീക്ഷണത്തിന്റെ വേദിയായി മാറി. നെഹ്റു-ബോസ് കൂട്ടുകെട്ടിന്റെ ഏറ്റവും ഉയർന്ന ഘട്ടം ഇതു തന്നെയായിരുന്നു. പൂർണ്ണസ്വാതന്ത്ര്യമാണ് ഇന്ത്യൻ നാഷണൽ കോൺഗ്രസിന്റെ പ്രഖ്യാപിത ലക്ഷ്യം എന്ന മദ്രാസ് കോൺഗ്രസ് പ്രമേയത്തിൽനിന്നും പുറകോട്ടു പോകുന്ന ആരുമായും പൊരുതുന്നതിന് അവർ പ്രതിജ്ഞാബദ്ധരായിരുന്നു. ഇന്ത്യക്ക് ഡൊമിനിയൻ പദവി

നല്കണമെന്നാവശ്യപ്പെടുന്ന ഗാന്ധിയുടെ പ്രമേയത്തിന് സബ്ജക്ട് കമ്മിറ്റിയിൽ രണ്ടുപേരും ചേർന്ന് ഒരു ഭേദഗതി അവതരിപ്പിച്ചു. ചൂടേറിയവാദപ്രതിവാദമായിരുന്നു ഇതേത്തുടർന്ന് നടന്നത്. എന്നാൽ പാർട്ടി ഐക്യം തകർക്കരുത് എന്ന ഗാന്ധിയുടെ അനുനയ നിലപാടിന് ഇരുവരും വഴങ്ങി. തുടർന്ന് ഗാന്ധി സബ്ജക്ട് കമ്മിറ്റിയിൽ മുൻപ്രമേയം പിൻവലിച്ച്, മറ്റൊരു പ്രമേയം അവതരിപ്പിച്ചു. ഇതനുസരിച്ച് ബ്രിട്ടീഷ് ഗവൺമെന്റ് ഇന്ത്യക്ക് ഒരു വർഷത്തിനുള്ളിൽ ഡൊമിനിയൻ പദവി അനുവദിക്കുക, അല്ലാത്ത പക്ഷം രാജ്യവ്യാപകമായി അക്രമരഹിതനിസ്സഹകരണം നേരിടുക എന്നതായിരുന്നു ഇതിന്റെ ഉള്ളടക്കം സബ്ജക്ട് കമ്മിറ്റിയിൽ ഈ പ്രമേയം 45 നെതിരെ 118 വോട്ടിനു പാസായി നെഹ്റുവും ബോസും വോട്ടിങ്ങിൽനിന്നും വിട്ടുനിന്നു.

ജവാഹർലാൽ നെഹ്റുവിനൊപ്പം

എതിർക്കുകയില്ല എന്ന് ബോസിന്റെയും നെഹ്റുവിന്റെയും ഉറപ്പു സമ്പാദിച്ചുകൊണ്ട് 1928 ഡിസംബർ 31 ന് നടന്ന പ്ലീനറിസമ്മേളനത്തിൽ ഗാന്ധിജി അനുരഞ്ജനപ്രമേയം അവതരിപ്പിച്ചു. മോത്തിലാൽ നെഹ്റു

റിപ്പോർട്ടു പ്രകാരമുള്ള ഭരണഘടന 1929 ഡിസംബർ 31 ന് മുമ്പ് അംഗീകരിക്കപ്പെടാതിരിക്കുകയോ അതിനുമുൻപു തന്നെ അതു നിരാകരിക്കപ്പെടുകയോ ചെയ്താൽ, കോൺഗ്രസ് അക്രമരഹിത നിസ്സഹകരണ പ്രചാരണം ആരംഭിക്കുകയും നികുതി നിഷേധിക്കുവാൻ ജനങ്ങളെ ആഹ്വാനം ചെയ്യുകയും ചെയ്യും എന്നുമായിരുന്നു പ്രമേയത്തിന്റെ ഉള്ളടക്കം. നേരത്തേ ഗാന്ധിജിക്കു നല്കിയിരുന്ന എതിർക്കില്ല എന്ന ഉറപ്പിനുവിരുദ്ധമായി, കോൺഗ്രസിലെ ഉല്പതിഷ്ണു വിഭാഗത്തിന്റെ സമ്മർദ്ദത്തിനു വഴങ്ങി ബോസും ജവാഹർലാൽ നെഹ്റുവും പ്രമേയത്തിന് ഭേദഗതി പ്രമേയം അവതരിപ്പിച്ചു. ഈ നെഹ്റു-ബോസ് പ്രമേയം ഗാന്ധിജിയുടെ അനുയായികളിൽ ഭീതിയുടെ അലകളുയർത്തി. അനുയായികൾ ഗാന്ധിജിയുടെ നേർക്കുള്ള വിശ്വാസത്തിന്റെ പ്രശ്നമായി ഇതിനെ നോക്കിക്കണ്ടു. അതിന്റെ ഫലമായി ഭേദഗതി പ്രമേയം 1350 ന് എതിരെ 973 വോട്ടിനു പരാജയപ്പെട്ടു. നെഹ്റു-ബോസ് കൂട്ടുകെട്ടിന്റെ പരമോന്നതഘട്ടമായിരുന്നു ഇത്. ഇന്ത്യാ ഗവൺമെന്റ് ഒരു രഹസ്യ സർക്കുലറിൽ "ഭാവി നയത്തെ സംബന്ധിച്ച തീരുമാനം ഏറക്കുറെ പൂർണ്ണമായും പ്രത്യേകിച്ച് പണ്ഡിറ്റ് ജവഹർലാൽ നെഹ്റുവും സുഭാസ് ചന്ദ്രബോസും മുന്നിൽ നില്ക്കുന്ന യുവാക്കളിൽ ആയിരിക്കുമെന്നാണ് തോന്നുന്നത്" എന്നാണ് രേഖപ്പെടുത്തിയിരുന്നത് ഇന്ത്യാ രാജ്യത്തിന്റെ പ്രതീക്ഷയായിരുന്ന ഈ രണ്ടു യുവനേതാക്കളുടെയും ഇടയിൽ 1929 ഓടെതന്നെ നേരിയ വിള്ളലുണ്ടായി. 1939 ലെ ത്രിപുര സമ്മേളനകാലമായപ്പോഴേക്കും ഈ വിള്ളൽ തരണം ചെയ്യാനാവാത്തവിധം വിടർന്നുവലുതായി. ഈ രണ്ടു ധീരദേശാഭിമാനികളുടെയും ശൈലിയിലും ചിത്തവൃത്തിയിലും ഉള്ള മൗലികമായ വ്യത്യാസമായിരുന്നു നിർഭാഗ്യകരമായതും അപരിഹാര്യമായതുമായ ഈ വിടവിനുള്ള പ്രധാനകാരണം. മഹാത്മാ ഗാന്ധിയോടുള്ള ഇരുവരുടെയും മനോഭാവവും അദ്ദേഹവുമായുള്ള ബന്ധവുമായിരുന്നു മറ്റൊന്ന്.

അസന്തുഷ്ടമായ കാര്യങ്ങളുമായി ഏറ്റുമുട്ടുമ്പോൾ ചാഞ്ചാട്ടവും ചിന്തയിൽ അമിതമായി ആമഗ്നമാവുക, തീവ്രനിലപാടുകളെടുക്കുന്നതിൽ വെറുപ്പ്, ഇവയായിരുന്നു ജവാഹർലാൽ നെഹ്റുവിന്റെ സവിശേഷത. പ്രകൃതം തീക്ഷ്ണമായിരുന്നെങ്കിൽപ്പോലും ഹൃദയത്തിനുള്ളിൽ ഒത്തുതീർപ്പിന്റെയും രഞ്ജിപ്പിന്റെയും നയത്തിനായി അദ്ദേഹം നിലകൊണ്ടു. അതുകൊണ്ട് അദ്ദേഹത്തിന്റെ ബുദ്ധി ഗാന്ധിയുടെ നേതൃത്വത്തിലുള്ള കോൺഗ്രസിന്റെ പാലും വെള്ളവും നയത്തിനെതിരെ കലഹിച്ചിരുന്നപ്പോഴും ഒരു ചെറു അനുനയത്തിൽ അദ്ദേഹത്തിന്റെ ഹൃദയം അതിനു കീഴടങ്ങി. തന്റെ ബുദ്ധിയെ എങ്ങനെ ഹൃദയത്തിനു കീഴ്പ്പെടുത്താം എന്ന് നെഹ്റുവിന് അറിയാമായിരുന്നു. നേരേമറിച്ച് സുഭാസ് ചന്ദ്രബോസ് തന്റെ വാക്കിലും പ്രവൃത്തിയിലും വിട്ടുവീഴ്ചയില്ലാത്തയാളായിരുന്നു. അദ്ദേഹത്തിന്റെ ബുദ്ധി എപ്പോഴും ഹൃദയത്തെ ഭരിച്ചു. തീവ്രവാദിയല്ലാതെ മറ്റൊന്നുമായിരുന്നില്ല, അദ്ദേഹം. ഏതൊരുകാര്യവും ശരിയാ

ണെന്നു തോന്നിയാൽ എന്ത് എതിർപ്പുവന്നാലും അത് നടപ്പിലാക്കുക എന്നതായിരുന്നു അദ്ദേഹത്തിന്റെ നിലപാട്. ജവാഹർലാൽ നെഹ്റുവിൽ നിന്നും വ്യത്യസ്തമായി, ചാഞ്ചാട്ടം എന്നത് അദ്ദേഹത്തിന്റെ പദസഞ്ച യത്തിൽ ഇല്ലാത്ത വാക്കായിരുന്നു. ഭവിഷ്യത്തുകൾ കണക്കിലെടു ക്കാതെ അദ്ദേഹം സ്പേഡിനെ സ്പേഡ് എന്ന് തന്നെ വിളിച്ചു.

ഗാന്ധിയുമായുള്ള നെഹ്റുവിന്റെ ബന്ധം രണ്ടായി തരംതിരിക്കാം. രാഷ്ട്രീയവും വ്യക്തിപരവും. വൈകാരികമായി ആഴത്തിൽ വേരോടിയ വ്യക്തിബന്ധം രാഷ്ട്രീയബന്ധത്തിൻ മേൽ മേധാവിത്തം ചെലുത്തി. രാഷ്ട്രീയമായി ഗാന്ധിയുടെ പല നീക്കങ്ങളെയും നെഹ്റു അംഗീകരി ച്ചില്ല. 1922 ൽ നിസ്സഹകരണ പ്രസ്ഥാനത്തിന്റെ ആകസ്മികമായ പിൻവ ലിക്കൽ മുതൽ 1947 ൽ സ്വാതന്ത്ര്യസമ്പാദനം വരെയും ഗാന്ധിയുടെ പലപ്രവൃത്തികളോടും നെഹ്റു വിയോജിച്ചു. എന്നാൽ അദ്ദേഹത്തിനെ തിരെ ഒരിക്കലും കലഹിക്കാതെ ഗാന്ധിയുടെ മാറിവരുന്ന നയങ്ങളുമായി നെഹ്റു സമായോജനം നടത്തി ഗാന്ധിയുടെ മഹത്ത്വത്തെ അദ്ദേഹം പൂർണ്ണമായി അംഗീകരിക്കുകയും ഇന്ത്യയുടെ സ്വാതന്ത്ര്യത്തിന് ഗാന്ധി യുടെ നേതൃത്വം അനുപേക്ഷണീയമാണെന്നു കരുതുകയും ചെയ്തു. ഗാന്ധിയെ രാഷ്ട്രീയമുഖ്യധാരയിൽനിന്നും അന്യവല്ക്കരിക്കാൻ പോരുന്ന ഒരു നീക്കത്തെയും പിന്തുണയ്ക്കാൻ നെഹ്റു ഒരുക്കമായിരുന്നില്ല. അതി നാലായിരിക്കണം വലതുപക്ഷ കോൺഗ്രസുമായി ഇടതുപക്ഷം അടി മുടി സംഘർഷത്തിലായിരുന്നപ്പോൾ നെഹ്റു ഇടതുപക്ഷത്തെ കൈവെ ടിഞ്ഞത്. സജീവരാഷ്ട്രീയത്തിൽനിന്നും ഗാന്ധിജി വിട്ടുനിന്നാൽ അത് ഇന്ത്യയുടെ വിമോചന പോരാട്ടത്തിനു ഹാനികരമാവും എന്നദ്ദേഹം വിശ്വ സിച്ചു. അതുകൊണ്ട് നെഹ്റു, നേതൃത്വത്തിനെതിരായ ഒരു പ്രവർത്ത നത്തിലും പങ്കാളിയാവാനാഗ്രഹിച്ചില്ല. ഇന്ത്യൻ സ്വാതന്ത്ര്യപ്രസ്ഥാന ത്തിന്റെ ശ്രദ്ധാകേന്ദ്രമായി ഗാന്ധിയെ നിലനിർത്തുന്നതിനുള്ള എല്ലാ നീക്കങ്ങളെയും പിന്താങ്ങുകയും ചെയ്തു.

സുഭാസ് ചന്ദ്രബോസിനാകട്ടെ, ഗാന്ധിജിയോട് വൈകാരികമായ അടുപ്പം ഉണ്ടായിരുന്നില്ല. അവർ തമ്മിലുള്ള രാഷ്ട്രീയ ബന്ധത്തിന്റെ അടിസ്ഥാനത്തിലായിരുന്നു മൊത്തത്തിലുള്ള ബന്ധം നിലനിന്നത്. സ്വാത ന്ത്ര്യസമരത്തിനു ഗാന്ധി നല്കിയ സംഭാവനകളെ ബോസ് ആദരിക്കു കയും ഗാന്ധിയെ ബഹുമാനിക്കുകയും ചെയ്തിരുന്നുവെങ്കിലും രാഷ്ട്രീയ നേതാവെന്ന നിലയിൽ അദ്ദേഹം ഗാന്ധിയുടെ കടുത്ത വിമർശനകനാ യിരുന്നു. ഗാന്ധിയുടെ മെല്ലെപ്പോക്കു തന്ത്രത്തിന് അദ്ദേഹം എതിരായി രുന്നു. തന്റെ *ഇന്ത്യൻ സ്ട്രഗിൾ* എന്ന പുസ്തകം തന്നെ ഗാന്ധിയൻ നേതൃത്വശൈലിക്കുള്ള കടുത്തവിമർശനമാണ്. ബ്രിട്ടീഷ് ആധിപത്യ ത്തിൽനിന്നും മോചനം നേടുന്നതിന് ഇന്ത്യക്ക് ഗാന്ധിയുടെ നേതൃത്വം അനുപേക്ഷണീയമാണെന്ന് ബോസ് ഒരിക്കലും കരുതിയിരുന്നില്ല. നിസ്സ ഹകരണ പ്രസ്ഥാനം മുതല്ക്ക് ഗാന്ധി ഒരു പ്രസ്ഥാനത്തിന് ആഹ്വാനം നല്കിയാൽ അതിന്റെ ആരംഭം മുതല്ക്ക് ബോസ് അതിന്റെ മുന്നണി

യിലുണ്ടാവും. എന്നാൽ ബഹുജനപിന്തുണ ഉച്ചസ്ഥായിയിൽ നില്ക്കുമ്പോൾ, 1921 ലെ നിസ്സഹകരണപ്രസ്ഥാനവും 1930 ലെ നിയമനിഷേധ പ്രസ്ഥാനവും പിൻവലിച്ചതുപോലെ തിടുക്കത്തിലും ആലോചനശൂന്യമായും ഉള്ള പ്രസ്ഥാനത്തിന്റെ പിൻവാങ്ങലുകളെ അതിനിശിതമായി വിമർശിച്ചിട്ടുമുണ്ട്. വളരെ വേഗം രാഷ്ട്രത്തിന്റെ സ്വാതന്ത്ര്യം സാക്ഷാൽക്കരിക്കുന്നതിന് മഹാത്മാഗാന്ധിയെ പിൻനിരയിലാക്കിക്കൊണ്ടുപോലും രാജ്യത്തിലെ ഉല്പതിഷ്ണുവിഭാഗത്തെയാകെ അണിനിരത്തുന്നതിന് അദ്ദേഹം ആഗ്രഹിച്ചു.

ജവാഹർലാൽ നെഹ്റുവിനോടൊപ്പം കോൺഗ്രസിനെ ഒന്നാകെ സംഘടിപ്പിച്ചുകൊണ്ട് ഇടതുപക്ഷലൈനിൽ സ്വാതന്ത്ര്യസമരം ആരംഭിക്കാമെന്ന് അദ്ദേഹം മോഹിച്ചു. എന്നാൽ എല്ലായ്പ്പോഴും സങ്കല്പനത്തിനും സൃഷ്ടിക്കും വികാരത്തിനും പ്രതിസ്പന്ദനത്തിനും ഇടയിൽ നിഴൽ വീഴുന്ന ജവാഹർലാൽ നെഹ്റു (എൻ ജി ജോഗ്, *In Freedom Quest* പേജ് 311) ബോസിന്റെ പ്രതീക്ഷക്കൊത്ത് ഉയർന്നില്ല. ജവാഹർലാൽ നെഹ്റുവായിരുന്നു ഇടതുപക്ഷത്തിന്റെ പ്രമുഖ വക്താവ് എങ്കിലും ഗാന്ധിജിയുമായി ഒരു തുറന്ന സംഘർഷമുണ്ടാവുമ്പോൾ അദ്ദേഹം ഇടതുപക്ഷത്തിനൊപ്പം നില്ക്കുമായിരുന്നില്ല. 1939 ൽ കോൺഗ്രസ് പ്രസിഡന്റായി വീണ്ടും തിരഞ്ഞെടുക്കപ്പെട്ടപ്പോൾ, കോൺഗ്രസിനെയാകെ തന്റെ ചിന്താഗതിക്കൊപ്പം നിർത്തുന്നതിന് നെഹ്റുവിന്റെ പിന്തുണയുണ്ടാവുമെന്ന് ബോസ് കണക്കുകൂട്ടി. എന്നാൽ ഈ ഘട്ടത്തിൽ നെഹ്റു ബോസിനെ കൈവെടിഞ്ഞു. നെഹ്റുവിനോട് രോഷം തോന്നാൻ ബോസിന് ഇതുമതിയായിരുന്നു: അദ്ദേഹം നെഹ്റുവിൽനിന്നും വഴിപിരിഞ്ഞു.

നെഹ്റു-സുഭാസ് ബന്ധത്തിലെ അടുപ്പം കുറയുന്നതിന് 1929 ആരംഭംകുറിച്ചു. 1928 ലെ കല്ക്കത്താ കോൺഗ്രസിലെ പ്രകടനത്തിനുശേഷം കോൺഗ്രസിൽ ഇടതുപക്ഷത്തിന്റെ വർദ്ധിക്കുന്ന സ്വാധീനത്തെ സംബന്ധിച്ച് വലതുപക്ഷം അസ്വസ്ഥമായിരുന്നു. ഇതിനെ തിരിച്ചടിക്കുന്നതെങ്ങനെ എന്ന ആലോചനയിലായി അവർ. ഈ ദിശയിൽ മഹാത്മാഗാന്ധി ദൂരവ്യാപക ഫലമുളവാക്കുന്ന രണ്ടു തീരുമാനങ്ങളെടുത്തു. ലാഹൂർ സമ്മേളനത്തിൽ അപ്രതീക്ഷിതമായി ജവാഹർലാൽ നെഹ്റുവിനെ കോൺഗ്രസ് പ്രസിഡന്റായി തിരഞ്ഞെടുക്കുന്നതായിരുന്നു ഒന്ന്. രണ്ടാമതായി അതേ സമ്മേളനത്തിൽ ഗാന്ധിജി സ്വയം പൂർണ്ണസ്വരാജ് കോൺഗ്രസ് ലക്ഷ്യമെന്ന പ്രമേയം അവതരിപ്പിച്ചു. ഗാന്ധിജിക്കു മേധാവിത്തമുള്ള കോൺഗ്രസിൽ തങ്ങളുടെ ഏറ്റവും വലിയ വക്താവ് ഡമ്മി പ്രസിഡന്റാവുന്നത് സുഭാസും ഇതര ഇടതുപക്ഷ നേതാക്കളും ഇഷ്ടപ്പെട്ടില്ല. *ദി ഇന്ത്യൻ സ്ട്രഗിളിൽ* ബോസ് എഴുതി:

> മഹാത്മായെ സംബന്ധിച്ചിടത്തോളം ഈ തിരഞ്ഞെടുപ്പു ബുദ്ധിപൂർവ്വകമായിരുന്നു. എന്നാൽ കോൺഗ്രസ് ഇടതുപക്ഷത്തെ

സംബന്ധിച്ചിടത്തോളം അതു നിർഭാഗ്യകരമായിരുന്നുവെന്നു തെളിയിക്കപ്പെട്ടു. എന്തെന്നാൽ ഇത് മഹാത്മാവും ജവാഹർലാൽ നെഹ്റുവും തമ്മിൽ ഒരു രാഷ്ട്രീയ സുഹൃദ്ബന്ധ പുനഃസ്ഥാപനത്തിന്റെയും തല്ഫലമായി നെഹ്റുവും കോൺഗ്രസ് ഇടതുവിഭാഗവും തമ്മിലുള്ള അന്യവല്ക്കരണത്തിന്റെയും ആരംഭംകുറിച്ചു. 1920 നു ശേഷം ഗാന്ധി അവലംബിച്ച നയത്തിന്റെ ഒരു അടുത്ത അനുചരൻ ആയിരുന്നു, ജവാഹർലാൽ നെഹ്റു. അവർ തമ്മിലുള്ള ബന്ധം എല്ലായ്പ്പോഴും സൗഹാർദ്ദപരവുമായിരുന്നു. ഏതായാലും 1927 ഡിസംബറിൽ യൂറോപ്പിൽ നിന്നു മടങ്ങിയെത്തിയശേഷം നെഹ്റു, താൻ ഒരു സോഷ്യലിസ്റ്റാണെന്നു സ്വയം അവകാശപ്പെടുകയും, മഹാത്മാഗാന്ധിക്കും മറ്റു പഴയ നേതാക്കൾക്കും വിരോധമായ വീക്ഷണങ്ങൾ പ്രകടിപ്പിക്കുകയും, തന്റെ പൊതുപ്രവർത്തനത്തിൽ കോൺഗ്രസിലെ ഇടതുപ്രതിപക്ഷത്തോട് മൈത്രീബന്ധം പുലർത്തുകയും ചെയ്തു. അദ്ദേഹത്തിന്റെ ഊർജ്ജസ്വലമായ വാദംകൂടാതെ ഇന്റിപെന്റൻസ് ലീഗിന് ഇത്രത്തോളം പ്രാധാന്യം നേടുവാൻ സാദ്ധ്യമാകുമായിരുന്നില്ല.

'അതുകൊണ്ട് മഹാത്മാജിക്ക് ഇടതുപക്ഷ എതിരാളികളെ അടിച്ചിരുത്തി കോൺഗ്രസിൽ തനിക്ക് മുൻപുണ്ടായിരുന്ന അവിതർക്കിതമായ പരമാധികാരം തിരിച്ചുപിടിക്കുന്നതിന് ജവാഹർലാൽ നെഹ്റുവിനെ സ്വപക്ഷത്തോടു നേടിയെടുക്കുക എന്നത് അവശ്യം ആവശ്യമായിരുന്നു. കോൺഗ്രസിൽ മഹാത്മാഗാന്ധി മേധാവിത്തം പുലർത്തുമെന്നും പ്രസിഡന്റ് ഒരു ഡമ്മി മാത്രമായിരിക്കുമെന്നും വ്യക്തമായിരുന്നതുകൊണ്ട് തങ്ങളുടെ ഏറ്റവും ശ്രദ്ധേയനായ വക്താവ് ലാഹോർ കോൺഗ്രസിൽ പ്രസിഡന്റായിത്തീരുന്നത് ഇടതുപക്ഷക്കാർ ഇഷ്ടപ്പെട്ടില്ല. തന്റെ പരിപാടികൾ കോൺഗ്രസ് അംഗീകരിക്കുന്ന നില ഉണ്ടായാൽ മാത്രമേ ഒരു ഇടതുപക്ഷക്കാരൻ പ്രസിഡന്റു പദവി സ്വീകരിക്കാൻ പാടുള്ളൂ എന്നതായിരുന്നു കോൺഗ്രസിലെ ഇടതുപക്ഷക്കാരുടെ നിലപാട്. എന്നാൽ ജവാഹർലാൽ നെഹ്റുവിന്റെ സ്ഥാനാർത്ഥിത്വം ഉറപ്പിക്കുന്നതിലൂടെ മഹാത്മാഗാന്ധി ബുദ്ധിപൂർവ്വമായ ഒരു നിലപാടാണെടുത്തത്. പ്രസിഡന്റായി നെഹ്റുവിന്റെ തിരഞ്ഞെടുപ്പിലൂടെ അദ്ദേഹത്തിന്റെ പൊതു ജീവിതത്തിൽ ഒരു പുതിയ അദ്ധ്യായം തുറന്നു. അതിനു ശേഷം എന്നും ജവാഹർലാൽ നെഹ്റു മഹാത്മാജിയുടെ ഒരുറച്ച അനുയായി ആയിരുന്നു. (സുഭാസ് ചന്ദ്രബോസ്, *ദി ഇന്ത്യൻ സ്ട്രഗിൾ*, ഏഷ്യാ പബ്ലിഷിങ് ഹൗസ് 1964 പേജ് 169-170)

ജവാഹർലാൽ നെഹ്റുവും താൻ കോൺഗ്രസ് പ്രസിഡന്റായ രീതി ഇഷ്ടപ്പെട്ടില്ല. പദവി ഒഴിയണമെന്നും ഒരു വേള അദ്ദേഹത്തിനു തോന്നി. പക്ഷേ, മഹാത്മജിയോടുള്ള വൈകാരികബന്ധം അതിൽനിന്നും അദ്ദേ

ഹത്തെ പിന്തിരിപ്പിക്കുകയും അദ്ദേഹം പ്രസിഡന്റു പദവിയിൽ തുടരുകയും ചെയ്തു. എന്നാൽ തന്റെ ആത്മകഥയിൽ അദ്ദേഹം ഇങ്ങനെ രേഖപ്പെടുത്തി.

> വളരെ അപൂർവ്വമായിട്ടേ ഞാൻ ആ തിരഞ്ഞെടുപ്പിലേതുപോലെ അസഹ്യതയും, അപമാനവും അനുഭവിച്ചിട്ടുള്ളൂ. ബഹുമതിയോട് സംവേദനപരതയില്ലാത്തയാളല്ല, ഞാൻ, ഇത് വലിയ ബഹുമതിയാണുതാനും, ശരിയായ രീതിയിലാണ് ഞാൻ തിരഞ്ഞെടുക്കപ്പെട്ടിരുന്നതെങ്കിൽ ഞാൻ ആഹ്ലാദിക്കുമായിരുന്നു. എന്നാൽ ഞാൻ ശരിയായ പ്രവേശനകവാടത്തിലൂടെയല്ല അകന്നു കടന്നത്. ഞാൻ പൊടുന്നനെ ഒരു കെണിവാതിലിലൂടെ പ്രവേശിക്കുകയും പ്രേക്ഷകരെക്കൊണ്ട് സംഭ്രമത്തിലൂടെ അംഗീകരിപ്പിക്കുകയും ചെയ്തു. അവർ അതിനെ ധീരമായി നോക്കി ആവശ്യമായ ഒരു ഗുളികപോലെ വിഴുങ്ങുകയും ചെയ്തു. എന്റെ പ്രഭാവത്തിനു മുറിവേറ്റു. ബഹുമതി തിരിച്ചേല്പിക്കണം എന്നു തന്നെ തോന്നി. ഭാഗ്യവശാൽ ഞാൻ നിയന്ത്രണം പാലിച്ചു. കനത്തഹൃദയഭാരത്തോടെ ഞാൻരഹസ്യമായി അവിടെ നിന്നും പോയി. (ജവാഹർലാൽ നെഹ്റു, *ദി ആട്ടോ ബയോഗ്രഫി* പേജ് 194–95)

1930 ൽ സുഭാസ് ചന്ദ്രബോസും ജവാഹർലാൽ നെഹ്റുവും ഗാന്ധിയുടെ പതിനൊന്നിന അവകാശപ്പട്ടികയെ സംബന്ധിച്ച അതൃപ്തി രേഖപ്പെടുത്തുകയുണ്ടായി. സ്വാതന്ത്ര്യം ലഭിക്കുകയെന്ന മുഖ്യ പ്രശ്നത്തിൽ നിന്നും വ്യതിചലിച്ചു എന്നതായിരുന്നു അവരുടെ പരാതി. 1931 മാർച്ച് അഞ്ചിന് ഒപ്പുവയ്ക്കപ്പെട്ട ഗാന്ധി-ഇർവ്വിൻ സന്ധിയിലെ വ്യവസ്ഥകൾ ഇടതുപക്ഷത്തിന്റെ പ്രത്യേകിച്ചും നെഹ്റുവിന്റെയും ബോസിന്റെയും പ്രതീക്ഷയ്ക്ക് വളരെ താഴെയായിരുന്നു. സുഭാസ് സന്ധിയെ ഓരോരോ ഇനമായി നിശിതമായി വിമർശിക്കുകയും സന്ധി മൊത്തത്തിൽ ശാപമായി എന്നു പറയുകയും ചെയ്തു. സന്ധിയെ പരാമർശിച്ച് നെഹ്റു നിരാശനായി ചോദിച്ചത് "ഇതിനുവേണ്ടിയായിരുന്നോ ഒരു വർഷമായി നമ്മുടെ ജനങ്ങൾ ധീരമായി പോരാടിയത്? നമ്മുടെയെല്ലാം ധീരമായ വാക്കുകളും പ്രവൃത്തികളും ഇതോടെ അവസാനിക്കുകയാണോ" എന്നാണ്. (*ഫ്രീഡം ഇൻ കസ്റ്റിൽ* ഉദ്ധരിച്ചത്) അതേ നെഹ്റു, ഗാന്ധിയുടെ പ്രേരണയ്ക്കു വശംവദനായി 1931 ലെ കറാച്ചി കോൺഗ്രസ് സമ്മേളനത്തിൽ ഡൽഹി സന്ധി അംഗീകരിച്ചുകൊണ്ടുള്ള പ്രമേയം അവതരിപ്പിക്കുന്നതു കണ്ട് ജനം അന്ധാളിച്ചുപോയി. 1932 മുതൽ 37 വരെയുള്ള അഞ്ചുവർഷക്കാലം സുഭാസ് ചന്ദ്ര ബോസ് ഒന്നുകിൽ ജയിലിലോ അല്ലാത്തപക്ഷം നാടുകടത്തപ്പെട്ട നിലയിലോ ആയിരുന്നതിനാൽ നെഹ്റുവുമായി വ്യക്തിപരമായി ബന്ധപ്പെടാൻ കഴിഞ്ഞിരുന്നില്ല.

1938 ൽ സുഭാസ് ചന്ദ്രബോസ് കോൺഗ്രസ് പ്രസിഡന്റ് ആകു

മ്പോൾ ജവാഹർലാൽ നെഹ്റു മിക്കവാറും യൂറോപ്പിലായിരുന്നു. ഏതായാലും 1938 ലെ ഹരിപുരാ കോൺഗ്രസ് വരെ ഇരുവരും തമ്മിലുള്ള ബന്ധം സൗഹാർദ്ദപരമായിരുന്നു. ഇരുവരും ഹൃദയംഗമമായി പരസ്പരം സ്നേഹിച്ചു. ജവഹർലാൽ നെഹ്റുവിന്റെ ജനപ്രീതിയെയും മഹാത്മ ജിയുമായുള്ള അടുപ്പത്തെയും സംബന്ധിച്ച് നല്ല ബോദ്ധ്യമുണ്ടായിരുന്നു. എന്നാൽ അതേസമയം നെഹ്റുവിന്റെ പുരോഗമനവാഞ്ഛ കാരണം അദ്ദേഹം കോൺഗ്രസിനെ പുരോഗമന ദിശയിലൂടെ സ്വാതന്ത്ര്യസമരത്തിലേക്കു നയിക്കും എന്നു ബോസ് പ്രതീക്ഷിച്ചു. ത്രിപുരയിലെ സംഭവവികാസത്തിനുശേഷം ഇരുവരും തമ്മിലുള്ള തെറ്റിദ്ധാരണകൾ ഏറ്റവും ഉയർന്നതിൽ പിന്നീടും ബോസ് നെഹ്റുവിന് എഴുതിയ ഏറ്റവും ദീർഘമായ കത്തിൽ പറയുന്നത്: "1937 ലെ തടങ്കലിൽ നിന്നും പറന്നുവന്ന ശേഷം ഞാൻ താങ്കളോട് സ്വകാര്യജീവിതത്തിലും പൊതുജീവിതത്തിലും ഏറ്റവും ആദരവോടും പരിഗണനയോടും പെരുമാറുകയായിരുന്നു. ഞാൻ താങ്കളെ രാഷ്ട്രീയമായി നോക്കിക്കണ്ടത് ഒരു ജ്യേഷ്ഠസഹോദരനായും നേതാവായും ആയിരുന്നു. ഞാൻ പലപ്പോഴും അങ്ങയുടെ ഉപദേശം ആരാഞ്ഞിരുന്നു. (*ജവാഹർലാൽ നെഹ്റു എ ബഞ്ച് ഓഫ് ഓൾഡ് ലെറ്റേഴ്സ്*, പേജ് 329) എന്നാണ് മറുപടിയിൽ നെഹ്റു എഴുതി: "ചിലപ്പോഴൊക്കെ താങ്കൾ ചെയ്യുന്ന കാര്യവും ചെയ്യുന്ന രീതിയും എനിക്കിഷ്ടമായിരുന്നില്ലെങ്കിലും വ്യക്തിപരമായി എനിക്ക് എപ്പോഴും ഇന്നും താങ്കളോടു ബഹുമാനവും വാത്സല്യവുമാണുള്ളത്." (Ilid. p 350)

ഗാന്ധിയുടെയും അനുയായികളുടെയും താല്പര്യത്തിനു വിരുദ്ധമായി പ്രസിഡന്റു സ്ഥാനത്തേക്ക് രണ്ടാമതു മത്സരിക്കുവാൻ തീരുമാനിച്ചതാണ് ബോസ് – നെഹ്റു ബന്ധത്തിൽ ഗുരുതരമായ വിടവുണ്ടാക്കുന്നതിന്റെ ആരംഭം. ബോസ് വീണ്ടും മത്സരിക്കുന്നതിന് നെഹ്റു എതിരായിരുന്നു. ഈ ഘട്ടത്തിൽ അത്തരമൊരു സ്ഥാനം സ്വീകരിക്കുന്നത്. ഫലപ്രദമായി ജോലി ചെയ്യുന്നതിനുള്ള ബോസിന്റെയും തന്റെയും ശേഷിയെയും ബാധിക്കുന്നതായാണ് അദ്ദേഹത്തിന്റെ വാദം.

സുഭാസ് ചന്ദ്രബോസ് കോൺഗ്രസ് പ്രസിഡന്റുപദത്തിലേക്ക് തിരഞ്ഞെടുക്കപ്പെട്ടശേഷം ത്രിപുരി കോൺഗ്രസ് സമ്മേളനത്തിനു തൊട്ടു മുൻപ് കോൺഗ്രസ് പ്രവർത്തകസമിതിയിലെ 12 അംഗങ്ങൾ രാജിവച്ച് ഒരു പ്രതിസന്ധി സൃഷ്ടിച്ചു. അവരോടൊപ്പം ഔപചാരികമായി രാജിവയ്ക്കാൻ നെഹ്റു തയ്യാറായില്ലെങ്കിലും അദ്ദേഹം ബോസിനോടു സഹകരിക്കുവാൻ കൂട്ടാക്കിയില്ല. ഇതേത്തുടർന്നുള്ള നെഹ്റുവിന്റെ നിലപാടുകൾ അലോസരപ്പെടുന്ന തരത്തിലുള്ളതായിരുന്നു. ഗാന്ധിജിയുടെ ആഗ്രഹങ്ങൾക്ക് അനുസരണമായ, അദ്ദേഹത്തിന് വിശ്വാസമുള്ള പ്രവർത്തക സമിതിയെ പ്രസിഡന്റു നിർദ്ദേശിക്കണമെന്ന കോൺഗ്രസ് സമ്മേളനപ്രമേയം സുഭാസ് ചന്ദ്രബോസിനെ ബുദ്ധിമുട്ടിലാക്കി. നെഹ്റു നിഷ്പക്ഷ നിലപാടെങ്കിലും കൈക്കൊള്ളുമെന്ന പ്രതീക്ഷ തെറ്റിച്ചുകൊ

ണ്ട് ഗാന്ധിയന്മാർക്കു പിന്തുണ നല്കിയത് ബോസിനെ നിരാശനാക്കി. തുടർന്ന് ഇരുവരും ശക്തമായ ഭാഷയിൽ പരസ്പരം കുറ്റപ്പെടുത്തിക്കൊണ്ട് നിരവധി കത്തുകളെഴുതി.

സ്വാതന്ത്ര്യസമരത്തിൽ മഹാത്മാഗാന്ധിയുടെ മന്ദഗതിയിലുള്ള തന്ത്രങ്ങളെയും അതിന് നെഹ്റു നല്കുന്ന പിന്തുണയെയും സുഭാസ് അപലപിച്ചു. അന്താരാഷ്ട്ര കാര്യങ്ങളിൽ നെഹ്റുവിന്റെ നയങ്ങളെ അവ്യക്തം എന്ന് അദ്ദേഹം കുറ്റപ്പെടുത്തി. വിദേശനയം രാജ്യത്തിന്റെ സ്വന്തം താല്പര്യങ്ങൾ മുൻനിർത്തി തയ്യാറാക്കേണ്ട യഥാതഥമായ കാര്യമാണെന്നും പൊള്ളയായ വികാരങ്ങളും ധർമ്മ ശീലമായ പ്രസ്താവനകളും വിദേശനയം ആവുകയില്ല എന്നും അദ്ദേഹം പ്രസ്താവിച്ചു. ജർമ്മനിയെയും ഇറ്റലിയെയും അപലപിക്കുകയും ബ്രിട്ടീഷ് ഫ്രഞ്ച് സാമ്രാജ്യത്വങ്ങൾക്ക് സൽസ്വഭാവസർട്ടിഫിക്കറ്റു നല്കുകയും ചെയ്യുന്നത് ഉപയോഗപ്രദമല്ല എന്നും അദ്ദേഹം വ്യക്തമാക്കി. ജവാഹർലാൽ നെഹ്റുവിന്റെ പക്ഷഭേദമില്ലായ്മയിൽ സംശയം പ്രകടിപ്പിക്കുകയും അദ്ദേഹത്തെ വലതുപക്ഷത്തിന്റെ മാപ്പുസാക്ഷിയെന്നു കുറ്റപ്പെടുത്തുകയും ചെയ്തു. ഒരേസമയം വ്യക്തിവാദിയും സോഷ്യലിസ്റ്റും എന്ന് സ്വയം കരുതുന്നതെങ്ങനെയെന്നു വിശദീകരിക്കണമെന്ന് ബോസ് നെഹ്റുവിനോടാവശ്യപ്പെട്ടു.

എല്ലാ സാഹചര്യങ്ങളിലും എന്തു വിലകൊടുത്തും ഐക്യം നിലനിർത്തുന്നതിനുള്ള നെഹ്റുവിന്റെ യത്നത്തെ ബോസ് ഇഷ്ടപ്പെടുന്നില്ല. പിളർപ്പുകൾ പുരോഗതിക്കു കാരണമായ ഉദാഹരണങ്ങൾ ചരിത്രത്തിൽനിന്നും ചൂണ്ടിക്കാട്ടി ബോസ് പറയുന്നത്, ഒരു വിപ്ലവപ്രസ്ഥാനത്തെ സംബന്ധിച്ചിടത്തോളം ഐക്യം ഒരു ലക്ഷ്യമല്ല മാർഗ്ഗം മാത്രമാണ് പുരോഗതിയെ ത്വരിതപ്പെടുത്തുന്നിടത്തോളം മാത്രം ഇത് അഭികാമ്യമാണ്. പുരോഗതിയെ തടസ്സപ്പെടുത്തുന്ന നിമിഷം ഇത് തിന്മയായിത്തീരും. കോൺഗ്രസ് പ്രവർത്തകസമിതി അംഗമെന്ന നിലയിൽ നെഹ്റുവിന്റെ പെരുമാറ്റത്തെയും ബോസ് വിമർശിക്കുകയുണ്ടായി.

> ക്രൂരമായി തുറന്നു പറയുകയാണെങ്കിൽ പ്രവർത്തക സമിതിയിൽ താങ്കൾ ചിലപ്പോഴൊക്കെ അതിലാളനകൊണ്ടു വഷളാക്കപ്പെട്ട കുട്ടിയെപ്പോലെ പെരുമാറുകയും ക്ഷോഭിക്കുകയും ചെയ്തു. താങ്കളുടെ ക്ഷോഭത്തിനും എടുത്തുചാട്ടത്തിനുമെതിരെ താങ്കൾ എന്താണ് നേടിയത്? പൊതുവേ താങ്കൾ മണിക്കൂറുകളോളം ഒന്നിച്ച് പിടിച്ചുനില്ക്കും. അവസാനം കീഴടങ്ങും. താങ്കളോടിടപെടുന്നതിന് സർദാർ പട്ടേലിനും മറ്റുള്ളവർക്കും ഒരു ബുദ്ധിപൂർവ്വമായ സങ്കേതമുണ്ട്. അവർ താങ്കളെ സംസാരിച്ചുകൊണ്ടേയിരിക്കാനനുവദിക്കും എന്നിട്ട് അവരുടെ പ്രമേയം തയ്യാറാക്കുവാൻ താങ്കളെ ചുമതലപ്പെടുത്തിക്കൊണ്ട് അവസാനിപ്പിക്കും. പ്രമേയം

> തയ്യാറാക്കുവാൻ താങ്കളെ അനുവദിച്ചാൽ അത് ആരുടെ പ്രമേയമായാലും താങ്കൾ സന്തുഷ്ടനായിരിക്കും. അവസാനം വരെ താങ്കൾ താങ്കളുടെ വാദത്തിൽ പിടിച്ചു നില്ക്കുന്നത് അപൂർവ്വമായേ ഞാൻ കണ്ടിട്ടുള്ളൂ. (*നേതാജി സുഭാസ് ചന്ദ്രബോസ്: റീ അസസ്മെന്റ് ഓഫ് ഹിസ് ഐഡിയാസ് ആന്റ് ഐഡിയോളജീസ്,* ബൈ പ്രൊഫ. ഹരിഹരദാസ്, ബി സി റാത്ത്, ജയ്പൂർ പേജ് 94– 1939 മാർച്ച് 28 ന് ബോസ് നെഹ്റുവിനെഴുതിയ കത്തിൽ നിന്ന്)

ബോസ് നെഹ്റുവിന്റെ നിഷ്പക്ഷ സമീപനത്തെ സംശയിക്കുകയും അദ്ദേഹം വലതുപക്ഷത്തിന്റെ മാപ്പുസാക്ഷിയാണെന്ന് ആരോപിക്കുകയും ചെയ്തു. നെഹ്റുവിന്റെ വിശദമായ മറുപടിക്ക് ബോസിനെ അനുനയിപ്പിക്കാൻ കഴിഞ്ഞില്ല. എന്നാൽ ബോസിനോടുള്ള ഗാന്ധിയുടെ സമീപനം നെഹ്റു അംഗീകരിച്ചിരുന്നില്ലെന്ന് 1939 ഏപ്രിൽ 17 ന് ഗാന്ധിജിക്കെഴുതിയ കത്തിൽനിന്നും വ്യക്തമാകുന്നു. പ്രസിഡന്റ് എന്ന നിലയിൽ താങ്കൾ സുഭാസിനെ അംഗീകരിക്കണമെന്ന് ഞാൻ ചിന്തിക്കുന്നു. അദ്ദേഹത്തെ പുറന്തള്ളുന്നത് അങ്ങേയറ്റം തെറ്റായ ഒരു കാൽവയ്പായിരിക്കും. പ്രവർത്തകസമിതിയെ സംബന്ധിച്ച് താങ്കളാണ് തീരുമാനമെടുക്കേണ്ടത്. ഐകരൂപ്യം എന്ന ആശയം സങ്കുചിതമായി വ്യാഖ്യാനിച്ചാൽ അത് സമാധാനത്തിലേക്കോ ഫലപ്രദമായ പ്രവർത്തനത്തിലേക്കോ നയിക്കുകയില്ല എന്ന് എനിക്ക് തോന്നുന്നു. ഇക്കാര്യത്തിൽ മാത്രമല്ല മറ്റുപലതിലും ഗാന്ധിയുടെ നിലപാടിന് എതിരാണെങ്കിൽപ്പോലും തന്റെ വീക്ഷണം വ്യക്തമായി നെഹ്റു പ്രകടിപ്പിച്ചിട്ടുണ്ട്. എന്നാൽ ഗാന്ധി തന്റെ നിലപാട് മാറ്റാൻ തയ്യാറല്ലെങ്കിൽ അവസാനം നെഹ്റു അദ്ദേഹത്തിന് വഴങ്ങാൻ തയ്യാറാവും. എന്തെന്നാൽ ഗാന്ധിയെ അകറ്റി നിർത്തുന്നതിന് പര്യാപ്തമായ ഏതു നടപടിയും ഇന്ത്യൻ സ്വാതന്ത്ര്യപ്രസ്ഥാനത്തെ ദുർബ്ബലമാക്കും എന്നു നെഹ്റു വിശ്വസിച്ചു. താൻ ബോസിനെ കൈവെടിയുകയാണ് എന്ന് നെഹ്റുവിന് ബോദ്ധ്യമുണ്ടായിരുന്നു. വർഷങ്ങൾക്കുശേഷം അദ്ദേഹം പറഞ്ഞു.

> ഞാൻ സുഭാസിനെ കൈവെടിഞ്ഞു എന്നത് ശരിയാണ്. ആ ഘട്ടത്തിൽ ഇന്ത്യ എങ്ങനെ വികസിക്കണമെന്നതു സംബന്ധിച്ച് ഒരാളുടെ കാഴ്ചപ്പാട് എന്തു തന്നെയായിരുന്നാലും ഗാന്ധിയായിരുന്നു ഇന്ത്യ എന്ന് ഞാൻ തിരിച്ചറിഞ്ഞതുകൊണ്ടാണ് അങ്ങനെ ചെയ്തത്. ഗാന്ധിയെ ക്ഷീണിപ്പിക്കുന്നത് എന്തും ഇന്ത്യയെ ദുർബ്ബലമാക്കും. അതുകൊണ്ട്, സുഭാസ് ചെയ്യാൻ ശ്രമിക്കുന്നതിനോട് എനിക്കു യോജിപ്പുണ്ടായിരുന്നിട്ടും ഞാൻ എന്നെ ഗാന്ധിക്കു കീഴ്പ്പെടുത്തി. ഞാൻ സുഭാസിനെ കൈവെടിഞ്ഞു

എന്നു പറയുന്നത് ശരിയാണ്. ഇന്ത്യ ഞങ്ങൾ ഇരുവരുടെയും മുന്നിൽ ഉണ്ടാവണമായിരുന്നു. (*ജവഹർലാൽ നെഹ്റു: എ ബഞ്ച് ഓഫ് ഓൾഡ് ലെറ്റേഴ്സ്* പേജ് 329)

രണ്ടു നേതാക്കളും തമ്മിലുള്ള അകല്ച്ച പൂർണ്ണവും അന്തിമവുമായിരുന്നു. ഇത് ഇന്ത്യയെ സംബന്ധിച്ചിടത്തോളം പൂർണ്ണമായ ദുരന്തമായിരുന്നു. എന്തെന്നാൽ അവർ ഒരുമിച്ചു പ്രവർത്തിച്ചിരുന്നുവെങ്കിൽ ഇന്ത്യയുടെ വിധിയിൽ മൗലികമായ മാറ്റമുണ്ടാകുമായിരുന്നു.

നേതാജിയുടെ സാമൂഹ്യ സാമ്പത്തിക രാഷ്ട്രീയ തത്ത്വശാസ്ത്രം

ഇന്ത്യൻ ദേശീയ പ്രസ്ഥാനത്തിന്റെ ഒരു പ്രമുഖ നേതാവെന്ന നിലയിൽ സുഭാസ് ചന്ദ്രബോസ് മഹാനായ വീരനായകനും വ്യക്തിപ്രഭാവമുള്ള നേതാവും എന്ന നിലയിൽ ഏറക്കുറെ ആരാധിക്കപ്പെടുന്ന ഒരു ഐതിഹാസിക മാതൃക ആയിത്തീർന്നു. ഇന്ത്യയുടെ സ്വാതന്ത്ര്യപ്രസ്ഥാനത്തിലും സ്വന്തം വ്യക്തിജീവിതത്തിലും ഒരു അനുഭവവാദ സൈദ്ധാന്തികൻ എന്ന നിലയിൽ അദ്ദേഹത്തിനുള്ള വഴങ്ങാത്ത നിഷ്ഠ അദ്ദേഹത്തിന്റെ ജീവചരിത്രം പഠിക്കുന്ന ആർക്കും അനുഭവവേദ്യമാവും. ഇക്കാര്യത്തിൽ നേതാജിയെ ബെനി മാധവ് ദാസ്, രാമകൃഷ്ണപരമഹംസൻ, വിവേകാനന്ദൻ, അരവിന്ദ്ഘോഷ്, സിന്തൂർദാസ്, കമാൽ പാഷ, ലെനിൻ, കൗണ്ട് കവാർ, ഗാരിബാൾഡി തുടങ്ങിയ നിരവധി പേർ സ്വാധീനിച്ചിട്ടുണ്ട്. അമേരിക്കൻ സ്വാതന്ത്ര്യ സമരം, വിമോചനത്തിനും ഏകീകരണത്തിനുമായുള്ള ഇറ്റാലിയൻ പ്രക്ഷോഭണം, ചെക്കോസ്ലാവോക്യ വിമോചനസമരം, ഐറിഷ് സ്വാതന്ത്ര്യസമരം എന്നിവയും സുഭാസിനെ സ്വാധീനിച്ചിട്ടുണ്ട്. ഇന്ത്യയെ ബ്രിട്ടീഷ് ചൂഷണ ഭരണത്തിലും മർദ്ദനത്തിലും നിന്ന് വിമോചിപ്പിക്കണമെന്നും സ്വതന്ത്ര ഇന്ത്യയെ പുനർ നിർമ്മിക്കണമെന്ന ലക്ഷ്യത്തോടെയുള്ള വസ്തുനിഷ്ഠമായ അനുഷ്ഠാനത്തിനും പടർന്നുകയറുന്നതിനുവേണ്ടി അനുഭവാസ്പദമാക്കി ആവിഷ്കരിക്കപ്പെട്ടതാണ് അദ്ദേഹത്തിന്റെ സാമൂഹ്യസാമ്പത്തിക രാഷ്ട്രീയ സങ്കല്പനങ്ങൾ.

അദ്ദേഹത്തിന്റെ പ്രവർത്തനങ്ങളുടെയും കത്തുകളുടെയും ഗ്രന്ഥങ്ങളുടെയം സ്വാതന്ത്ര്യസമരത്തിന്റെ വിവിധ ഘട്ടങ്ങളിൽ നടത്തിയ പ്രഭാഷണങ്ങളുടെയും ശ്രദ്ധാപൂർവ്വമായ പഠനത്തിലൂടെ ഒരു സാമൂഹ്യ രാഷ്ട്രീയ ചിന്തകൻ എന്ന നിലയിലും സുഭാസ് ചന്ദ്രബോസിന്റെ വിശ്വാ

സ്യത വരച്ചെടുക്കാവുന്നതാണ്. ഇവ ഇന്ത്യയിലും പുറംലോകത്തും മാറിക്കൊണ്ടിരിക്കുന്ന ചരിതോവസ്ഥയ്ക്ക് പ്രതികരിക്കുന്ന തന്റെ മാനസിക വികസനവുമായി ബന്ധപ്പെട്ടുള്ള സാമൂഹ്യസാമ്പത്തിക, രാഷ്ട്രീയ സങ്കല്പങ്ങളുടെ വികാസ പ്രക്രിയയെ സൂചിപ്പിക്കുന്നു. അദ്ദേഹത്തിന്റെ ആശയങ്ങളുടെയും വിശ്വാസങ്ങളുടെയും ആകത്തുകയായിരുന്നു ഏറിയകൂറും പ്രവൃത്തുന്മുഖനായ സുഭാസ് ചന്ദ്രബോസിന്റെ തത്ത്വശാസ്ത്രം.

1. സാമൂഹ്യസങ്കല്പങ്ങൾ

എ. മതം, ജാതീയത എന്നിവയെ സംബന്ധിച്ച വീക്ഷണങ്ങൾ

അച്ഛനമ്മമാരുടെ സ്വാധീനത്തിൽ സുഭാസ് അഗാധമായ മത, ആത്മീയ മാനസിക ചട്ടക്കൂട് നിർമ്മിച്ചെടുത്തു. അത് ജീവിതത്തിന്റെ പ്രാരംഭകാലം മുതൽ 1943 ൽ ദക്ഷിണ പൂർവ്വേഷ്യയിലെ യുദ്ധഭൂമിയിൽ വരെ നിലനിന്നു. രാമകൃഷ്ണപരമഹംസന്റെയും സ്വാമി വിവേകാനന്ദന്റെയും പ്രബോധനങ്ങളുമായുള്ള ബന്ധം അദ്ദേഹത്തിന്റെ മത, ആത്മീയ മനോഭാവത്തെ വീണ്ടും ഉയർത്തിക്കൊണ്ടുപോയി. സിങ്കപ്പൂരിലായിരിക്കുമ്പോൾ രാത്രി വളരെ വൈകി അദ്ദേഹം രാമകൃഷ്ണ മിഷനിലേക്ക് കാറോടിച്ചുപോയി മണിക്കൂറുകളോളം ധ്യാനനിമഗ്നനായി ഇരിക്കാറുണ്ടായിരുന്നു. തന്റെ ജീവിതത്തിലെ ദുഃഖങ്ങളുടെയും യാതനയുടെയും നിമിഷങ്ങളിൽ അദ്ദേഹം ദൈവത്തോടുള്ള ഭക്തി പ്രകാശിപ്പിക്കുമായിരുന്നു.

താല്ക്കാലിക ആസാദ് ഹിന്ദ് ഗവൺമെന്റ് പ്രഖ്യാപിക്കുമ്പോൾ സുഭാസ് ചന്ദ്രബോസ് എടുത്ത പ്രതിജ്ഞ ഇങ്ങനെയായിരുന്നു.

> ഇന്ത്യയെയും 38 കോടി വരുന്ന എന്റെ നാട്ടുകാരെയും മോചിപ്പിക്കുന്നതിന് സ്വാതന്ത്ര്യത്തിനായുള്ള ഈ വിശുദ്ധ യുദ്ധം എന്റെ അവസാനശ്വാസംവരെയും തുടരുമെന്ന് സുഭാസ് ചന്ദ്രബോസായ ഞാൻ ഈ വിശുദ്ധമായ പ്രതിജ്ഞയെടുക്കുന്നു. അതുപോലെ 1943 ആഗസ്ത് 26 ന് എ എൻ എയുടെ കമാന്റ് നേരിട്ട് ഏറ്റെടുക്കുമ്പോൾ ഇന്ത്യാക്കാരോടുള്ള എന്റെ ചുമതല ഏതു സാഹചര്യത്തിലും അതെത്ര വൈഷമ്യമേറിയതും ശ്രമകരവുമായതായാലും നിറവേറ്റുന്നതിനാവശ്യമായ ശക്തി എനിക്കു നല്കേണമേ എന്നു ഞാൻ ദൈവത്തോടു പ്രാർത്ഥിക്കുന്നു.

എന്ന് പ്രാർത്ഥിക്കുയുണ്ടായി. സിംഗപ്പൂരിൽ ഇന്ത്യൻ നാഷണൽ ആർമിയെ അഭിസംബോധന ചെയ്തുകൊണ്ട് അദ്ദേഹം പറഞ്ഞത്. ദൈവം നമ്മുടെ സൈന്യത്തെ അനുഗ്രഹിക്കുകയും വരാനിരിക്കുന്ന യുദ്ധത്തിൽ നമുക്കു വിജയം നല്കുകയും ചെയ്യട്ടെ എന്നാണ്.

സുഭാസ് ചന്ദ്രബോസ് ഉപനിഷദ് സങ്കല്പമായ ത്യാഗത്തെ അംഗീകരിക്കുകയും ആത്മസാക്ഷാൽക്കാരത്തിനുവേണ്ടിയുള്ള പരിത്യാഗം എന്ന സങ്കല്പത്തെ സ്വാംശീകരിക്കുകയും തന്റെ രാജ്യത്തിനും അതിലെ

കഠിനാദ്ധ്വാനികളായ ജനതയ്ക്കും വേണ്ടി വിശ്രമരഹിതമായി പണിയെടുക്കുന്നതിന് ദൃഢനിശ്ചയം ചെയ്യുകയും ചെയ്തു.

ഒരു മതനിരപേക്ഷവാദിയായ സുഭാസിന് എല്ലാ മതങ്ങളോടും നിഷ്പക്ഷമനോഭാവമായിരുന്നു. അദ്ദേഹത്തിന്റെ അഭിപ്രായത്തിൽ സ്വതന്ത്രഇന്ത്യയുടെ ഗവൺമെന്റിന് എല്ലാ മതങ്ങളുടെയും നേർക്ക് നിഷ്പക്ഷവും ചേരിചേരാത്തതുമായ മനോഭാവം ഉണ്ടായിരിക്കുകയും ജനങ്ങളെ അവർക്ക് ഇഷ്ടമുള്ള മതവിശ്വാസം പ്രഖ്യാപിക്കുന്നതിനും പിന്തുടരുന്നതിനും വിടുകയും വേണം. മതം ഒരു സ്വകാര്യകാര്യമാണ്; അതിനെ ഭരണകൂടത്തിന്റെ കാര്യമായി മാറ്റേണ്ടതില്ല.

നേതാജി കാണാതായതിന്റെ ഓർമ്മ പുതുക്കൽ (പ്രതിമക്കു മുന്നിൽ)

ബ്രിട്ടന്റെ കൗശലപൂർവ്വവും പക്ഷപാതപരവുമായ നയോപായങ്ങളാണ് സ്വാതന്ത്ര്യത്തിനു മുൻപുള്ള ഇന്ത്യയിൽ വർഗ്ഗീയ പ്രശ്നങ്ങൾ അപകടകരമായ അവസ്ഥയിൽ എത്തിച്ചത്. സുഭാസ് ചന്ദ്രബോസിന്റെ അഭിപ്രായത്തിൽ, ഒരു ദേശവ്യാപകമായ സ്വാതന്ത്ര്യസമരം രാഷ്ട്രീയ മുന്നണിയിൽ മനഃശാസ്ത്രപരമായ രൂപാന്തരീകരണം ഉളവാക്കും. സാമ്പത്തികപ്രശ്നങ്ങൾ എല്ലാ സമുദായിക വിഭാഗങ്ങളെയും അതിർവരമ്പുകളെയും കടന്നു പോകുന്നു, എന്ന് ബോസ് ഉറച്ചു വിശ്വസിച്ചു. ദാരിദ്ര്യവും തൊഴിലില്ലായ്മയും, നിരക്ഷരതയും രോഗങ്ങളും, നികുതി ഭാരവും കടബാദ്ധ്യതയും ഹിന്ദുക്കളെയും മുസ്ലീങ്ങളെയും മറ്റുവിഭാഗങ്ങളെയും ഒരുപോലെയാണ് ബാധിക്കുന്നത്. ജനങ്ങൾക്ക് പങ്കെടുക്കാൻ പ്രത്യക്ഷ

അവകാശവും വിമർശിക്കുന്നതിന് പരോക്ഷ അവകാശവുമുള്ള ഒരു ദേശീയ ജനകീയ ജനാധിപത്യ ഗവൺമെന്റ് സ്ഥാപിച്ചുകൊണ്ട് രാഷ്ട്രീയ പ്രശ്നത്തിനു പരിഹാരം കാണുകയെന്നതാണ് അതിനുള്ള പ്രതിവിധി. ഈ അടിസ്ഥാനത്തിൽ വർഗ്ഗീയതയോട് ഏറ്റുമുട്ടുന്നതിന് രാഷ്ട്രീയ പ്രചാരണം ബോസ് നിർദ്ദേശിക്കുകയുണ്ടായി. ബോസിന് മതപരമോ പ്രാദേശികമോ ആയ വേർതിരിവുകളുണ്ടായിരുന്നില്ലെന്ന് ഷാനവാസ് ഖാൻ ചൂണ്ടിക്കാണിച്ചിട്ടുണ്ട്. ഇന്ത്യൻ നാഷണൽ ആർമിയിലെ ഹിന്ദു, മുസ്ലീം, സിഖ് പടയാളികളെ അവർ ഒരേ മാതൃരാജ്യത്തിലെ പുത്രന്മാരാണെന്ന് സുഭാസ് ചന്ദ്രബോസ് ബോദ്ധ്യപ്പെടുത്തിയിട്ടുണ്ട്. അവർക്കിടയിൽ ഉത്തുംഗ നിലവാരത്തിലുള്ള മതസൗഹാർദ്ദം നിലനിന്നിരുന്നുവെന്ന് എസ് എ അയ്യർ ചൂണ്ടിക്കാട്ടിയിട്ടുണ്ട്.

ആൻ ഇന്ത്യൻ പിൽഗ്രിം എന്ന തന്റെ പൂർത്തീകരിക്കപ്പെടാത്ത ആത്മകഥയിൽ ബോസ് പറയുന്നത് “ഞാൻ വളർന്നു വന്ന സാഹചര്യം മൊത്തത്തിൽ എന്റെ മാനസിക വികാസത്തിന് ഉതകുന്ന തരത്തിലുള്ളതായിരുന്നു എന്ന കാര്യത്തിൽ ഞാൻ ഏതായാലും ഭാഗ്യവാനാണ്.” എന്നാൽ അന്തരീക്ഷം മൊത്തത്തിൽ പ്രബുദ്ധമായിരുന്നു. കട്ടക്കിലെ ഒരിയ ബസാറിലുള്ള തന്റെ പിതൃഗേഹം മുസ്ലീം പ്രാമുഖ്യമുള്ള പ്രദേശമായിരുന്നു. അയൽക്കാർ ആകെ മുസ്ലീങ്ങളും. മുസ്ലീങ്ങൾ വേറിട്ട ഒരു വിഭാഗമെന്ന തോന്നൽ പോലും ബോസിന് ഉണ്ടായിരുന്നതേയില്ല.

പൊതുസമ്മേളനത്തിലെ തന്റെ ഒരു പ്രഭാഷണത്തിൽ ഇന്ത്യയിൽ ജാതിവ്യവസ്ഥിതി അവസാനിപ്പിക്കണമെന്ന് ബോസ് ശക്തമായി വാദിക്കുകയും ഏപ്രിൽ 6 മുതൽ 13 വരെയുള്ള ഒരാഴ്ച അസ്പൃശ്യതാവിരുദ്ധ ദിനമായി ആചരിക്കുവാൻ ആരംഭിക്കുകയും ചെയ്തു. ഇന്ത്യയിൽ അദ്ദേഹം മിശ്ര വിവാഹത്തെ പ്രോത്സാഹിപ്പിക്കുകയും ചെയ്തു. സ്വാമി വിവേകാനന്ദന്റെ യഥാർത്ഥശിഷ്യനെന്ന നിലയിൽ അസ്പൃശ്യരെന്ന് കരുതപ്പെടുന്ന സമൂഹത്തിന്റെ താഴെത്തട്ടിലുള്ളയാളുകളെ ഉയർത്തിക്കൊണ്ടുവരുന്നതിലൂടെ മാത്രമേ ഇന്ത്യക്കു പുരോഗതിയുണ്ടാവുകയുള്ളൂ എന്ന് മനസ്സിലാക്കി. ഇക്കൂട്ടരാണ് നമ്മുടെ സമൂഹത്തിന്റെ സത്ത.

ഇന്ത്യൻ നാഷണൽ ആർമിയിലൂടെ സുഭാസ് ചന്ദ്രബോസിന്റെ നേതൃത്വത്തിൽ ദക്ഷിണ പൂർവ്വേഷ്യയിൽ താമസിച്ചിരുന്ന എല്ലാ ഇന്ത്യാക്കാരും ജാതിക്കും മതത്തിനും വർണ്ണത്തിനും ലിംഗത്തിനും അതീതമായി കൂട്ടിയോജിപ്പിക്കപ്പെട്ടു.

സ്ത്രീകളുടെ വിമോചനം

തന്റെ രാഷ്ട്രീയ ഗുരുവായ ദേശബന്ധു ചിത്തരഞ്ജൻ ദാസിന്റെയും ആദ്ധ്യാത്മികഗുരുവായ സ്വാമി വിവേകാനന്ദന്റെയും ആദർശങ്ങൾ

ഉൾക്കൊണ്ട സുഭാസ് ചന്ദ്രബോസ് സ്ത്രീകളുടെ വിദ്യാഭ്യാസത്തിനും വിമോചനത്തിനും വേണ്ടിയുള്ള നിലപാടെടുത്തു. പ്രാചീന ഇന്ത്യയിലെ മൈത്രേയി, ഗാർഗി, ഖന്ന (Khana) ലീലാവതി മുതലായ വനിതാ വൈജ്ഞാനികരെക്കുറിച്ച് സുഭാസ് തന്റെ പ്രചാരണങ്ങളിലും പ്രഭാഷണങ്ങളിലും പരാമർശിക്കാറുണ്ടായിരുന്നു. കുടുംബത്തിലും സമൂഹത്തിലും സ്ത്രീകൾക്ക് ഉയർന്ന സ്ഥാനം നല്കണമെന്നും, അദ്ദേഹം ആവശ്യപ്പെട്ടു. സ്ത്രീവിമോചനം എന്ന ആശയത്തെ അദ്ദേഹം ശരിയായ അർത്ഥത്തിൽ ഉൾക്കൊള്ളുകയും അവരെ സാമൂഹ്യവും സാമ്പത്തികവും രാഷ്ട്രീയവുമായ എല്ലാ വിലങ്ങുകളിൽനിന്നും കൃത്രിമമായ അവശതകളിൽനിന്നും സ്വതന്ത്രരാക്കണമെന്നു വിശ്വസിക്കുകയും ചെയ്തു. സ്വതന്ത്ര ഇന്ത്യയിൽ ജാതിയുടെയോ വർണ്ണത്തിന്റെയോ ലിംഗത്തിന്റെയോ മതവിശ്വാസത്തിന്റെയോ ഒരുവിവേചനവും ഉണ്ടായിരിക്കരുത് എന്നദ്ദേഹം അഭിപ്രായപ്പെട്ടു.

നമ്മുടെ ദേശീയ പ്രക്ഷോഭത്തിൽ പ്രത്യേകിച്ചും നിയമ നിഷേധ പ്രസ്ഥാനത്തിൽ ആരെയും കൂസാത്ത ധീരനായും മാതൃകാപരമായ ആത്മത്യാഗവും പ്രകടിപ്പിച്ചുകൊണ്ട് ദേശീയ പ്രസ്ഥാനത്തിൽ സ്ത്രീകൾ വഹിച്ച പങ്ക് സ്ത്രീകളോടുള്ള സുഭാസ് ചന്ദ്രബോസിന്റെ മനോഭാവത്തെ രൂപപ്പെടുത്തി. തന്റെ മാതാവ് പ്രഭാവതി ദേവി, സി ആർ ദാസിന്റെ പ്രിയ പത്നി ബാസന്തി ദേവി, ശരത് ചന്ദ്രബോസിന്റെ ഭാര്യ ബിബാബനി ദേവി മുതലായ സ്ത്രീകളിൽനിന്നും തനിക്കു ലഭിച്ച സ്നേഹവും വാത്സല്യവും സ്ത്രീകളെ സംബന്ധിച്ച തന്റെ വീക്ഷണം രൂപപ്പെടുത്തുന്നതിന് ബോസിനെ അഗാധമായി സ്വാധീനിച്ചു.

നിരക്ഷരതയും സാമ്പത്തിക പരാധീനതയുമാണ് സ്ത്രീകളുടെ അടിയായ്മയ്ക്കു മൂലകാരണമെന്ന് ബോസ് ശരിയായി മനസ്സിലാക്കി സ്ത്രീകളുടെ വിമോചനത്തിന്റെ പാതയിലുള്ള എല്ലാ തടസ്സങ്ങളും ഇല്ലാതാക്കണമെന്ന് അദ്ദേഹം ശക്തമായി ആവശ്യപ്പെട്ടു. വിവിധ കാര്യങ്ങളിൽ നൈപുണ്യമുണ്ടാവുന്ന തരത്തിലുള്ള വിദ്യാഭ്യാസം സ്ത്രീകൾക്കു നല്കണമെന്ന് അദ്ദേഹം ആവശ്യപ്പെട്ടു. താൻ നിർദ്ദേശിച്ച രീതിയിലുള്ള വിദ്യാഭ്യാസത്തിൽ തൊഴിൽ വിദ്യാഭ്യാസവും ചെറുകിട കുടിൽ വ്യവസായം നടത്തുന്നതിനുള്ള പരിശീലനവും ഉൾപ്പെടുന്നു. വിധവാ പുനർവിവാഹത്തെയും പർദ്ദാ സമ്പ്രദായം അവസാനിപ്പിക്കുന്നതിനെയും അദ്ദേഹം പിന്താങ്ങി.

സുഭാസ് ചന്ദ്രബോസ് തന്റെ തീപ്പൊരി പ്രസംഗങ്ങളിലൂടെ സ്ത്രീകളുടെ സർവ്വതോമുഖമായ വിമോചനത്തിനായി വാദിക്കുന്ന കാലത്ത് സ്ത്രീ മുന്നേറ്റത്തിനായുള്ള പ്രസ്ഥാനങ്ങൾ വളർച്ച പ്രാപിക്കുകയായിരുന്നു. ഇന്ത്യയിലെ ആദ്യത്തെ വനിതാ സംഘടനയായ വിമൻസ് ഇന്ത്യ അസോസിയേഷൻ 1917 ൽ മദ്രാസിൽ സ്ഥാപിതമായി. 1925 ൽ രൂപീക

രിച്ച 'നാഷണൽ കൗൺസിൽ ഓഫ് വിമെൻ ഇൻ ഇന്ത്യ' പ്രവിശ്യ വിമെൻസ് കൗൺസിലുകളുടെയും ഇതര സമിതികളുടെയും പ്രവർത്ത നങ്ങളെ കൂട്ടിയിണക്കി. സ്ത്രീകളുടെ മുന്നേറ്റവും ക്ഷേമവും ഇന്ത്യൻ വനിതാപ്രസ്ഥാനങ്ങളെ അവർ ദേശീയ പ്രസ്ഥാനങ്ങളുമായി ബന്ധപ്പെ ടുത്തുകയും ആയിരുന്നു ഇതിന്റെ ലക്ഷ്യങ്ങൾ.

ഇന്ത്യൻ സ്വാതന്ത്ര്യപ്രസ്ഥാനത്തിൽ പ്രത്യേകിച്ച് കോൺഗ്രസിലും മഹാത്മാഗാന്ധി നയിച്ച നിയമനിഷേധ പ്രക്ഷോഭത്തിലും മഹത്തായ പങ്കുവഹിച്ച വനിതകളെ പില്ക്കാലത്ത് സുഭാസ് ചന്ദ്രബോസ് പ്രകീർത്തിച്ചിട്ടുണ്ട്. പൊതു യോഗങ്ങളിൽ പ്രസംഗിക്കുന്നതിലും നിഷ്ഠു രമായ ബ്രിട്ടീഷ് പൊലീസിന്റെ ലാത്തിച്ചാർജ്ജിനെ നേരിട്ടുകൊണ്ട് പ്രക ടനങ്ങൾ നടത്തുന്നതിലും തിരഞ്ഞെടുപ്പു പ്രചാരണങ്ങളിലും നടവരക ളിലെ ഒറ്റപ്പെടലുകളിലും പീഡനാനുഭവങ്ങളിലും പുരുഷന്മാർക്കൊപ്പ മായിരുന്നു അവരെന്ന് അദ്ദേഹം ചൂണ്ടിക്കാട്ടി. സ്വാതന്ത്ര്യ പ്രക്ഷോഭ ത്തിൽ സ്ത്രീകളുടെ പങ്കാളിത്തമില്ലാതെ വന്നാൽ സ്വാതന്ത്ര്യം യാഥാർത്ഥ്യമാവുകയില്ലെന്ന് അദ്ദേഹം കരുതി. അതുകൊണ്ട് അദ്ദേഹം ഇന്ത്യൻ നാഷണൽ ആർമിയിൽ ഝാൻസിറാണി റജിമെന്റ് എന്ന പേരിൽ ഒരു വനിതാ വിഭാഗം രൂപീകരിക്കുകയും ഡോ. ലക്ഷ്മിയെ അതിന്റെ ക്യാപ്റ്റൻ പദവിയിൽ നിയമിക്കുകയും ചെയ്തു. ഇതുത ന്നെയും തന്റെ ഭാവനയിലുള്ള പുരുഷ തുല്യത സ്ഥാപിക്കുവാൻ മതി യാവുകയില്ല എന്നതു കൊണ്ടാവണം താൻ സ്ഥാപിച്ച താല്ക്കാലിക ആസാദ് ഹിന്ദ് ഗവൺമെന്റിൽ ഒരു സ്ത്രീക്കു ക്യാബിനറ്റ് മന്ത്രിസ്ഥാനം നല്കുകയും ഗവൺമെന്റിൽ രണ്ടാം സ്ഥാനം നല്കുകയും ചെയ്തത്.

വിദ്യാഭ്യാസം

സ്വഭാവരൂപീകരണത്തിനും മനുഷ്യജീവിതത്തിന്റെ സർവ്വതോമുഖ വികാസത്തിനും വിദ്യാഭ്യാസം അത്യന്താപേക്ഷിതമാണെന്ന് സുഭാസ് ചന്ദ്രബോസ് കരുതി. വിദ്യാഭ്യാസം മനസ്സിന്റെയും ചിന്തകളുടെയും നിയ ന്ത്രണത്തിന്റെയും ക്രമവല്ക്കരണത്തിന്റെയും രൂപത്തിൽ ആന്തരികമായ അച്ചടക്കം വരുത്തിത്തീർക്കുകയും അത് അതിന്റെ ഭാഗത്തുനിന്നും ബാഹ്യമായ അച്ചടക്കവും പ്രവർത്തനങ്ങളിലും ഇടപാടുകളിലും നിയ ന്ത്രണവും കൊണ്ടുവരികയും ചെയ്യുന്നു.

മനസ്സിൽ ആദ്യമേതന്നെയുള്ള സമ്പൂർണ്ണതയുടെ ആവിഷ്കൃത രൂപ മാണ് വിദ്യാഭ്യാസം എന്നാണ് തന്റെ ആദ്ധ്യാത്മിക ഗുരുവായ സ്വാമി വിവേകാനന്ദൻ അഭിപ്രായപ്പെട്ടത്. എല്ലാ വിജ്ഞാനത്തിന്റെയും ഭണ്ഡാ രമായ മനസ്സിനെ ഉണർത്തുന്നതിന് വിദ്യാഭ്യാസം സഹായിക്കുന്നു. വിദ്യാ ഭ്യാസം മനുഷ്യന്റെ സ്വഭാവത്തെയും ധാർമ്മികതയെയും സ്വാതന്ത്ര്യ ത്തെയും ഉത്തേജിപ്പിക്കും, അതുപോലെ, തന്റെ പുനർനിർമ്മാണപദ്ധ

തിയിൽ പൗരന്മാരെ, സാമൂഹ്യ സാമ്പത്തിക രാഷ്ട്രീയ നീതിയുടെയും സ്വാതന്ത്ര്യത്തിന്റെയും സ്വതന്ത്രവായു ശ്വസിക്കുവാൻ പ്രാപ്ത നാക്കുന്നവണ്ണം, യഥാർത്ഥമായ അർത്ഥത്തിൽ പൗരന്മാരെ മനുഷ്യന്റെ പൂർണ്ണപദവിയിലേക്കുയർത്തുവാൻ സ്വാതന്ത്ര്യമുള്ള ഒരു ഇന്ത്യയെ അദ്ദേഹം സ്വപ്നം കണ്ടു. നിരക്ഷരതയായിരുന്നു അദ്ദേഹത്തിന്റെ മുന്നിൽവന്ന മൗലികമായ പ്രശ്നം.

സാർവ്വത്രിക വോട്ടവകാശത്തിന്റെ അടിസ്ഥാനത്തിലുള്ള ജനാധി പത്യത്തിനു മുന്നോടിയായി സാർവ്വത്രികവിദ്യാഭ്യാസം ലഭിച്ചിരി ക്കണമെന്ന ജോൺസ്റ്റുവർട്ട് മില്ലിന്റെ ആശയം സുഭാസ് ചന്ദ്രബോസിനെ സ്വാധീനിച്ചിരുന്നു. അതുകൊണ്ട് അദ്ദേഹം എല്ലാവർക്കും അടിസ്ഥാന വിദ്യാഭ്യാസം വേണമെന്ന് വാദിച്ചു. ഒരു സോഷ്യലിസ്റ്റിനെയും മാനവ താവാദിയെയുംപോലെ അദ്ദേഹം എല്ലാപേർക്കും പ്രാഥമിക വിദ്യാഭ്യാസം വേണമെന്നാവശ്യപ്പെടുകയും ഒരു വ്യക്തിവാദിയെപ്പോലെ, അർഹത യുള്ള മിടുക്കന്മാർക്കും ബുദ്ധിമാന്മാർക്കും ഉന്നതവിദ്യാഭ്യാസത്തിന് അവ സരം നല്കുന്നതിനെ അനുകൂലിക്കുകയും ചെയ്തു. യു എസ് എസ് ആറിൽ ഒരു ചുരുങ്ങിയ കാലത്തിനിടയിൽ കൈവരിച്ച ബൃഹത്തായ വിദ്യാഭ്യാസ പുനർനിർമ്മാണം ഒരു മാതൃകയായി കരുതിയ ബോസ്, നമ്മുടെ വിദ്യാഭ്യാസപ്രശ്നങ്ങൾ പരിഹരിക്കുന്നതിന് സ്റ്റേറ്റ് നിയന്ത്രണ ത്തിലുള്ള വിദ്യാഭ്യാസ സമ്പ്രദായം അനിവാര്യമായി കരുതി.

ദേശീയ ഐക്യബോധവും, ആദർശൈക്യവും കൈവരിക്കുന്നതി നുള്ള മഹത്തായ ശക്തി വിദ്യാഭ്യാസം ആണെന്ന് ബോസ് തിരിച്ചറി ഞ്ഞു. അതിനു വേണ്ടി അദ്ദേഹം ഒരു പൊതുവിദ്യാഭ്യാസനയത്തിനു വേണ്ടിയും റോമൻ രീതിയിലുള്ള ഒരു പൊതു അക്ഷരമാലക്രമത്തിനു വേണ്ടിയും നിലകൊണ്ടു. ഒരുപൊതു സമ്പർക്ക ഭാഷയായി അദ്ദേഹം ഹിന്ദുസ്ഥാനിയെ നിർദ്ദേശിക്കുകയും ചെയ്തു.

പ്രാഥമിക വിദ്യാഭ്യാസ സമ്പ്രദായത്തെ സംബന്ധിച്ചിടത്തോളം ജർമ്മനിയിലെയും സ്കാൻഡിനേവിയയിലെയും കിന്റർഗാർട്ടൺ സമ്പ്ര ദായവും ഇംഗ്ലണ്ടിലെ നഴ്സറി സ്കൂളും ഫ്രാൻസിലെ 'ഇകോലസ് മെറ്റർനെലെ'യും ബോസിനെ സ്വാധീനിച്ചു. അദ്ദേഹം ദൃശ്യവും ഇന്ദ്രി യഗോചരവുമായ വിദ്യാഭ്യാസ രീതിയെ അനുകൂലിച്ചു. വിദ്യാഭ്യാസ ത്തിലെ മനുഷ്യ നിർമ്മാണപരവും സ്വഭാവ നിർമ്മിതിപരവുമായ ഘട കങ്ങളെ സംബന്ധിച്ച വിവേകാനന്ദന്റെ സങ്കല്പങ്ങൾ ബോസിനെ ആഴ ത്തിൽ സ്വാധീനിച്ചു. ഇതിൻപ്രകാരം വിദേശാധിപത്യത്തിൽനിന്നും ഇന്ത്യയെ സ്വതന്ത്രമാക്കാൻ സ്വഭാവശുദ്ധിയുള്ളയാളുകളുണ്ടാവണമെന്ന് അദ്ദേഹം ആശിച്ചു. ഒരു സമഗ്രമായ അദ്ധ്യാപക പരിശീലന സംവിധാ നമില്ലാതെ ഒരു വിദ്യാഭ്യാസ പദ്ധതിയും വിജയപ്രദമാവുകയില്ല എന്ന് അദ്ദേഹം ദൃഢമായി വിശ്വസിച്ചു.

സാമ്പത്തിക സങ്കല്പം

1938 ഫെബ്രുവരിയിൽ ഹരിപുരയിൽ വച്ചു നടന്ന കോൺഗ്രസിന്റെ 51-ാം സമ്മേളനത്തിൽ കോൺഗ്രസ് പ്രസിഡന്റ് എന്ന നിലയിൽ താൻ നടത്തിയ പ്രഭാഷണത്തിൽ സ്വതന്ത്രഇന്ത്യയിലെ സാമ്പത്തിക ആസൂത്രണത്തെയും വ്യവസായവല്ക്കരണത്തെയും സംബന്ധിച്ച തന്റെ ആശയം ഇങ്ങനെ പ്രകടിപ്പിച്ചു. "ഭാവിയിലെ നമ്മുടെ ദേശീയഗവൺമെന്റ് ഏറ്റവും ആദ്യം ചെയ്യേണ്ടത് പുനർ നിർമ്മാണത്തിനായി സമഗ്രമായ ഒരു പദ്ധതി തയ്യാറാക്കുന്നതിന് ഒരു കമ്മിഷൻ രൂപീകരിക്കുക എന്നതാണ്." നാഷണൽ പ്ലാനിങ് കമ്മിഷന്റെ ഉപദേശമനുസരിച്ച് ഭരണകൂടം ഉല്പാദനത്തിന്റെയും വിതരണത്തിന്റെയും മേഖലകളിൽ നമ്മുടെ മൊത്തം കാർഷികവ്യാവസായിക സംവിധാനങ്ങളെ ക്രമേണ സാമൂഹ്യവല്ക്കരിക്കുന്നതിന് ഒരു സമഗ്രമായ പദ്ധതി അംഗീകരിക്കണമെന്ന് ബോസ് ആഗ്രഹിച്ചു. ജന്മിത്തം അവസാനിപ്പിക്കുന്നതിനെയും കാർഷിക കടം എഴുതി തള്ളുന്നതിനെയുംകുറിച്ച് ബോസ് സംസാരിച്ചു. ബോസ് പ്രസിഡന്റായിരിക്കുമ്പോഴാണ് കോൺഗ്രസ് ജവാഹർലാൽ നെഹ്റു ചെയർമാനായി പ്ലാനിങ് കമ്മിറ്റി രൂപീകരിച്ചത്.

സുഭാസ് ചന്ദ്രബോസിന്റെ അഭിപ്രായത്തിൽ ലിബർട്ടി എന്ന പദം രാഷ്ട്രീയവും സാമ്പത്തികവും സാമൂഹ്യവുമായ സ്വാതന്ത്ര്യത്തെ വിശാലമായി സൂചിപ്പിക്കുന്നു. അദ്ദേഹത്തെ സംബന്ധിച്ചിടത്തോളം സാമൂഹ്യ രാഷ്ട്രീയ സ്വാതന്ത്ര്യത്തിന്റെ സത്ത സാമ്പത്തിക സ്വാതന്ത്ര്യമാണ്.

ഇന്ത്യയുടെ സ്വാതന്ത്ര്യത്തിനുവേണ്ടി ബോസ് ധീരമായി പോരാടി. എന്നാൽ സ്വാതന്ത്ര്യം അദ്ദേഹത്തിന് സാമ്പത്തികമായ ആവശ്യവും കൂടിയായിരുന്നു. അദ്ദേഹം പറയുന്നത്;

> നമ്മുടെ പട്ടിണിക്കാരായ, ദശലക്ഷക്കണക്ക് ആളുകൾക്ക് ഭക്ഷണം നല്കുന്ന പ്രശ്നം; അവരെ ഉടുപ്പിക്കുകയും വിദ്യാഭ്യാസം നല്കുകയും ചെയ്യുക എന്ന പ്രശ്നം: രാഷ്ട്രത്തിന്റെ ആരോഗ്യവും ശരീരസ്ഥിതിയും മെച്ചപ്പെടുത്തുക എന്ന പ്രശ്നം. ഈ എല്ലാ പ്രശ്നങ്ങളും ഇന്ത്യ അടിമത്തത്തിലായിരിക്കുന്ന കാലത്തോളം പരിഹരിക്കാനാവുകയില്ല. ഇന്ത്യ രാഷ്ട്രീയമായി സ്വതന്ത്രമാവുന്നതിനുമുൻപ് സാമ്പത്തിക അഭിവൃദ്ധിയും വ്യാവസായികവികസനവും എന്നു ചിന്തിക്കുന്നത് കുതിരയ്ക്കു മുന്നിൽ വണ്ടി എന്നതിനു തുല്യമാണ്." അദ്ദേഹത്തെ സംബന്ധിച്ചിടത്തോളം ഭീതിദമായ പട്ടിണി, വൻതോതിലുള്ള തൊഴിലില്ലായ്മ, താണ ജീവിതനിലവാരം, ഇവയെല്ലാം വൈദേശിക മേധാവിത്തത്തിന്റെ ഫലമായിട്ടുളവായിട്ടുള്ളതാണ്. അതുകൊണ്ടെല്ലാം അദ്ദേഹം ആധുനിക ശാസ്ത്രീയ സാങ്കേതിക ശാസ്ത്ര രീതിയ

നുസരിച്ചുള്ള സാമ്പത്തിക പുനർ നിർമ്മാണവും വ്യവസായ വല്ക്കരണവും ആഗ്രഹിച്ചു.

പ്രതിരോധത്തെക്കുറിച്ച് സുഭാസ് ചന്ദ്രബോസ് പറഞ്ഞു:

ഇന്ത്യ സ്വതന്ത്രയാവുന്ന നിമിഷം ഏറ്റവും പ്രധാനപ്പെട്ട പ്രശ്നം. ഭാവി ഇന്ത്യയുടെ സ്വാതന്ത്ര്യം സംരക്ഷിക്കുന്നതിന് വേണ്ടി നമ്മുടെ ദേശീയ പ്രതിരോധം സംഘടിപ്പിക്കുക എന്നതാണ്. അതിന് നമുക്ക് ആധുനിക യുദ്ധ വ്യവസായങ്ങൾ പടുത്തുയർത്തേണ്ടിവരും ഇവയിൽ നമുക്കു സ്വയം പ്രതിരോധത്തിന് ആവശ്യമായി വരുന്ന ആയുധങ്ങൾ ഉണ്ടാക്കാനാവും. ഇതിന്റെയർത്ഥം നമുക്ക് വൻതോതിലുള്ള വ്യവസായവല്ക്കരണം ആവശ്യമാണ് എന്നതാണ്.

കാർഷിക മേഖല ആധുനികവല്ക്കരിക്കേണ്ടതാണ് എന്നദ്ദേഹം ഉറച്ചുവിശ്വസിച്ച്. എന്നാൽ ഇത് ആ മേഖലയിലെ പരോക്ഷതൊഴിൽ ലഭ്യതയിൽ വൻതോതിലുള്ള കുറവു വരുത്തുമെന്നും ഇതിനു പരിഹാരമായി കൃഷിയിലെ അധികതൊഴിലാളികളെ കൂടി ഉൾക്കൊള്ളുവാൻ പാകത്തിൽ വ്യവസായം വികസിക്കണമെന്നത് അനിവാര്യമാണെന്ന് അദ്ദേഹം പറഞ്ഞു. ഒരു ചെറിയ കാലഘട്ടത്തിനുള്ളിൽ അതിശീഘ്രമായ വ്യാവസായികവല്ക്കരണത്തിലൂടെ സാമ്പത്തിക വികസനം സാദ്ധ്യമാക്കിയ സോവിയറ്റു യൂണിയൻ നേടിയ ശ്ലാഘനീയമായ വിജയം അദ്ദേഹത്തെ വളരെയേറെ സ്വാധീനിച്ചു.

വ്യവസായങ്ങളെ സുഭാസ് ചന്ദ്രബോസ് മൂന്നായി തരംതിരിച്ചു. വൻകിട/ഘനവ്യവസായങ്ങൾ, ഇടത്തരം വ്യവസായങ്ങൾ, ചെറുകിട കുടിൽ വ്യവസായങ്ങൾ വൻകിട വ്യവസായങ്ങളെ വൻതോതിൽ അനുകൂലിച്ചുവെങ്കിലും ഇന്ത്യപോലെ ഒരു അവികസിത സമ്പദ് ഘടനയിൽ ചെറുകിട കുടിൽ വ്യവസായങ്ങളുടെ പ്രാധാന്യം അദ്ദേഹം പൂർണ്ണമായി അംഗീകരിച്ചു.

രാഷ്ട്രീയ സങ്കല്പം

സുഭാസ് ചന്ദ്രബോസിന്റെ രാഷ്ട്രീയ തത്ത്വശാസ്ത്രത്തെ നിർവ്വചിക്കുകയും ആത്മീയവും ദേശീയവും മതനിരപേക്ഷപരവും ജനാധിപത്യപരവും സോഷ്യലിസ്റ്റുമായ സവിശേഷ വീക്ഷണ കോണുകളിൽനിന്നും അപഗ്രഥിക്കുകയും വേണം.

1. ആത്മീയമായ സവിശേഷതകൾ

അഗാധമായ മതബോധമുള്ള രക്ഷാകർത്താക്കളിൽനിന്നുമാണ് ബോസിന്റെ ജീവിതത്തോടുള്ള ആത്മീയ മനോഭാവം ആരംഭിക്കുന്നത്.

പിന്നീട് രാമകൃഷ്ണപരമഹംസന്റെയും സ്വാമി വിവേകാനന്ദന്റെയും അരവിന്ദഘോഷിന്റെയും പ്രബോധനങ്ങളും രചനകളുമായി ബന്ധപ്പെട്ടതോടെ സ്കൂൾ പഠനകാലത്തുതന്നെ താൻ മനുഷ്യജീവിതത്തിന്റെ അർത്ഥവും സവിശേഷതകളും ലക്ഷ്യങ്ങളും തത്ത്വശാസ്ത്രവും ആരായുവാൻ ആരംഭിച്ചു. അത്തരം സ്വാധീനങ്ങൾക്കു വഴങ്ങി സുഭാസ് ചന്ദ്രബോസ് ആശയവാദിയും ആത്മീയവാദിയുമായിത്തീർന്നു. അദ്ദേഹം പറയുന്നത്.

> എല്ലാ ലൗകിക ആഗ്രഹങ്ങളും ഉപേക്ഷിക്കുകയും എല്ലാ അനർഹമായ നിയന്ത്രണത്തിൽനിന്നും വിട്ടുമാറുകയും ചെയ്തുകൊണ്ട് എന്റെ രക്ഷ(മോക്ഷം) ഫലപ്രദമാക്കുവാനും മനുഷ്യരാശിയെ സ്നേഹിക്കാനും എന്റെ ആത്മാവിനെ സ്വാധീനിച്ച ഒരു പുതിയ ആദർശം എന്റെ മുന്നിലുണ്ട് എന്നാണ്.

ധ്യാനം, ലൈംഗിക നിയന്ത്രണം, ബ്രഹ്മചര്യം മുതലായവ ആയിരുന്നു ബോസിന് പ്രാഥമികമായും പ്രസക്തമായിരുന്ന വിവരങ്ങൾ. തന്റെ ഭാവിയെ സംബന്ധിച്ച് ആത്മീയ ക്ഷേമത്തിന്റെയും മാനവരാശിയുടെ ഉന്നമനത്തിന്റെയും അടിസ്ഥാനത്തിൽ ചിന്തിക്കുവാനാരംഭിച്ചു. ഇത് തന്റെ മതപരവും ആത്മീയവുമായ മാനസികാവസ്ഥയുടെ ആശയപരമായ മാനം ആയിത്തീർന്നു. അങ്ങനെ ആത്മീയതാവാദം തന്റെ രാഷ്ട്രീയതത്ത്വശാസ്ത്രത്തിന്റെ പ്രധാനസവിശേഷതകളിൽ ഒന്നായിത്തീർന്നു.

2. ദേശീയമായ സവിശേഷതകൾ

സുഭാസ് ചന്ദ്രബോസിന്റെ പിതാവ് ഗവൺമെന്റ് പ്ലീഡറും പബ്ലിക് പ്രോസിക്യൂട്ടറും ആയിരുന്നു. പിന്നീട് ബംഗാൾ ലെജിസ്ലേറ്റീവ് കൗൺസിൽ അംഗമാവുകയും റായ് ബഹാദൂർ എന്ന ബഹുമതി നേടുകയും ചെയ്തിരുന്നു. പില്ക്കാലത്ത് ബ്രിട്ടീഷ് ഗവൺമെന്റിന്റെ അടിച്ചമർത്തൽ നടപടികളിൽ പ്രതിഷേധിച്ച് ബഹുമതി ഗവൺമെന്റിന് മടക്കി നല്കി. കൂടാതെ അദ്ദേഹം ഇന്ത്യൻ നാഷണൽ കോൺഗ്രസിന്റെ വാർഷിക സമ്മേളനങ്ങളിൽ മുടങ്ങാതെ പങ്കെടുക്കുകയും സ്വദേശി പ്രസ്ഥാനത്തെ പിന്താങ്ങുകയും ചെയ്തു. അങ്ങനെ പിതാവിൽനിന്നും സുഭാസ് ചന്ദ്രബോസിന് ദേശീയവികാരം പാരമ്പര്യമായി ലഭിച്ചു. ബാപ്റ്റിസ്റ്റ് മിഷൻ നടത്തിയിരുന്ന പ്രൊട്ടസ്റ്റന്റ് യൂറോപ്യൻ സ്കൂളുകളിൽ ഇന്ത്യൻ വിദ്യാർത്ഥികൾക്കു നേരെ വിവേചനമുണ്ടായപ്പോൾ സുഭാസ് ചന്ദ്രബോസിന്റെ ദേശീയ വികാരം പ്രകടമായി. പ്രസിഡൻസി കോളേജിൽ ബ്രിട്ടീഷുകാർ പ്രകടിപ്പിച്ചിരുന്ന ഔന്നത്യബോധത്തിനെതിരെ പ്രതികരിച്ചതിന് അദ്ദേഹം പുറത്താക്കപ്പെടുകയുണ്ടായി.

സ്വാമി വിവേകാനന്ദന്റെ സ്വാധീനം സുഭാസിന്റെ ദേശീയ

ക്യാപ്റ്റൻ ലക്ഷ്മിയോടൊപ്പം

ബോധത്തെ വീണ്ടും ഉയർത്തി. അരബിന്ദഘോഷിന്റെ പരിത്യാഗബോധവും രാഷ്ട്രീയ പ്രവർത്തനത്തിനുവേണ്ടി ഐ സി എസ് ത്യജിച്ച നടപടിയും സുഭാഷിനെ സ്വാധീനിച്ചു. സുഭാസ് സിവിൽ സർവ്വീസ് ഉപേക്ഷിച്ചതും തന്റെ ഉയർന്ന ദേശീയബോധം നിമിത്തമാണ്.

> തന്റെ രാജ്യത്തെ പൂർണ്ണമായും നല്ല രീതിയിലും സേവിക്കുവാൻ സിവിൽ സർവ്വീസുമായി ബന്ധിക്കപ്പെട്ടിരിക്കുമ്പോൾ സാദ്ധ്യമാവുകയില്ല. ചുരുക്കത്തിൽ ദേശീയവും ആത്മീയവുമായ അഭിലാഷങ്ങൾ സിവിൽ സർവ്വീസ് വ്യവസ്ഥകൾക്കു നിരക്കുന്നവയായിരിക്കുകയില്ല.

എന്ന് അദ്ദേഹം എഴുതുകയുണ്ടായി. ഐ സി എസ് ഉപേക്ഷിക്കുവാനും ദേശീയപ്രസ്ഥാനത്തിൽ ഭാഗഭാക്കാവാനുമുള്ള തന്റെ തീരുമാനത്തെക്കുറിച്ച് കേംബ്രിഡ്ജിൽ നിന്നുതന്നെ അദ്ദേഹം സി ആർ ദാസിന് എഴുതി. കേംബ്രിഡ്ജിൽ നിന്നു മടങ്ങിയ സുഭാസ് ഉടനെ തന്നെ ദേശീയ പ്രസ്ഥാനത്തിൽ ആണ്ടിറങ്ങി.

ഇന്ത്യൻ സ്വാതന്ത്ര്യ പ്രസ്ഥാനത്തെ പുറത്തുനിന്നും സഹായിക്കുന്നതിനുവേണ്ടി പിന്തുണ ഉറപ്പാക്കുന്നതിനായി നാസി, ഫാസിസ്റ്റു ശക്തികളെയും സമീപിച്ചിരുന്നു. അച്ചുതണ്ടു ശക്തികൾ പ്രത്യേകിച്ചും ജപ്പാൻ ഇന്ത്യ സ്വതന്ത്രയാകുന്നതിന് ആകാംക്ഷയോടെയിരിക്കുകയാണെന്ന് സുഭാസ് ധരിച്ചു പിന്നീട് അദ്ദേഹം 30,000 പടയാളികളും ഓഫീസർമാരും

അടങ്ങുന്ന ആസാദ് ഹിന്ദ് ഫൗജ് രൂപീകരിക്കുകയും, അതിനെ വടക്കു കിഴക്കൻ മുന്നണിയിലണിനിരത്തി ബ്രിട്ടീഷ് സേനയ്ക്ക് ധീരോദാത്തമായ ചെറുത്തു നില്പു നടത്തുകയും ചെയ്തു. തന്റെ ദേശീയവികാരത്തെ അടയാളപ്പെടുത്തുന്ന സംഭവങ്ങളായിരുന്നു ഇവ.

മതനിരപേക്ഷ സവിശേഷതകൾ

മതനിരപേക്ഷത ഈ സാഹചര്യത്തിൽ മതവിരുദ്ധതയോ നിരീശ്വരതയോ അല്ല, മറിച്ച് വിശ്വാസത്തോടുള്ള പരസ്പര സഹിഷ്ണുത, അന്യോന്യലോഹ്യവും സമാധാനപൂർണ്ണമായ സഹവർത്തിത്വവുമാണ്. മാതൃഭൂമിയെ അതിരറ്റു സ്നേഹിച്ചിരുന്ന സുഭാസ് ചന്ദ്രബോസ് ആദ്ധ്യാത്മികതയെ സമീപിച്ചത് മതനിരപേക്ഷമായിട്ടായിരുന്നു. സുഭാസ് വളർന്നുവന്നത് സ്വതന്ത്രവും മതനിരപേക്ഷവുമായ ഒരു കുടുംബാന്തരീക്ഷത്തിലാണ്. ഇത് വിശാലവും വിഭാഗീയമല്ലാത്തതുമായ സകലമതങ്ങളിലെയും ജനങ്ങളോട് ഒരു സാർവ്വലൗകിക കഴ്ചപ്പാടുണ്ടാകുവാനും അദ്ദേഹത്തെ സഹായിച്ചു. അദ്ദേഹത്തിന്റെ മതനിരപേക്ഷത ഇന്ത്യൻ സംസ്കൃതിയുടെയും പരിഷ്കാരങ്ങളുടെയും തത്ത്വശാസ്ത്രപരമായ സമന്വയത്തിലുള്ള വിശ്വാസത്തിൽനിന്നും ആവിർഭവിച്ചതാണ്. ഇത് പിന്നീട് തന്റെ ആസാദ് ഹിന്ദ് ഗവൺമെന്റിലും പട്ടാളത്തിലും ഹിന്ദുക്കളും മുസ്ലീങ്ങളും സിഖുകാരും തമ്മിൽ അത്ഭുതകരമായ ഐക്യബോധം വളർത്തിയെടുക്കുന്നതിൽ അദ്ദേഹത്തിന് അവിശ്വസനീയമായ വിജയം നേടിക്കൊടുത്തു.

സോഷ്യലിസ്റ്റു സവിശേഷതകൾ

താൻ വിഭാവനംചെയ്ത സ്വതന്ത്രഇന്ത്യയിൽ സമത്വസുന്ദരമായ ഒരു സമൂഹം സൃഷ്ടിക്കണമെന്നും അതിൽ എല്ലാ അംഗങ്ങൾക്കും ഏറക്കുറെ തുല്യമായ സാമ്പത്തിക നേട്ടങ്ങളും സാമൂഹികമായ പദവിയും ഉണ്ടായിരിക്കണമെന്നും ജന്മത്തിന്റെയോ രക്ഷാകർത്തൃത്വത്തിന്റെയോ ജാതിയുടെയോ മതവിശ്വാസത്തിന്റെയോ അടിസ്ഥാനത്തിൽ വേർതിരിവുകൾ ഒന്നും ഉണ്ടായിരിക്കരുതെന്നും സുഭാസ് ചന്ദ്രബോസ് ലക്ഷ്യംവച്ചു. 1928 മേയ് 3 ന് പൂനയിൽനടന്ന മഹാരാഷ്ട്ര പ്രവിശ്യാസമ്മേളനത്തിലെ അദ്ധ്യക്ഷപ്രസംഗത്തിൽ അദ്ദേഹം പറഞ്ഞു.

ഇന്ത്യയെ യഥാർത്ഥത്തിൽ മഹത്തായിത്തീർക്കണമെന്നു നാമാഗ്രഹിക്കുന്നുണ്ടെങ്കിൽ നാം ഒരു ജനാധിപത്യ സമൂഹത്തിന്റെ അടിത്തറയിൽ ഒരു രാഷ്ട്രീയ ജനാധിപത്യം പടുത്തുയർത്തണം. ജനനത്തിന്റെയും ജാതിയുടെയും മതവിശ്വാസത്തിന്റെയും അടിസ്ഥാനത്തിലുള്ള വിശേഷാവകാശങ്ങൾ ഇല്ലാതാവണം; ജാതി, മതാചാരം അഥവാ മതപരിഗണനകളൊന്നും കൂടാതെ എല്ലാവർക്കും തുല്യമായ അവസരങ്ങൾ ലഭ്യമാവണം.

1929 ൽ ലാഹോറിൽ നടന്ന വിദ്യാർത്ഥി സമ്മേളനത്തിൽ നടത്തിയ അദ്ധ്യക്ഷപ്രസംഗത്തിൽ ഇന്ത്യക്ക് ആവശ്യമായിരിക്കുന്ന സ്വാതന്ത്ര്യത്തെ സംബന്ധിച്ച തന്റെ സങ്കല്പത്തെ അദ്ദേഹം വിശദീകരിച്ചത് ഇങ്ങനെയാണ്.

ഈ സ്വാതന്ത്ര്യം അർത്ഥമാക്കുന്നത് രാഷ്ട്രീയമായ അടിമത്തത്തിൽ നിന്നുള്ള വിമോചനം മാത്രമല്ല പിന്നെയോ സമ്പത്തിന്റെ തുല്യമായ വിതരണം ജാതീയ അതിർവരമ്പുകളുടെയും സാമൂഹ്യ അസമത്വങ്ങളുടെയും നിർമ്മാർജ്ജനവും സാമുദായികവും മതപരവുമായ അസഹിഷ്ണുതയുടെ നശീകരണവും കൂടെയാണ്.

ആശയവും അനുഭൂതിയും

വളരെ ചെറുപ്പം മുതല്ക്കുതന്നെ സുഭാസ് ചന്ദ്രബോസ് ഒരു റോൾ മോഡൽ കണ്ടെത്തുന്നതിനുള്ള യത്നത്തിലായിരുന്നു. ഒരു ഭാഗത്ത് സ്വാമിവിവേകാനന്ദൻ മറുഭാഗത്ത് ദേശബന്ധു ചിത്തരഞ്ജൻ ദാസ്. വിവേകാനന്ദന്റെ മരണാനന്തര ശിഷ്യനായി സ്വയം ഭാവിച്ച സുഭാസ് അദ്ദേഹത്തെക്കുറിച്ചു പറയുന്നത്.

> ത്യാഗത്തിന്റെ കാര്യത്തിൽ സാഹസികൻ, പ്രവർത്തനത്തിൽ അവിരാമത, സ്നേഹത്തിൽ അതിരുകളില്ലായ്മ, വിവേകത്തിൽ ഗാംഭീര്യവും സർവ്വവിചക്ഷണത്വവും വികാരങ്ങളിൽ പൗഷ്കല്യം ആക്രമണങ്ങളിൽ ദയാശൂന്യൻ എങ്കിലും ഒരു ശിശുവിനെപ്പോലെ സരളൻ - നമ്മുടെ ലോകത്തിൽ അതിവിരളമായ ഒരു വ്യക്തിത്വം. (വിവേകാനന്ദ: *എ ഗാർഡേന്റ് ഓഫ് ട്രിബ്യൂട്ട്സ് സ്വാമി ജ്യോതി രാമായാനന്ദ* - എഡി)

വിവേകാനന്ദനെക്കുറിച്ച് സുഭാസ് പറഞ്ഞ ഈ ഗുണങ്ങളിൽ പലതും പ്രകൃതി സുഭാസിനെയും അണിയിച്ചിരുന്നു. വിവേകാനന്ദൻ സുഭാസിനെ തന്റെ ജീവിതം തെരഞ്ഞെടുക്കുന്നതിൽ മാർഗ്ഗദർശിയായി എങ്കിൽ സി ആർ ദാസിന്റെ നേതൃത്വം അദ്ദേഹത്തിന്റെ രാഷ്ട്രീയ ഭാവി രൂപപ്പെടുത്തി. ആരംഭം മുതല്ക്കുതന്നെ സുഭാസിന്റെ താല്പര്യം അക്കാലത്തെ മഹാത്മാഗാന്ധി നയിക്കുന്ന കോൺഗ്രസിന്റെ നയങ്ങളിൽ വ്യക്തമാവുന്നവയേക്കാൾ സയുക്തികവും ആധുനികവുമായ മാതൃകയെ സംബന്ധിച്ചായിരുന്നു. സദാചാരപരവും ധാർമ്മികവുമായ പ്രശ്നങ്ങൾ ഉയർത്തുകയായിരുന്നില്ല, മറിച്ച് സാമൂഹ്യവും സാമ്പത്തികവുമായ പ്രശ്ന

ങ്ങളിൽ ശ്രദ്ധ കേന്ദ്രീകരിക്കുകയായിരുന്നു അദ്ദേഹം. സജീവ രാഷ്ട്രീയത്തിൽ ചേരുന്നതിനു മുൻപ് കോംബ്രിഡ്ജിൽനിന്നും അദ്ദേഹം സി ആർ ദാസിനെഴുതി,

> നമ്മുടെ കോൺഗ്രസ് നാണയങ്ങളെയും വിനിമയത്തെയും സംബന്ധിച്ച് സവിശേഷമായ ഒരു നയവും ഇല്ല. തൊഴിൽ സംബന്ധമായോ ഫാക്ടറി നിയമനിർമ്മാണത്തെ സംബന്ധിച്ചോ ഒരുവ്യക്തമായ നയവും കോൺഗ്രസിനില്ല. പിന്നീടോ പാർപ്പിടമില്ലായ്മയെയോ ദാരിദ്ര്യനിർമ്മാർജനത്തെയോ സംബന്ധിച്ച് കൃത്യമായ ഒരു നയവുമില്ല. പിന്നെയും സ്വരാജ് നേടിയെടുത്തശേഷം നമുക്ക് ഉണ്ടായിരിക്കേണ്ടതായ ഭരണഘടനയെ സംബന്ധിച്ചും കോൺഗ്രസിന് നിശ്ചിതമായ ഒരു നയം മിക്കവാറും ഇല്ലാതെയിരിക്കുകയാണ്. (സുഭാസ് ചന്ദ്രബോസ്, *ആൻ ഇന്ത്യൻ പിൽഗ്രിം, ആൻ അൺഫിനിഷ്ഡ് ആട്ടോബയോഗ്രഫി ആന്റ് കളക്റ്റഡ് ലറ്റേർസ്*)

ഇന്ത്യൻ ജനതയുടെ ആദ്ധ്യാത്മികതയാണ് ആധുനിക ശാസ്ത്രീയ വികാസത്തിനു തടസ്സമായിരിക്കുന്നത് എന്ന് സുഭാസ് ചന്ദ്രബോസിന് ഉറപ്പുണ്ടായിരുന്നു. ഗാന്ധിയും അദ്ദേഹത്തിന്റെ അനുയായികളും അവലംബിച്ചിരുന്ന ബോധപൂർവ്വമായ ആധുനികതാ വിരുദ്ധ നിലപാടായിരുന്നു സുഭാസ് ചന്ദ്രബോസിന്റെ അമർഷത്തിന്റെ മുഖ്യ ഉറവിടം. ഗാന്ധിയൻ രാഷ്ട്രീയത്തെ എതിർത്തിരുന്ന ലിബറൽ ബുദ്ധിജീവികൾപോലും മഹാത്മാഗാന്ധിക്കു ലഭിച്ച കൂടിയ ഊർജ്ജസ്വലമായ ജനകീയ പിന്തുണയ്ക്കു മുന്നിൽ കൊമ്പുകുത്തി. സുഭാസ് അതേസമയം സാമ്പത്തിക സ്വയം പര്യാപ്തതയുടെ അടിസ്ഥാനത്തിലുള്ള ശാസ്ത്രീയമായ സാമൂഹ്യ വിമോചനത്തിനായി നിലപാടെടുത്തു. 1922 ലെ ബംഗാൾ യൂത്ത് കോൺഫറൻസിൽ ചെറുപ്പക്കാരനായി അംഗങ്ങളിൽ ശാസ്ത്രീയവും യുക്തിപരവുമായ ചേതന വളർത്തുന്നതിനുവേണ്ടി അദ്ദേഹം സാമ്പത്തിക പുനർ നിർമ്മാണത്തെ സംബന്ധിച്ച് മേഘനാഥ് സാഹയുടെ പ്രഭാഷണം സംഘടിപ്പിച്ചു. രാഷ്ട്രീയ ചർച്ചകളിൽ സാമ്പത്തിക പ്രശ്നത്തിന്റെ ഭൂമിക വികസിപ്പിക്കുന്നതിന് സുഭാസ് ബോധപൂർവ്വം പ്രവർത്തിച്ചു.

സുഭാസ് ചന്ദ്രബോസിനെ സംബന്ധിച്ചിടത്തോളം ഇന്ത്യ അഭിമുഖീകരിക്കുന്ന ഏറ്റവും ഗുരുതരമായ പ്രശ്നം മദ്ധ്യവർഗ്ഗ വിഭാഗത്തിന്റെ തൊഴിലില്ലായ്മയാണ്. അദ്ദേഹം എഴുതി. “രാജ്യത്തിന്റെ ഇന്നത്തെ അവസ്ഥയിൽ മദ്ധ്യവർഗ്ഗം നശിപ്പിക്കപ്പെട്ടാൽ രാഷ്ട്രം ഒന്നടങ്കം എന്നെന്നേക്കുമായും തകർന്നടിയും” (സുഭാസ് ചന്ദ്രബോസ് സമഗ്ര രചനാവലി വാല്യം 1) സുഭാസ് ചന്ദ്രബോസ് യഥാർത്ഥത്തിൽ രാഷ്ട്രീയ പ്രാമാണ്യത്തിലേക്ക് ഉയർന്നത് 1923 ൽ സി ആർ ദാസ് അദ്ധ്യക്ഷനായ കല്ക്കത്താ കോർപ്പറേഷനിൽ എക്സിക്യൂട്ടീവ് ഓഫീസറായി നിയമിക്കപ്പെട്ടതോടെ ആയിരുന്നു. സ്വരാജ് പാർട്ടിയുടെ വ്യവസ്ഥാപിത

രാഷ്ട്രീയം പ്രഥമദൃഷ്ട്യാ സുഭാസിന്റെ വിപ്ലവ മനോഭാവത്തിനു വിരുദ്ധ മായിരുന്നു. ഏതായാലും ബംഗാളിലെ വിപ്ലവ ഭീകരവാദികളുമായുള്ള ബന്ധം തുടർന്നു പോരുകയും വിപ്ലവപരമായ ഗൂഢാലോചന ആരോപി ച്ചുകൊണ്ട് സുഭാസിനെ 1924 ൽ മാണ്ട്‌ലേ ജയിലിലേക്കു നാടുകടത്ത പ്പെടുകയും ചെയ്തു.

അടിസ്ഥാനപരമായി സുഭാസ് ഒരു നഗര രാഷ്ട്രീയക്കാരനായിരുന്നു. സാധാരണക്കാരായ ഇന്ത്യൻ ബഹുജന സഞ്ചയത്തെ ചലനോന്മുഖമാ ക്കാൻ അദ്ദേഹത്തിനു കഴിഞ്ഞില്ല. സാമാന്യ ജനങ്ങളെ സംഘടിപ്പിക്കു ന്നതിനോട് അലംഭാവം പോലും അദ്ദേഹത്തിന് ഉണ്ടായിരുന്നിരിക്കണം. ജനങ്ങളെ അണിയൊരുക്കുന്നതിന് സുഭാസ് കണ്ടമാർഗ്ഗം പത്രങ്ങളിലൂ ടെയും മറ്റുമുള്ള പ്രചാരണമാണ്. ഇത് ഒരു പ്രധാനപ്പെട്ടതും അഭിലഷ ണീയവുമായ രാഷ്ട്രീയ പ്രമേയമാക്കിയാണ് അദ്ദേഹം കണ്ടിരുന്നത്. തന്റെ രാഷ്ട്രീയ ഗുരുവായ സി ആർ ദാസിനോടൊപ്പം വിദേശരാജ്യങ്ങ ളിൽ പ്രചാരണം നടത്തുന്നതിന്റെ ആവശ്യകത അദ്ദേഹം തറപ്പിച്ചു പറ ഞ്ഞു. “അമേരിക്കയിലും യൂറോപ്പിലെ എല്ലാ രാജ്യങ്ങളിലും കോൺഗ്രസ് ഏജൻസികൾ രൂപീകരിക്കണം എന്ന് അദ്ദേഹം പറഞ്ഞു. (രാജൻ സെൻ, *ദേശബന്ധു, ചിത്തരഞ്ജൻ*) പ്രചാരണത്തിൽ ഇംഗ്ലണ്ടിന്റെ സാമർ ത്ഥ്യത്തെ അദ്ദേഹം പ്രശംസിച്ചു.

സ്വാതന്ത്ര്യവും ദേശീയതയും

സുഭാസ് ചന്ദ്രബോസിന്റെ ചിന്തയുടെയും ആശയങ്ങളുടെയും ലക്ഷ്യം ജാതിയുടെയും വർഗ്ഗത്തിന്റെയും ലിംഗത്തിന്റെയും മതത്തി ന്റെയും ചായ്‌വു കൂടാതെ മുഴുവൻ ജനനതിയുടെയും ക്ഷേമജീവിതവും വികസനവും ആയിരുന്നു. സാമൂഹ്യവും സാമ്പത്തികവുമായ അടിമത്ത ത്തിൽനിന്നുമുള്ള സ്വാതന്ത്ര്യം രാഷ്ട്രീയ സ്വാതന്ത്ര്യത്തിനു മുന്നോടി യാവണമെന്ന് അദ്ദേഹം ദൃഢമായും സംശയാതീതമായും വിശ്വസിച്ചു. ജാതിയോടും മതത്തോടും വർഗ്ഗത്തോടും ലിംഗത്തോടും ചായ്‌വ് കൂടാതെ എല്ലാ ജനങ്ങളുടെയും ക്ഷേമവും വികസനവും ആയിരുന്നു. സുഭാസ് ചന്ദ്രബോസിന്റെ ചിന്തയുടെയും ആശയങ്ങളുടെയും ലക്ഷ്യം. ഇന്ത്യൻ ജനതയുടെ പ്രാഥമികമായ ആവശ്യം സാക്ഷരതയും തൊഴിലും ആണെന്ന് ബോസ് ഉറച്ചു വിശ്വസിച്ചു. ഒരു പാർട്ടിയോ അഥവാ പ്രസ്ഥാ നമോ ക്രിയാത്മകമായി വിജയപ്രദമാകണമെങ്കിൽ ശരിയായ ആസൂത്രിത പരസ്യവും പ്രചാരണവും ആവശ്യമാണ് എന്നദ്ദേഹം കരുതി. വൈദേ ശിക ഭരണസംവിധാനത്തിന്റെ തിന്മകൾ പരിഹരിക്കുന്നതിന് സോഷ്യ ലിസ്റ്റു സമ്പ്രദായത്തിൽ രാഷ്ട്രത്തെ സംഘടിപ്പിക്കേണ്ടത് ആവശ്യമാ ണെന്ന് അദ്ദേഹം വിശ്വസിച്ചു. സാമ്പത്തിക സ്വയംപര്യാപ്തത സാമൂ ഹ്യവിമോചനത്തിന് ഒരു മുന്നുപാധിയാണെന്ന് അദ്ദേഹം കരുതി. ഈ പ്രക്രിയ ഒരു സ്വപ്നമായിരുന്നു. പില്ക്കാലത്ത് ബോസ് കോൺഗ്രസ് പ്രസിഡന്റായപ്പോൾ ഒരു പ്ലാനിങ് കമ്മിഷൻ രൂപീകരിക്കുകയും ഡോ.

മേഘനാഥ് സഹയെ കമ്മിഷൻ അംഗമായി നിയമിക്കുകയും ചെയ്തു. സംഘടിതവും ആസൂത്രിതവുമായ സാമ്പത്തിക വികസനത്തിന് പഞ്ചവത്സരപദ്ധതി സമ്പ്രദായം കൊണ്ടുവരണമെന്ന് രണ്ടുപേരും വാദിച്ചു. 1938 ൽ ബോംബെയിൽ ചേർന്ന കോൺഗ്രസ് വർക്കിങ് കമ്മിറ്റി മീറ്റിങ്ങിൽ അന്നേവരെ കോൺഗ്രസ് ആദർശവല്ക്കരിച്ചിരുന്ന ഗ്രാമ സമ്പദ് വ്യവസ്ഥയുടെ സ്ഥാനത്ത് ഇന്ത്യയെ ഒരു വ്യവസായവല്കൃത രാഷ്ട്രമാക്കുന്നതിന് ആസൂത്രണം വേണമെന്ന് അതിശക്തമായി വാദിച്ചു. ആസൂത്രണത്തെ സംബന്ധിച്ച് തന്റെ സങ്കല്പം കൂടുതൽ വികസിപ്പിക്കുകയും കോൺഗ്രസിന്റെ ഹരിപുര സമ്മേളനത്തിൽ (1931) തന്റെ അദ്ധ്യക്ഷ പ്രസംഗത്തിൽ അവതരിപ്പിക്കുകയും ചെയ്തു.

സുഭാസ് ചന്ദ്രബോസ് അചഞ്ചനായ ഒരു ഇന്ത്യൻ ദേശീയ വാദിയായിരുന്നു. തന്റെ ദേശീയവാദത്തിന്റെ യുക്തിസഹമായ തുടർച്ചയെന്ന നിലയ്ക്ക് അദ്ദേഹം ഇന്ത്യയുടെ വിധിയിൽ അദമ്യമായ വിശ്വാസം വികസിപ്പിച്ചെടുത്തു. അങ്ങനെ അദ്ദേഹം ഇന്ത്യയുടെ സ്വാതന്ത്ര്യം വാസ്തവികമായ കാര്യമായും ആത്മീയ ലക്ഷ്യമായും ഏറ്റെടുത്തു. സുഭാസ് ചന്ദ്രബോസ് ഏതെങ്കിലുമൊക്കെ തത്ത്വശാസ്ത്രത്തിൽ വിശ്വസിച്ചിരുന്നില്ല. എന്നാൽ അദ്ദേഹം തന്റെ രാഷ്ട്രത്തോടും മാനവരാശിയോടുമുള്ള സ്നേഹത്താൽ പ്രചോദിതമായി രാഷ്ട്രീയത്തിലേക്ക് ആകർഷിക്കപ്പെട്ട ഒരു വിപ്ലവകാരി ആയിരുന്നു. ഇന്ത്യയെ ഒരു മാതാവെന്ന നിലയ്ക്ക് ദൈവവല്ക്കരിക്കുകയും മാതൃദേശത്തിനു വേണ്ടിയുള്ള ത്യാഗത്തെ വിലോഭനീയമാക്കുകയും ചെയ്യുക എന്നത് തന്റെ തന്ത്രപരമായ ചിന്തയുടെ പ്രധാന പ്രവണതയും അന്തിമമായ നയപരമായ അഭിലാഷവും ആയിത്തീർത്തു. ഇതാണ് മതബോധത്തിൽ അടിസ്ഥാനമായ അദ്ദേഹത്തിന്റെ ദേശീയത സങ്കല്പത്തിലേക്കു നയിച്ചത്.

ഇന്ത്യ സ്വാതന്ത്ര്യം പ്രാപിക്കുന്നതിന് വിപ്ലവകരമായ പോരാട്ടം ആവശ്യമാണെന്ന് അദ്ദേഹം ഉറച്ചു വിശ്വസിച്ചു. ഇതിന് രണ്ട് അവസ്ഥകളാണുണ്ടാവുക: ബ്രിട്ടീഷ് സാമ്രാജ്യത്വത്തിനെതിരായ ദേശീയ പ്രക്ഷോഭണത്തിന്റെ ഘട്ടങ്ങളും എല്ലാത്തരം സവിശേഷാവകാശങ്ങൾക്കും വേർതിരിവുകൾക്കും നിക്ഷിപ്ത താല്പര്യങ്ങൾക്കും എതിരായിട്ടുള്ള അന്തർവർഗ്ഗപോരാട്ടങ്ങളും. ത്യാഗത്തിലൂടെയും യുദ്ധത്തിലൂടെയും അല്ലാതെ ഒരു രാജ്യത്തിനും സ്വാതന്ത്ര്യം പ്രാപിക്കാൻ കഴിയുകയില്ലെന്ന് അദ്ദേഹം ഉറച്ചുവിശ്വസിച്ചു. ആ കണ്ടെത്തലാണ്. കോൺഗ്രസ് മുന്നോട്ടു വച്ച വ്യവസ്ഥാപിത മാർഗ്ഗങ്ങൾക്കു പകരമായി, രണോത്സുകമായ പ്രക്ഷോഭണം മുന്നോട്ടുവയ്ക്കാൻ അദ്ദേഹത്തെ പ്രേരിപ്പിച്ചത്. അദ്ദേഹത്തിന്റെ പ്രക്ഷോഭണതന്ത്രവും ഇന്ത്യയുടെ വിമോചനപ്പോരാട്ട ബലപ്രയോഗത്തിനും അക്രമത്തിനും നല്കിയ ഊന്നലും തന്റെ തന്ത്രപരമായ വീക്ഷണത്തിന് അനുഗുണമായിരുന്നു. രണ്ടാമതായി ഇന്ത്യാക്കാരുടെ എല്ലാപ്രശ്നങ്ങളും ചേർത്തുവച്ചാലും അത് ബ്രിട്ടീഷ്വാഴ്ചയെ തുറന്നറിയാൻ മതിയാവുകയില്ലെന്നും ഇന്ത്യയുടെ വിമോചന പ്രസ്ഥാനത്തിന് അനുകൂലമായ

അന്താരാഷ്ട്ര ബഹുജനാഭിപ്രായം ഉണർന്നെണീക്കേണ്ടതുണ്ടെന്നും തന്റെ സ്വന്തം അപഗ്രഥനത്തിലൂടെ അദ്ദേഹം കണ്ടെത്തി. ഇന്ത്യ അവസരോചിതമായ അന്താരാഷ്ട്ര സാഹചര്യത്തെ മുതലെടുക്കണമെന്നും ബ്രിട്ടീഷുകാരെ ഇന്ത്യയിൽനിന്നും തുരത്തി ഓടിക്കുന്നതിന് വിദേശ സഹായം കണ്ടെത്തണമെന്നും അദ്ദേഹം ആഗ്രഹിച്ചു. രണ്ടാം ലോക യുദ്ധത്തെ അത്തരം ഒരു അവസാനമായി അദ്ദേഹം കാണുകയും ഒരു സൈന്യത്തെയും ആവശ്യമായ ആയുധങ്ങളും യുദ്ധോപകരണങ്ങളും സംഘടിപ്പിക്കുകയും ബ്രിട്ടീഷ് ഭരണത്തിനെതിരെ യുദ്ധത്തിന് ഒരുങ്ങുകയും ചെയ്തു.

ഐ എൻ എ സൈന്യം നേരിടുന്ന പ്രതിസന്ധിയിൽ അനുതപിക്കുമ്പോഴും ആത്മവിശ്വാസത്തോടും ഗാംഭീര്യത്തോടും സൈന്യത്തെ ഉത്തേജിപ്പിക്കുവാൻ അദ്ദേഹത്തിനു കഴിഞ്ഞു. "ഇപ്പോൾ നിങ്ങൾക്ക് വിശപ്പും, ദാഹവും ഒറ്റപ്പെടലും നിർബ്ബന്ധിത മാർച്ചുകളും മരണവും, മാത്രമേ നല്കാൻ കഴിയൂ." എന്നാൽ എന്നെ പിന്തുടർന്നാൽ നിങ്ങളെ വിജയത്തിലേക്കും സ്വാതന്ത്ര്യത്തിലേക്കും നയിക്കും എന്നായിരുന്നു അദ്ദേഹത്തിന്റെ ആഹ്വാനം.

സ്വാതന്ത്ര്യത്തെ സംബന്ധിച്ച സങ്കല്പം

സുഭാസ് ചന്ദ്രബോസിനെ സംബന്ധിച്ചിടത്തോളം വിദേശാധിപത്യം വലിച്ചെറിയുന്നത് സ്വാതന്ത്ര്യം നേടുക എന്ന ആശയത്തിലെ അടിയന്തര കടമയാണ്. 1929 ൽ ലാഹോറിൽ വിദ്യാർത്ഥികളെ അഭിസംബോധന ചെയ്യുമ്പോഴാണ് ബോസ് ഇതുപറഞ്ഞത്. എന്നാൽ സ്വാതന്ത്ര്യം എന്ന വാക്കിന് വിവിധങ്ങളായ അർത്ഥതലങ്ങളുണ്ട്. വ്യക്തിക്കും സമൂഹത്തിനും ഉള്ള സ്വാതന്ത്ര്യം, സമ്പന്നനും ദരിദ്രനുമുള്ള സ്വാതന്ത്ര്യം, പുരുഷനും സ്ത്രീക്കും ഉള്ള സ്വാതന്ത്ര്യം എല്ലാ വ്യക്തികൾക്കും എല്ലാ വർഗ്ഗങ്ങൾക്കുമുള്ള സ്വാതന്ത്ര്യം ഈ സ്വാതന്ത്ര്യം രാഷ്ട്രീയ അടിമത്തത്തിൽ നിന്നുമുള്ള വിമോചനം മാത്രമല്ല, പിന്നെയോ സമ്പത്തിന്റെ സമമായ വിതരണം കൂടെ ഉൾക്കൊള്ളുന്നതാണ്. അതാകട്ടെ ജാതീയമായ അതിരുകളും, സാമൂഹ്യ അസമത്വവും അവസാനിപ്പിക്കുക, സാമുദായികത്വവും മതപരമായ അസഹിഷ്ണുതയും ഇല്ലായ്മ ചെയ്യുക എന്നിവയും ഉൾപ്പെടുന്നതാണ്. അതായത് ബോസിന്റെ സ്വാതന്ത്ര്യം പല അവസ്ഥകളുള്ളതാണ്. യഥാർത്ഥ സ്വാതന്ത്ര്യം നേടിയെടുക്കുന്നതിന് സോഷ്യലിസം ആവശ്യവുമാണ്.

സോഷ്യലിസത്തെ സംബന്ധിച്ച സങ്കല്പം

സോഷ്യലിസത്തിൽ വിശ്വസിക്കുന്ന ആളായിരുന്നു സുഭാസ് ചന്ദ്രബോസ്. താൻ ഒരു സോഷ്യലിസ്റ്റ് റിപ്പബ്ലിക് ഓഫ് ഇന്ത്യ ആഗ്രഹിക്കുന്നുവെന്ന് അദ്ദേഹം പ്രസ്താവിച്ചിട്ടുണ്ട്. എന്നാൽ തന്റെ സോഷ്യലിസ്റ്റു

സങ്കല്പം മറ്റുള്ളവരിൽനിന്നും വിഭിന്നമായിരുന്നു. 1931 ൽ ഭാരതീയ നവ്ജവാൻ സഭയെ അഭിസംബോധന ചെയ്ത് ബോസ് പറഞ്ഞത്.

> നാം മനുഷ്യരാശിയെ ആവേശം കൊള്ളിക്കുകയും വിവിധ സാമൂഹ്യ രാഷ്ട്രീയ ആദർശങ്ങളുടെ ഒരു താരതമ്യ അപഗ്രഥനം നടത്തുകയും ചെയ്താൽ നമ്മുടെ കൂട്ടായ ജീവിതത്തിന്റെ അടിസ്ഥാനമായ ചില പൊതു തത്ത്വങ്ങൾ കാണാൻ കഴിയും; നീതി, സമത്വം, സ്വാതന്ത്ര്യം, അച്ചടക്കം, സ്നേഹം എന്നിവയാണ് അവ. നീതിമാനും നിഷ്പക്ഷനുമാകുന്നതിന് എല്ലാപേരെയും തുല്യരായി പരിഗണിക്കണം. സാമ്പത്തികമോ രാഷ്ട്രീയമോ ആയ ഏതൊരു ബന്ധനവും മനുഷ്യരിൽനിന്നും അവരുടെ സ്വാതന്ത്ര്യത്തെ കൊള്ളയടിച്ചു കൊണ്ടുപോവുകയും വിവിധ തരത്തിലുള്ള അസമത്വങ്ങൾ ആവിർഭവിക്കുന്നതിന് ഇടയാക്കുകയും ചെയ്യും.

കല്ക്കത്ത മേയർ എന്ന നിലയിൽ ബോസിന്റെ ഉദ്ഘാടന പ്രസംഗത്തിൽ അദ്ദേഹം ദരിദ്രനാരായണൻ എന്ന സങ്കല്പത്തെ ആദ്ധ്യാത്മി

എ എൻ സി നമ്പ്യാർ, ഹെഡി ഫുലോഫമില്ലർ എ എൻ ബോസ്, എമിലി ഷെഹ്കൽ എന്നിവരോടൊപ്പം ആസ്ത്രിയയിൽ

കതയുടെ പിടിയിലാകപ്പെട്ട സോഷ്യലിസം എന്നു വിശേഷിപ്പിക്കുകയുണ്ടായി. യൂറോപ്പിലെ പ്രചാരമുള്ള രണ്ടു സിദ്ധാന്തങ്ങളായ സോഷ്യലിസത്തിന്റെയും ഫാസിസത്തിന്റെയും ഒരു സങ്കര സങ്കല്പത്തിനാണ് താൻ മുൻഗണന നല്കുന്നതെന്നും അദ്ദേഹം പറഞ്ഞു. ബോസിന്റെ വാക്കുകളിൽ നമുക്ക് ഈ നയത്തിലും അതായത് ആദ്ധ്യാത്മികതയുടെ പിടിക്കുള്ളിലായ സോഷ്യലിസം പരിപാടിയിലും ആധുനിക യൂറോപ്പിൽ സോഷ്യലിസമെന്നും ഫാസിസമെന്നും വിളിക്കപ്പെടുന്നതിന്റെ ഒരു സമ

ന്വയമാണ് ഉള്ളത്." തുടർന്ന് ബോസ്, ഇന്ത്യയിലെ സോഷ്യലിസ്റ്റു നയത്തിന്റെ ഭാഗമായിരിക്കേണ്ടുന്ന അവസ്ഥ (aspects) കളെ വിശദീകരിക്കുന്നു. നമ്മുടെ സോഷ്യലിസ്റ്റു സങ്കല്പത്തിൽ സോഷ്യലിസത്തിന്റെ അടിസ്ഥാനമായ നീതി, സമത്വം, സ്നേഹം എന്നിവയോടൊപ്പം യൂറോപ്പിൽ നിലവിലുള്ളതരത്തിൽ ഫാസിസത്തിന്റെ കാര്യക്ഷമതയും അച്ചടക്കവും ആണ് വേണ്ടത്.

ഭാവി ഇന്ത്യൻ സമൂഹത്തെ ആധുനികവല്ക്കരിക്കുന്നതിനാവശ്യമായ നയങ്ങൾക്ക് ഒരുപുതിയ സൈദ്ധാന്തിക അടിസ്ഥാനം ആവശ്യമാണെന്ന അഭിവാഞ്ഛയാണ് മുൻപു പരാമർശിച്ച പ്രസ്താവനയുടെ ഉള്ളിലുള്ളത്. ഒരു താല്ക്കാലികമായ പ്രസ്താവനയായിരുന്നെങ്കിലും ഇതിൽ രണ്ടു തലങ്ങളിലുള്ള ചിന്ത ഉണ്ടായിരുന്നു. ഈ നിർദ്ദേശത്തിന് അടിത്തറ എന്ന നിലയിൽ ഒന്നാമതായി വിവേകാനന്ദന്റെയും സി ആർ ദാസിന്റെയും ബോധനങ്ങളും ഭാവി ഇന്ത്യയെ ഒരു ഈഗാളിറ്റേറിയൻ സമൂഹമാക്കാനുള്ള നിർദ്ദേശം അടങ്ങിയിരുന്നു.

1931 ൽ കല്ക്കത്തയിൽ നടന്ന ആൾ ഇന്ത്യ ട്രേഡ് യൂണിയൻ കോൺഗ്രസ് സമ്മേളനത്തിൽ അദ്ദേഹം ഇന്ത്യക്ക് സ്വന്തം മാതൃകകളുപയോഗിച്ച് ഇന്ത്യയുടെ സ്വന്തം രൂപത്തിലുള്ള സോഷ്യലിസം ആവിഷ്കരിക്കുന്ന പ്രക്രിയയിൽ ഉൾപ്പെട്ടിരിക്കുന്ന രക്തസമ്പൂർണ്ണ സോഷ്യലിസത്തിനുവേണ്ടി പ്രവർത്തിക്കുന്നവരുടെ പേരിൽ സംസാരിക്കുകയുണ്ടായി. എന്നാൽ ഈ പ്രസംഗത്തിലുടനീളം ഒരിടത്തും കാൾമാർക്സ് ആണ് തന്റെ വിശ്വാസത്തിനാധാരം എന്നു പറയുകയോ തന്റെ മനസ്സിലുള്ള സോഷ്യലിസം ശാസ്ത്രീയ സോഷ്യലിസമാണ് എന്നുപറയുകയോ ഉണ്ടായില്ല.

സുഭാസ് ചന്ദ്രബോസ് സോഷ്യലിസത്തിൽ വിശ്വസിച്ചിരുന്നു. തനിക്ക് ആവശ്യം ഒരു സോഷ്യലിസ്റ്റ് റിപ്പബ്ലിക്കാണ് എന്ന് അദ്ദേഹം തറപ്പിച്ചു പറഞ്ഞിരുന്നു. എന്നാൽ ഇന്ത്യൻ സോഷ്യലിസം എന്ന് അദ്ദേഹം സങ്കല്പിച്ച സോഷ്യലിസം മറ്റ് എല്ലാത്തരം സോഷ്യലിസത്തിൽനിന്നും വിഭിന്നമാണ്. ലോകത്തെ വിവിധങ്ങളായ സാമൂഹ്യ രാഷ്ട്രീയ ആദർശങ്ങൾ പരിശോധിച്ചാൽ നമ്മുടെ കൂട്ടായ ജീവിതത്തിന്റെ അടിസ്ഥാനമായ ചില പൊതുതത്ത്വങ്ങൾ നമുക്കു കണ്ടെത്താനാവും. നീതി, സമത്വം, സ്വാതന്ത്ര്യം അച്ചടക്കം, സ്നേഹം എന്നിവയാണ് അവ. നീതിമാനും നിഷ്പക്ഷനും ആയിരിക്കുന്നതിന് എല്ലാ മനുഷ്യനെയും ഒന്നുപോലെ പരിഗണിക്കണമെന്ന് അദ്ദേഹം ആവശ്യപ്പെട്ടു. സാമ്പത്തികമോ രാഷ്ട്രീയമോ ആയ ഏതു തരത്തിലുള്ള കെട്ടുപാടും മനുഷ്യനിൽ നിന്നും അവന്റെ തന്ത്രത്തെ കൊള്ളയടിക്കുന്നു. ഇത് വിവിധ തരത്തിലുള്ള അസമത്വത്തിന്റെ ആവിർഭാവത്തിന് ഇടയാക്കും. സ്വാതന്ത്ര്യം അച്ചടക്ക രാഹിത്യമേ അല്ല എന്ന് സുഭാസ് ചന്ദ്രബോസ് മുന്നറിയിപ്പു നല്കുന്നു. ഇത് നിയമത്തിന്റെയും അച്ചടക്കത്തിന്റെയും ഒരു സംയോഗമാണ്. ഇത് ജീവിതത്തിന്റെ അടിസ്ഥാനമായ സ്വാതന്ത്ര്യ പോരാട്ടത്തിൽ ഒഴിച്ചു

കൂടാനാവാത്തതാണ്. ഈ മൗലിക തത്ത്വങ്ങളിൽ സ്നേഹമാണ്. ഏറ്റവും ഉന്നതമായ തത്ത്വം. ചുരുക്കത്തിൽ ബോസിനെ സംബന്ധിച്ചിടത്തോളം സോഷ്യലിസത്തിന്റെ അടിസ്ഥാനപരമായ തത്ത്വങ്ങൾ നീതി, സമത്വം സ്വാതന്ത്ര്യം, അച്ചടക്കം, സ്നേഹം എന്നിവയാണ്. മറ്റു രാജ്യങ്ങളിലെ സാമൂഹ്യ രാഷ്ട്രീയ സ്ഥാപനങ്ങളെ സ്വീകരിക്കുമ്പോൾ നമ്മുടെ രാജ്യത്തിന്റെ ചരിത്രവും പാരമ്പര്യവും മറന്നു പോകരുതെന്ന് അദ്ദേഹം ജനങ്ങളെ ഓർമ്മപ്പെടുത്തുന്നു.

സോവിയറ്റ് യൂണിയനിലെ സോഷ്യലിസം ഇന്ത്യക്ക് ഉപയുക്തമാവുകയില്ല എന്ന് ബോസ് കരുതി. ഇന്ത്യക്ക് ഉപയുക്തമാവുന്ന സോഷ്യലിസ്റ്റു തത്ത്വങ്ങൾ മാത്രം സ്വാംശീകരിച്ചു പ്രയോഗിക്കുകയാണ് വേണ്ടത്. മറ്റൊരു സ്ഥലത്ത് ബോസ് മാർക്സിസ്റ്റ് ആശയങ്ങൾ ഇന്ത്യക്ക് ഉപയോഗയോഗ്യമല്ല എന്നു പറയുകയുണ്ടായി. പാശ്ചാത്യനാട്ടിൽ നിന്നുവരുന്ന മാർക്സിസ്റ്റ് ആശയങ്ങൾ പ്രചണ്ഡമായ തിരമാലകളെപ്പോലെയാണ്. ഇന്ത്യയിലെ ചിലയാളുകൾ ഇതിനെക്കുറിച്ച് അത്ഭുത പരതന്ത്രരാവുകയും മാർക്സിസം അതിന്റെ പൂർണ്ണവും ശുദ്ധവുമായ രൂപത്തിൽ സ്വീകരിച്ചാൽ ഇന്ത്യയിൽ സന്തോഷവും ധാരാളിത്തവും പുലരുമെന്നു കരുതുന്നു.

അങ്ങനെ ഇന്ത്യയിലെ സോഷ്യലിസം വ്യവസ്ഥമായിരിക്കേണ്ടതുണ്ട്. ഈ ഘട്ടത്തിൽ തന്റെ സ്വപ്നത്തിലുള്ള സോഷ്യലിസ്റ്റു സ്റ്റേറ്റിന്റെ വിശദാംശങ്ങൾ നിർദ്ദേശിക്കുവാൻ ബുദ്ധിമുട്ടുണ്ട്. സോഷ്യലിസ്റ്റു സ്റ്റേറ്റിന്റെ പ്രധാന സവിശേഷതകളും തത്ത്വങ്ങളും അടങ്ങുന്ന രൂപരേഖ മാത്രമേ ഇപ്പോൾ നല്കാനാവു. അതിൻ പ്രകാരം ഒന്നാമത് നമുക്ക് രാഷ്ട്രീയ സ്വാതന്ത്ര്യം വേണം അതായത് സ്വതന്ത്രമായ ഭരണഘടന, ബ്രിട്ടീഷ് സാമ്രാജ്യത്വത്തിൽനിന്നുള്ള സമ്പൂർണ്ണ വിമുക്തി, ഇവയെ സംബന്ധിച്ച അവ്യക്തതയോ ഒഴിവുകഴിവോ ഉണ്ടാവരുത്. രണ്ടാമതായി നമുക്ക് പൂർണ്ണമായ സാമ്പത്തിക വിമോചനം വേണം. സാമ്പത്തിക വിമോചനം എന്നതുകൊണ്ട് ബോസ് ഉദ്ദേശിക്കുന്നത് എല്ലാവർക്കും തൊഴിൽ ചെയ്യുന്നതിനുള്ള അവകാശവും, ജീവിക്കാനുതകുന്ന തോതിലുള്ള വരുമാനവും മോചനത്തിനുള്ള അവകാശവും വേണം എന്നാണ്. അദ്ധ്വാനിച്ചുണ്ടാക്കുന്നതല്ലാത്ത വരുമാനം ഉണ്ടായിരിക്കരുത്. എല്ലാവർക്കും തുല്യമായ അവസരങ്ങളും സമ്പത്തിന്റെ നീതിയുക്തവും സമവുമായ വിതരണവും ഉണ്ടായിരിക്കണം. ഇതു സാദ്ധ്യമാവുന്നതിന് ഒരു പക്ഷേ ഉല്പാദനോപകരണങ്ങളുടെയും സാമ്പത്തിക വിതരണത്തിന്റെയും നിയന്ത്രണം ട്രസ്റ്റ് ഏറ്റെടുക്കുക എന്നത് ആവശ്യമായി വന്നേക്കാം. സാമ്പത്തിക സമത്വത്തിനു പുറമേ സോഷ്യലിസത്തിന്റെ മൂന്നാമത്തെ അവശ്യ സവിശേഷതയായ സമ്പൂർണ്ണമായ സാമൂഹ്യ സമത്വവും ഉണ്ടായിരിക്കേണ്ടതുണ്ട്. സാമൂഹ്യ സമത്വമെന്നാൽ സമൂഹത്തിൽ ജാതികളും, അടിച്ചമർത്തപ്പെട്ട വിഭാഗങ്ങളും ഉണ്ടായിക്കൂടാ. എന്നാൽ എല്ലാവർക്കും സമൂഹത്തിൽ ഒരേ അവകാശങ്ങളും ഒരേപദവിയും ഉണ്ടായിരി

ക്കണം. ജാതിപരമായ ശ്രേണി ഇല്ലാതാക്കാൻ കഴിയുമെന്ന് ബോസ് വിശ്വസിക്കുകയും, സാമൂഹ്യപദവിയിലും നിയമത്തിലും സ്ത്രീകളുടെ സമത്വത്തെ അദ്ദേഹം പിന്തുണയ്ക്കുകയും ചെയ്തു. സ്ത്രീ എപ്പോഴും പുരുഷന്റെ തുല്യപങ്കാളി ആയിരിക്കണം. സോഷ്യലിസത്തെ സംബ ന്ധിച്ച് ബോസ് ഒരേസമയം ബാലിശമായ നിലപാടും ശാസ്ത്രീയ കാഴ്ച പ്പാടും കൊണ്ടുനടന്നുവെന്നാണ് അദ്ദേഹത്തിന്റെ സോഷ്യലിസ്റ്റു ചിന്ത പൂർണ്ണമായി പരിശോധിക്കുമ്പോൾ കാണുന്നത്.

സോഷ്യലിസം നിലവിൽ വരുന്നതിന് ഒരുതരത്തിലുള്ള സാമൂഹ്യ വിപ്ലവം അനിവാര്യമാണെന്ന് ബോസ് കരുതി എന്നാൽ അതേസമയം വിപ്ലവത്തിനും പരിവർത്തനത്തിനും ഇടയിൽ അദ്ദേഹം ആടിക്കളിച്ചു. പരിവർത്തനവും വിപ്ലവവും തമ്മിൽ മൗലികമായ വ്യത്യാസമൊന്നും ഇല്ലെന്നും താരതമ്യേന ഹ്രസ്വമായ കാലയളവിൽ ഉണ്ടാവുന്ന പരിവർത്ത നമാണ് വിപ്ലവം എന്നും വളരെക്കാലം കൊണ്ട് ഉണ്ടാവുന്ന വിപ്ലവമാണ് പരിവർത്തനം എന്നും അദ്ദേഹം നിർവ്വചിച്ചു.

ഇന്ത്യയുടെ കുതിച്ചുയരുന്ന തൊഴിലാല്ലായ്മയും തുളഞ്ഞിറങ്ങുന്ന ദാരിദ്ര്യവും കേന്ദ്രീകൃത പ്ലാനിങ്ങിലൂടെയല്ലാതെ പരിഹരിക്കപ്പെടുകയി ല്ലെന്ന് അദ്ദേഹം വിശ്വസിച്ചു. കോൺഗ്രസ് സംഘടനയെ പ്ലാനിങ് അനു കൂലമാക്കാൻ അദ്ദേഹം പരിശ്രമിക്കുകയും ചെയ്തു. കോൺഗ്രസിൽ ഒരു ദേശീയ ആസൂത്രണസമിതി (National Planning Committee) രൂപീ കരിക്കുന്നതിന് അദ്ദേഹം നേതൃത്വം നല്കുകയും 1938 ഡിസംബർ 17 ന് ആ കമ്മിറ്റി നിലവിൽ വരുകയും ചെയ്തു. വളരെ ബോധപൂർവ്വമായി തന്നെ പാർട്ടി ജവാഹർലാൽ നെഹ്റുവിനെ നാഷണൽ പ്ലാനിങ് കമ്മിറ്റി ചെയർമാനായി നിയമിക്കുകയുംചെയ്തു.

സുഭാസ് ചന്ദ്രബോസും ഇന്ത്യയിലെ ഇടതുപക്ഷ ഏകീകരണവും

ബ്രിട്ടീഷ് കൊളോണിയൽ നുകത്തിൻകീഴിൽനിന്നും ഇന്ത്യയെ വിമോചിപ്പിക്കുന്നതിനുള്ള സമരത്തിൽ ഉല്പതിഷ്ണുത്വത്തിന്റെയും ഇടതുപക്ഷത്വത്തിന്റെയും മൂർത്തിമദ്ഭാവമായിരുന്നു സുഭാസ് ചന്ദ്രബോസ് യുവാക്കൾക്കും തൊഴിലാളികൾക്കും കർഷകർക്കും ഇന്ത്യൻ സ്വാതന്ത്ര്യസമരത്തിൽ കേന്ദ്ര പങ്കുണ്ടെന്ന് ആദ്യം മനസ്സിലാക്കിയ നേതാവായിരുന്ന അദ്ദേഹം ബ്രിട്ടീഷ് ഭരണാധികാരികളിൽനിന്നും അധികാരം പിടിച്ചെടുക്കുന്നതിന് ബഹുജന സജ്ജീകരണത്തിന്റെയും ബഹുജനപ്രചാരണത്തിന്റെയും ബഹുജനവിപ്ലവത്തിന്റെയും ചരിത്രപരമായ അനിവാര്യത മറ്റാരേയുംകാൾ മനസ്സിലാക്കിയിരുന്ന നേതാവായിരുന്ന അദ്ദേഹം. അദ്ദേഹത്തിന്റെ ഹൃദയം എല്ലായ്പ്പോഴും അവശജനതതിയോടൊപ്പമായിരുന്നു. അവരുടെ വിമോചനത്തിന് അദ്ദേഹം ഭൂപരിഷ്കരണവും ദേശീയ ആസൂത്രണവും ശുപാർശചെയ്തു.

ഭീകരവാദത്തെ എതിർത്തിരുന്നുവെങ്കിലും ബോസിന് വിപ്ലവകാരികളുടെ സമർപ്പണത്തോടും ത്യാഗത്തോടും ആദരവുണ്ടായിരുന്നു. വിപ്ലവകാരികളിൽ പലരേയും അദ്ദേഹത്തിന് വ്യക്തിപരമായി അറിയാമായിരുന്നു. ഗവൺമെന്റിന്റെ സംശയം അദ്ദേഹത്തിന്റെ നേർക്കുതിരിഞ്ഞത് സ്വാഭാവികമായിരുന്നു: ബ്രിട്ടീഷുകാർക്ക് അദ്ദേഹത്തോടു വിദ്വേഷമുണ്ടായിരുന്നു. 1924 ഒക്ടോബറിൽ അറസ്റ്റു ചെയ്യപ്പെട്ട ബോസിനെ 1925 മുതൽ 27 വരെ ബർമ്മയിലെ മാണ്ട്ലേയിൽ തടവിൽ പാർപ്പിച്ചത് ബോസിന്റെ ജീവിതത്തിൽ ഒരു വഴിത്തിരിവായി. മാണ്ട്ലേയിൽ വച്ചാണ് യുവാക്കളെയും തൊഴിലാളികളെയും കർഷകരെയും സംഘടിപ്പിക്കുന്നതിനും കോൺഗ്രസിൽ ഇവരുടേതായ ഒരു ഗ്രൂപ്പ് കെട്ടിപ്പടുക്കുന്നതിനുള്ള തന്റെ പുതിയ പരിപാടി ആവിഷ്കരിച്ചത്.

ബോസ് ആൾ ബംഗാൾ സ്റ്റുഡന്റ്സ് അസോസിയേഷനും ആൾ ബംഗാൾ യൂത്ത് അസോസിയേഷനും രൂപീകരിക്കുന്നത് 1928 ലാണ്. അതേവർഷം തന്നെ അദ്ദേഹം ജവാഹർലാൽ നെഹ്റുവിനോടും ശ്രീനിവാസ അയ്യങ്കാരോടും മറ്റു ഉല്പതിഷ്ണുക്കളോടും ചേർന്ന് കോൺഗ്രസിനുള്ളിൽ ഒരു ഇടതുവിഭാഗമെന്ന നിലയിൽ ഇന്ത്യൻ ഇന്റിപ്പെന്റഡൻസ് ലീഗ് സ്ഥാപിച്ചു. ലീഗ് ഇന്ത്യക്ക് പൂർണ്ണ സ്വാതന്ത്ര്യം ആവശ്യപ്പെടുകയും കോൺഗ്രസിന്റെ കല്ക്കത്താ സമ്മേളനത്തിൽ ബ്രിട്ടനുമായി എല്ലാ ബന്ധവും അവസാനിപ്പിക്കണമെന്നും, സമയപരിധിവച്ചുകൊണ്ട്, ബ്രിട്ടീഷ് ഗവൺമെന്റിന് അന്ത്യശാസനം നല്കണമെന്നും ഉള്ള ഒരു ഭേദഗതി അവതരിപ്പിച്ചു. ഭേദഗതി നിർദ്ദേശം പരാജയപ്പെട്ടുവെങ്കിലും തൊട്ടടുത്ത ലാഹോർ സമ്മേളനത്തിൽ കോൺഗ്രസ് ഔദ്യോഗിക പ്രമേയം പൂർണ്ണസ്വാതന്ത്ര്യം അവകാശപ്പെട്ടുവെന്നത് ഇടതു പക്ഷത്തിന്റെ വിജയമായിരുന്നു. എന്നാൽ ഇന്ത്യൻ ഇന്റിപ്പെന്റൻസ് ലീഗ് അധികനാൾ നീണ്ടുനിന്നില്ല. ജവാഹർലാൽ നെഹ്റു ഗാന്ധിജിയുടെ പക്ഷം ചേർന്നു. കോൺഗ്രസ് ഹൈക്കമാൻന്റിന്റെ പെരുമാറ്റത്തിൽ മടുപ്പുതോന്നി ശ്രീനിവാസഅയ്യങ്കാർ രാഷ്ട്രീയത്തിൽനിന്നും വിരമിച്ചു. ബോസ് ആ സമയത്ത്, ഭീമാകാരമായ എതിർപ്പ് ഒറ്റയ്ക്കു നേരിടുവാൻ വേണ്ടി ശക്തനായിരുന്നില്ല.

1939 ൽ കോൺഗ്രസ് വാർഷിക സമ്മേളനത്തിന് എത്തിച്ചേരുന്നു

1934 ൽ രൂപീകരിച്ച കോൺഗ്രസ് സോഷ്യലിസ്റ്റു പാർട്ടിയുടെ മുന്നോടിയായിരുന്ന ഇന്ത്യൻ ഇന്റിപ്പെന്റൻസ് ലീഗ്. കോൺഗ്രസ് സോഷ്യലിസ്റ്റുപാർട്ടി ഔദ്യോഗിക നേതൃത്വത്തിന്റെ പാലും വെള്ളവും നയത്തോ

ടുള്ള അതൃപ്തി പ്രകടിപ്പിച്ചു. അത് റിപ്പബ്ലിക്കനിസം, ജനാധിപത്യം, സോഷ്യലിസം എന്നിവയ്ക്ക് ഊന്നൽ നല്കുകയും ഉല്പാദന വിതരണ മാർഗ്ഗത്തിന്റെ സ്റ്റേറ്റ് ഉടമസ്ഥത, ജാതിയുടെയോ വർഗ്ഗത്തിന്റെയോ സമ്പത്തിന്റെയോ അടിസ്ഥാനത്തിലുള്ള ഏതു തരത്തിലെയും അസമത്വവും അവസാനിപ്പിക്കണമെന്ന് ആവശ്യപ്പെടുകയും ചെയ്തു. അടിയന്തരമായി സമാന്തര ഗവൺമെന്റ് രൂപീകരിക്കണം എന്നാവശ്യപ്പെടുന്ന പ്രമേയം സുഭാസ് ലാഹോർ കോൺഗ്രസ് സമ്മേളനത്തിൽ അവതരിപ്പിച്ചു. ഇത് അദ്ദേഹത്തെ രാജ്യത്തെമ്പാടുമുള്ള യുവാക്കളുടെ ഇടയിൽ പ്രശസ്തനാക്കി.

കോൺഗ്രസ് ഹൈക്കമാൻഡ് ബോസിനെ അസംതൃപ്തനും കലാപകാരിയും എന്നു കണക്കാക്കി. ആദ്യം അവർ അദ്ദേഹത്തെ കോൺഗ്രസ് ജനറൽ സെക്രട്ടറി സ്ഥാനത്തുനിന്നും പിന്നെ പ്രവൃർത്തക സമിതിയിൽനിന്നും ഒഴിവാക്കി. എന്നാൽ ഇടതുപക്ഷം അദ്ദേഹത്തിന്റെ വിട്ടുവീഴ്ചയില്ലായ്മയും വിപ്ലവസ്വഭാവവും ദൃഢമാവുന്നതിനു മാത്രമേ ഉപകരിച്ചുള്ളൂ. ഇതുവീണ്ടും യുവാക്കളെയും കർഷകരെയും തൊഴിലാളികളെയും തന്റെ പക്ഷത്തേക്കു കൊണ്ടുവരാൻ സഹായകമായി. ഇപ്പോൾ മുതല്ക്ക് സുഭാസ് ചന്ദ്രബോസിന്റെ വ്യക്തിത്വം ഇന്ത്യൻ സ്വാതന്ത്ര്യസമരത്തിന്റെ മുന്നണിയിൽ ശക്തമായി ആവിർഭവിച്ചു. ദേശീയ നിലവാരത്തിൽ യുവാക്കളെയും വിദ്യാർത്ഥികളെയും സംഘടിപ്പിക്കുകയും അവർക്ക് ഊർജ്ജസ്വലമായ നേതൃത്വം നല്കുകയും ചെയ്തു. ഉറച്ച അടിസ്ഥാനത്തിൽ ട്രേഡ് യൂണിയനുകൾ പടുത്തുയർത്തുകൊണ്ട് വ്യവസായതൊഴിലാളികളുടെ പിന്തുണ അദ്ദേഹം സമാഹരിച്ചു. വൈദേശിക വാഴ്ചയുമായി ഏറ്റുമുട്ടുന്നതിന് അക്ഷമരായിക്കൊണ്ടിരുന്ന രാജ്യത്തെ ഇടതുപക്ഷത്തിന് പൊതുവിൽ നേതൃത്വം നല്കി. (എസ് എ അയ്യർ, *സെലക്ടഡ് സ്പീച്ചസ് ഓഫ് സുഭാസ് ചന്ദ്രബോസ്,* 1964 പേജ് 16) സുഭാസിനെ തൊഴിലാളികളുമായി യോജിപ്പിച്ചത് അവർക്ക് അദ്ദേഹത്തോടുള്ള വൈകാരികമായ ബന്ധമായിരുന്നു തൊഴിലാളിവർഗ്ഗം തുടക്കത്തിൽ വർഗ്ഗബോധത്തെക്കാളേറെ ദേശീയബോധമുള്ളവരായിരുന്നു. സുഭാസിന്റെ കടുത്ത ദേശീയവീക്ഷണവും ഗാന്ധിയുടെ പാലും വെള്ളവും ദേശീയതയോടുള്ള കടുത്തവിമർശനവും തൊഴിലാളികളെ ബോസിന്റെ മാസ്മരികതയിൻ കീഴിലാക്കി. 1931 ബോസ് ട്രേഡ് യൂണിയൻ കോൺഗ്രസിന്റെ പ്രസിഡന്റായി തിരഞ്ഞെടുക്കപ്പെട്ടു.

കോൺഗ്രസ് തൊഴിലാളി പ്രസ്ഥാനവുമായി ക്രിയാത്മകമായി സഹവസിക്കണമെന്ന് ബോസ് ആവശ്യപ്പെട്ടു. അദ്ദേഹത്തിന്റെ വാക്കുകളിൽ തൊഴിലാളികളെയും കർഷകരെയും അധഃകൃതവർഗ്ഗങ്ങളെയും യുവാക്കളെയും വിദ്യാർത്ഥികളെയും സ്ത്രീജനങ്ങളെയും സംഘടിപ്പിക്കുന്നതിൽ നാം വിജയിക്കുകയാണെങ്കിൽ നമ്മുടെ രാഷ്ട്രീയ വിമോചനം നേടുന്നതിന് ശക്തിയുള്ള പ്രസ്ഥാനമായി ഇന്ത്യൻ നാഷണൽ കോൺഗ്രസിനെ ആക്കിത്തീർക്കുന്നതിന് പ്രാപ്തിയുള്ള ഒരു ശക്തിയെ രാജ്യത്ത്

ഉണർത്തിയെടുക്കാൻ നമുക്കു കഴിയും അതുകൊണ്ട്, ഇന്ത്യൻ നാഷണൽ കോൺഗ്രസ് ഫലപ്രദമായി പ്രവർത്തിക്കണമെന്ന് നിങ്ങൾക്കാവശ്യമുണ്ടെങ്കിൽ നിങ്ങൾ അതേസമയം തന്നെ സഖ്യപ്രസ്ഥാനങ്ങളെയും പ്രോത്സാഹിപ്പിക്കേണ്ടതുണ്ട് (എസ് എ അയ്യർ പേജ്53)

1933 സുഭാസ് ചന്ദ്രബോസ് ചികിത്സയ്ക്കായി യൂറോപ്പിലേക്കു പോയി. വിവിധ യൂറോപ്യൻ രാജ്യങ്ങൾ സന്ദർശിക്കണമെന്നും പ്രശസ്ത വ്യക്തികളെ കാണണമെന്നും വിവിധ യൂറോപ്യൻ രാഷ്ട്രങ്ങളുടെ ഭരണ കൂടഘടന പഠിക്കണമെന്നും അദ്ദേഹത്തിന് ഉദ്ദേശമുണ്ടായിരുന്നു. ഇന്ത്യൻ സ്വാതന്ത്ര്യസമരത്തോടുള്ള സമീപനം എന്താണെന്ന് ഉറപ്പാക്കുന്നതിന് ബോസ് നാസി നേതാക്കളുമായും ഫാസിസ്റ്റു നേതാക്കളുമായും സംസാരിച്ചു. മുസോളിനിയുമായുള്ള തുടർച്ച ബോസിനെ സംബന്ധിച്ചിടത്തോളം തൃപ്തികരമായിരുന്നു. എന്നാൽ അദ്ദേഹത്തിന് ഹിറ്റ്ലറെ കാണാൻ കഴിഞ്ഞില്ല.

ഇന്ത്യൻ ഇന്റിപ്പെന്റൻസ് ലീഗും ഐ എൻ എയും

സുഭാസ് ചന്ദ്രബോസിന്റെ ഫോർവേഡ് ബ്ലോക്കും തങ്ങളോടുള്ള എതിർപ്പിന്റെ ശക്തമായ ഉപകരണമായി മാറുന്നുവെന്നു ബോദ്ധ്യമായ ബ്രിട്ടീഷ് ഭരണാധികാരികൾ 1940 ജൂലൈയിൽ അദ്ദേഹത്തേയും തന്റെ നൂറുകണക്കിന് സഹപ്രവർത്തകരെയും അറസ്റ്റുചെയ്തു. കല്ക്കത്തയിലെ പ്രസിഡൻസി ജയിലിലായിരുന്നു അദ്ദേഹത്തെ തടവിൽ പാർപ്പിച്ചത്. ഇത് അദ്ദേഹത്തിന്റെ പതിനൊന്നാമതു ജയിൽശിക്ഷയായിരുന്നു. എന്നാൽ വെറുതെ തടവിൽ കഴിച്ചുകൂട്ടാൽ ബോസ് തയ്യാറായിരുന്നില്ല. ഇത് ബ്രിട്ടീഷ് നുകത്തിൽനിന്നും മോചനം നേടാൻ ജീവിതത്തിൽ ലഭിക്കുന്ന ഒരേയൊരു അവസരമാണെന്ന് ബോസ് കരുതി. 1940 നവംബർ അവസാനം, അദ്ദേഹം തന്നെ ജയിലിൽ നിന്നു മോചിപ്പിക്കണമെന്നും അല്ലാത്തപക്ഷം താൻ ജയിലിൽ അനിശ്ചിതകാലനിരാഹാരസമരം നടത്തുമെന്നും ബ്രിട്ടീഷ് ഇന്ത്യൻ ഗവൺമെന്റിന് അന്ത്യശാസന നല്കി. 1940 നവംബർ 24 ന് നിരാഹാരസത്യഗ്രഹം ആരംഭിച്ചു. 1940 ഡിസംബർ 5 ന് ആരോഗ്യം തകർന്ന നിലയിൽ ബോസിനെ ജയിലിൽനിന്നും മോചിപ്പിച്ചു. എന്നാൽ തുടർന്ന് അവർ അദ്ദേഹത്തെ തന്റെ കല്ക്കത്തയിലെ വസതിയിൽ വീട്ടുതടങ്കലിലാക്കി.

1940 ഡിസംബർ അവസാനത്തോടെ ഇന്ത്യ വിടാൻ ബോസ് തീരുമാനമെടുത്തു. അതിനുള്ള തയ്യാറെടുപ്പുകൾ അതീവ രഹസ്യമായി തയ്യാറാക്കപ്പെട്ടു. 1941 ജനുവരി 16 ന് രാത്രി അദ്ദേഹം യാത്രയാരംഭിച്ചു. ഒരു ഗ്രാമീണ മുസ്ലീമിന്റെ വേഷത്തിൽ, അനന്തിരവൻ ശിശിർ കുമാർ ബോസിന്റെ അകമ്പടിയിൽ അദ്ദേഹം ഒരു കാറിൽ വീടുവിട്ടു. ഗോമോയിൽ നിന്നും ഉത്തരേന്ത്യയിലേക്ക് അദ്ദേഹം ട്രെയിൻ യാത്രയാരംഭിച്ചു.

അവസാനമായി ബോസ് പറഞ്ഞു. 'ഞാൻ ദൂരേക്ക്. നീ മടങ്ങിപ്പോവുക.'

ബോസിന്റെ വിക്ഷോഭകരമായ രക്ഷപ്പെടൽ ബ്രിട്ടീഷുകാർ ജനുവരി 26 ന് മാത്രമാണറിഞ്ഞത്. അദ്ദേഹത്തെ തേടി പൊലീസ് പരക്കം പാഞ്ഞു. പലതരം കിംവദന്തികളും പ്രചരിച്ചു. ബോസ് സന്ന്യാസം സ്വീകരിച്ചുവെന്നും വാർത്ത പരന്നു. ഒരുവർഷത്തിലേറെ നിഗൂഢത നിലനിന്നു. നിഗൂഢത പൊളിഞ്ഞു വീണത് 1942 ഫെബ്രുവരി 19 നാണ് അന്ന് ബർട്ടിനിലെ ആസാദി ഹിന്ദ് റേഡിയോവിലൂടെ അദ്ദേഹത്തിന്റെ ശബ്ദം ലോകമെങ്ങും മുഴങ്ങികേട്ടു.

ബോസിന്റെ ബർലിൻ യാത്രയെക്കുറിച്ചു പിന്നീടാണതറിയുന്നത്. അതിങ്ങനെയാണ്. 1941 ജനുവരി 19 ന് ബോസ് പെഷവാറിൽ തീവണ്ടിയിറങ്ങി. ഇൻഷുറൻസ് ഏജന്റായ മൗലവിസിയാവുദ്ദീൻ ആണ് താൻ എന്നാണ് ബോസ് തന്റെ ഐഡന്റിഡിറ്റി വെളിപ്പെടുത്തിയത്. പെഷവാറിൽനിന്നും ദേവ്ഗിരിയിലേക്കും അവിടെനിന്ന് അബാദ് ഖാന്റെ വീട്ടിലേക്കും പോയി. പിന്നീട് ഭഗത് രാം തൽവറോടൊപ്പം കാബൂളിലെത്തി കാബൂളിൽ ഒരു റേഡിയോ ഡീലറായ ഉന്നംചന്ദിന്റെ വീട്ടിൽ രണ്ടുമാസത്തോളം ആകാംക്ഷാഭരിതനായി കഴിച്ചുകൂട്ടി. മോസ്കോവിലെത്താനാണ് ബോസ് ഉദ്ദേശിച്ചിരുന്നത്. എന്നാൽ റഷ്യൻ എംബസിയെ ബന്ധപ്പെടാൻ നടത്തിയ ശ്രമങ്ങൾ പരാജയപ്പെടുകയാണുണ്ടായത്. ജർമ്മൻ എംബസിയും വലിയ താല്പര്യം പ്രകടിപ്പിച്ചില്ല. എന്നാൽ, ആൽബർട്ടോ ക്വറോയി എന്ന ഇറ്റാലിയൻ നയതന്ത്രഉദ്യോഗസ്ഥൻ അദ്ദേഹത്തെ സഹായിക്കാൻ മുന്നോട്ടു വന്നു. അദ്ദേഹത്തിന്റെ സഹായത്താൽ ബോസ് മോസ്കോ വഴി ബർലിനിൽ എത്തിച്ചേർന്നു. ജർമ്മനിയിൽ എത്തിച്ചേർന്നതോടെ ബോസ് ബ്രിട്ടീഷ് നിയന്ത്രണത്തിൽനിന്നും രക്ഷപ്പെട്ടു.

എന്നാൽ ബ്രിട്ടീഷുകാരെ നേരിടുന്നതിനും ഒരു സൈനിക വിപ്ലവം നടത്തുന്നതിനും ഇതുമാത്രം പേരായിരുന്നു. ആരംഭത്തിൽ ജർമ്മൻ വിദേശ കാര്യാലയം ബോസിനെ സംബന്ധിച്ചു താല്പര്യം കാട്ടിയില്ല. രണ്ടു മാസത്തിനിടെ കാര്യങ്ങൾ വ്യത്യാസപ്പെട്ടു ജർമ്മൻ വിദേശ കാര്യാലയത്തിലെ ആദം വോൺ ട്രോട്ടിസിന് ചന്ദ്രബോസിന്റെ പ്രവർത്തനങ്ങളോടു പ്രത്യേക താല്പര്യം ജനിച്ചു. അദ്ദേഹം ജർമ്മൻ വിദേശകാര്യ മന്ത്രി റിബ്ബൻ ട്രോപിനെ കാര്യങ്ങൾ ബോദ്ധ്യപ്പെടുത്തി ബോസിന്റെ പ്രചാരണ പ്രവർത്തനത്തിനുള്ള സഹായം ലഭ്യമാക്കി. അങ്ങനെ അദ്ദേഹത്തിന് സ്വതന്ത്രമായ ഇന്ത്യ സെന്റർ സ്ഥാപിക്കുവാനും ബ്രിട്ടണെതിരായ ശക്തമായ പ്രചാരണം നടത്തുവാനും കഴിഞ്ഞു. ഗാന്ധി ക്വിറ്റിന്ത്യാ സമരത്തിന് ആഹ്വാനം നല്കിയപ്പോൾ ജനങ്ങളോടും നേതാക്കളോടും ബ്രിട്ടനെ ഇന്ത്യയിൽനിന്നും പുറത്താക്കുവാൻ അവർക്കെതിരായി ഏത് അളവുവരെയും പോകുവാൻ ബോസ് ജർമ്മനിയിൽനിന്നുമുള്ള റേഡിയോ പ്രഭാഷണത്തിലൂടെ ആവശ്യപ്പെട്ടു.

എന്നാൽ പ്രഭാഷണം കൊണ്ടുമാത്രം തൃപ്തിപ്പെടാൻ ബോസിന് കഴിഞ്ഞില്ല. ഇന്ത്യയിൽ നടക്കുന്ന സമരത്തിനു ശക്തി പകരുന്നതിനു വേണ്ടി ഒരു ദേശീയ സൈന്യം രൂപീകരിക്കുന്നതിന് അദ്ദേഹം സഹായം നേടി. ജർമ്മനിയിലും ഇറ്റലിയിലുമുള്ള ഇന്ത്യൻ തടവുകാരിൽനിന്നും ആസാദ് ഹിന്ദ് ഹൗജ് (Azad Hind faz) രൂപീകരിക്കുന്നതിനുള്ള കരാറിലേർപ്പെടാൻ ജർമ്മനിയെ അനുനയിപ്പിക്കുവാൻ അദ്ദേഹത്തിനു കഴിഞ്ഞു. അങ്ങനെ ജർമ്മനിയുടെ പരിശീലനമുള്ള ഒരു ഇന്ത്യൻ സൈന്യം രൂപീകരിക്കുന്നതിൽ അദ്ദേഹം വിജയിച്ചു. ജർമ്മനിയിൽ വച്ചായിരുന്നു സുഭാസ് ചന്ദ്രബോസിന് നേതാജി എന്ന വിശേഷണ നാമം ലഭിച്ചത്. ഇന്ത്യൻ സേനയിലെ ഓഫീസർമാരും, ഭടന്മാരും ബോസിനെ നേതാജി എന്നു സംബോധന ചെയ്തു. ജർമ്മനിയിൽനിന്നും സഹായം നേടിയെ

ഗാന്ധി, ജവഹർലാൽ, പട്ടേൽ എന്നിവരോടൊപ്പം ബോസ്
(51-ാം കോൺഗ്രസ് സമ്മേളനത്തിൽ)

ങ്കിലും അദ്ദേഹം എപ്പോഴും തന്റെ പ്രവർത്തന സ്വാതന്ത്ര്യം നിലനിർത്തി. ഫ്രീ ഇന്ത്യൻ സെന്റർ തന്റെ മാത്രം നിർദ്ദേശമനുസരിച്ചു സ്വാതന്ത്ര്യസമരം മുന്നോട്ടു കൊണ്ടുപോകുന്നതിനായി പ്രവർത്തിക്കുന്നതായിരിക്കണമെന്ന് അദ്ദേഹം എപ്പോഴും ഉറപ്പുവരുത്തി.

ഫ്രീ ഇന്ത്യാ സെന്റർ സ്ഥാപിക്കുന്നിതിലും ശക്തമായൊരു ഇന്ത്യൻ സേന രൂപീകരിക്കുന്നതിലും വിജയം വരിച്ചുവെങ്കിലും, ജർമ്മനിയിൽ ദീർഘകാലം താമസിക്കുന്നത് ഇന്ത്യ വിടുമ്പോളുള്ള വിദേശത്തു നിന്ന് സായുധസമരം നടത്തുകയെന്ന ലക്ഷ്യം സാക്ഷാൽക്കരിക്കുന്നതിനുപയുക്തമല്ല എന്ന് 1943 അവസാനത്തോടെ ബോസിനു ബോദ്ധ്യമായി. ഹിറ്റ്ല

റുടെ റഷ്യനാക്രണമവും തുടർന്നുള്ള പിൻവാങ്ങലും രണ്ടാം ലോകയുദ്ധത്തിന്റെ ഗതിയിൽ മാറ്റം വരുത്തി. ഇന്ത്യൻ പൊതുജനങ്ങളുടെ മനസ്സിൽ ഈ ആക്രമണം ഉളവാക്കിയ ഫലത്തെ നിർവ്വീര്യമാക്കുന്നതിന് ഇന്ത്യൻ സ്വാതന്ത്ര്യ പ്രശ്നത്തിൽ ആക്സിസ് ശക്തികളുടെ ഭാഗത്തുനിന്നും സുനിശ്ചിതമായ ഒരു നയപ്രഖ്യാപനം വേണമെന്ന് ബോസ് നിർബ്ബന്ധം പിടിച്ചു. മുസോളിനിയെ ഇക്കാര്യം ബോദ്ധ്യപ്പെടുത്താൻ കഴിഞ്ഞുവെങ്കിലും ഇത്തരമൊരു പ്രഖ്യാപനത്തെ ഹിറ്റ്ലർ അനുകൂലിച്ചില്ല. ഇന്ത്യ ജർമ്മനിയിൽനിന്നും വളരെ അകലെയുള്ള ഒരു രാജ്യമെന്ന നിലയിൽ അത്തരമൊരു പ്രഖ്യാപനം അകാലികവും അർത്ഥശൂന്യവുമാണെന്ന് ഹിറ്റ്ലർ കരുതി. ബോസ് ഹിറ്റ്ലർ കൂടിക്കാഴ്ചയിലും ഇക്കാര്യത്തിൽ ഒരു ഫലവുമുണ്ടാക്കാൻ കഴിഞ്ഞില്ല. അതുകൊണ്ട്, തന്റെ മാതൃരാജ്യത്തിനു സമീപമുള്ള ഏതെങ്കിലുമൊരു രാജ്യത്തു പോകാനും അവിടെനിന്നും വിമോചനപ്പോരാട്ടം നടത്തുവാനും ബോസ് തീരുമാനിച്ചു.

ഇതിനിടെ 1941 ഡിസംബറിൽ ജപ്പാൻ ആക്സിസ് ശക്തികളോടൊപ്പം ബ്രിട്ടനും കൂട്ടാളികൾക്കുമെതിരെ യുദ്ധത്തിൽ ചേർന്നിരുന്നു. അത് ബ്രിട്ടനെതിരെ നിരവധി വിജയങ്ങൾ കൈവരിക്കുകയും ദക്ഷിണ പൂർവ്വേഷ്യ മുഴുവനും കൈയടക്കുകയും ഇന്ത്യയുടെ വടക്കു കിഴക്കനതിർത്തിയിൽ ബ്രിട്ടീഷ് ഇന്ത്യയുടെ മൂക്കിനു താഴെവരെ എത്തുകയും ചെയ്തിരുന്നു.

1942 ജൂണിൽ ജപ്പാനിൽ താമസമുറപ്പിച്ചിരുന്ന പ്രശസ്ത ഇന്ത്യൻ വിപ്ലവകാരി റാഷ് ബിഹാരി ബോസ് പൂർവ്വേഷ്യയുടെ വിവിധ ഭാഗങ്ങളിൽ താമസിച്ചിരുന്ന ഇന്ത്യാക്കാരുടെ പ്രതിനിധികളെ ബാങ്കോക്കിൽ വിളിച്ചുകൂട്ടി. ഇന്ത്യൻ സ്വാതന്ത്ര്യപ്രസ്ഥാനത്തിന്റെ നേതൃത്വമേറ്റെടുക്കുവാൻ ജർമ്മനിൽനിന്നും ദക്ഷിണപൂർവ്വേഷ്യയിൽ എത്തിച്ചേരണമെന്ന് സമ്മേളനം സുഭാസ് ചന്ദ്ര ബോസിനോടഭ്യർത്ഥിച്ചു. ഇതിനിടെ സ്വാതന്ത്ര്യ പ്രസ്ഥാനത്തിന്റെ പ്രാരംഭപ്രവർത്തനങ്ങൾ അവിടെ ചെയ്തിരുന്നു. ഒരു ഇന്ത്യൻ ഇന്റിപ്പെന്റൻസ് ലീഗും ക്യാപ്റ്റൻ മോഹൻ സിങ്ങിന്റെ കീഴിൽ ഇന്ത്യൻ നാഷണൽ ആർമിയും രൂപീകരിക്കപ്പെട്ടിരുന്നു. ബോസ് ആദ്യമായി ജനറൽ ഓഷിമയെ ബന്ധപ്പെട്ട് ജപ്പാനിലേക്കുള്ള തന്റെ യാത്രക്കുള്ള ക്രമീകരണങ്ങൾ ഏർപ്പാടാക്കി. പിന്നെ തുടക്കത്തിലുള്ള അലംഭാവത്തിനുശേഷം ജർമ്മൻ ഗവൺമെന്റ് ബോസിന് യാത്രാനുമതി നല്കി ബോസിനെ ജപ്പാനിലേക്കു മാറ്റുന്നതിനുള്ള ഏർപ്പാടുകൾ പൂർത്തിയാക്കുന്നതിന് വിലപ്പെട്ട എട്ടുമാസം വേണ്ടിവന്നു, (1942 ൽ ബോസ് വിവാഹം കഴിച്ചു. അങ്ങനെ 1943 ഫെബ്രുവരി 8 ന് ഭാര്യയെയും തങ്ങളുടെ നവജാതശിശു അനിതയെയും വിട്ട് കീലി (Kil) ൽനിന്നും യാത്രതിരിച്ചു ആരംഭത്തിൽ ട്രെയിനിലും ജർമ്മൻ മുങ്ങിക്കപ്പലിലും സഞ്ചരിച്ച് 1943 ജൂണിൽ സുമാത്രയിൽ എത്തിച്ചേർന്നു അവിടെനിന്നും വിമാനത്തിൽ ടോക്കിയോവിലേക്ക്.

ജർമ്മനിയിൽ നിന്നും വ്യത്യസ്തമായി ദക്ഷിണപൂർവ്വേഷ്യൻ ജനതയ്ക്ക് ബോസ് ഒരു ഇതിഹാസനായകനായിരുന്നു. ഇന്ത്യൻ സ്വാതന്ത്ര്യത്തിനു വേണ്ടിയുള്ള അദ്ദേഹത്തിന്റെ ആദർശനിഷ്ഠ, അതിനു വേണ്ടിയുള്ള മഹത്തായ ത്യാഗം, ബ്രിട്ടീഷുകാരിൽനിന്നുള്ള നിരന്തരമായ പീഡനം, ബ്രിട്ടീഷ് നീരാളികളുടെ പിടിയിൽനിന്നുള്ള രക്ഷപ്പെടൽ ഇതെല്ലാം അവരുടെ ഭാവനയെ നിറംപിടിപ്പിച്ചു. ഇന്ത്യൻ സ്വാതന്ത്ര്യത്തിനായി ദക്ഷിണപൂർവ്വേഷ്യയിലുടനീളം നടക്കുന്ന പ്രസ്ഥാനത്തിന്റെ നേതൃത്വമേറ്റെടുക്കുന്നതിന് അദ്ദേഹം വന്നെത്തുമെന്ന് അവർ പ്രതീക്ഷിച്ചിരുന്നു. ഇന്ത്യൻ ഇന്റിപ്പെന്റൻസ് ലീഗും ജപ്പാൻ ഗവൺമെന്റും അദ്ദേഹത്തെ കാത്തിരുന്നു. ലീഗിന്റെ ചുമതലകൾ റാഷ് ബിഹാരി ബോസിനെ സംബന്ധിച്ചിടത്തോളം ഭാരിച്ചതായിരുന്നു. ഇതിനിടെ ക്യാപ്റ്റൻ മോഹൻസിങ്ങും ജപ്പാൻ ഗവൺമെന്റും തമ്മിലുള്ള അസ്വാരസ്യം നിമിത്തം ഇന്ത്യൻ നാഷണൽ ആർമി (ഐ എൻ എ) പിരിച്ചുവിടപ്പെട്ടിരുന്നു. ജപ്പാൻ ഗവൺമെന്റിന് ഇന്ത്യാക്കാരുടെ പിന്തുണ നേടുന്നതിന് സുഭാസ് ചന്ദ്രബോസിന്റെ സഹായം ആവശ്യമായിരുന്നു. ഇക്കാരണങ്ങളാൽ ബോസിന് ഗവൺമെന്റിന്റെയും, ലീഗിന്റെയും ജനങ്ങളുടെയും ഭാഗത്തുനിന്നും ഹൃദയംഗമമായ വരവേല്പ് ലഭിച്ചു.

ടോക്കിയോവിൽ എത്തിച്ചേർന്ന ബോസ് സമയം നഷ്ടപ്പെടുത്താതെ ജപ്പാൻ ഗവൺമെന്റിലെ ഉന്നത ഉദ്യോഗസ്ഥരുമായി ചർച്ചകളിലേർപ്പെട്ടു. ജപ്പാൻ പ്രധാന മന്ത്രി ജനറൽനോളോ സുഭാസിന്റെ വ്യക്തിത്വത്തിൽ ആകൃഷ്ടനാവുകയും അദ്ദേഹത്തിന്റെ പദ്ധതികൾക്കും പ്രവർത്തനങ്ങൾക്കും സർവ്വവിധമായ പിന്തുണയും വാഗ്ദാനം ചെയ്യുകയും ചെയ്തു. സുഭാസ് ജപ്പാൻ പാർലമെന്റായ ഡയറ്റിൽ പങ്കെടുത്തു. ബോസിനെ ഡയറ്റിനു പരിചയപ്പെടുത്തിക്കൊണ്ട് ജനറൽ നോജോ നടത്തിയ പ്രഭാഷണത്തിൽ

> ഇന്ത്യയിൽനിന്നും ഇന്ത്യൻ ജനതയുടെ ശത്രുക്കളായ എല്ലാ ആംഗ്ലോ സാക്സൺ സ്വാധീനങ്ങളെയും പുറത്താക്കുന്നതിനും ഇല്ലായ്മ ചെയ്യുന്നതിനും എല്ലാ അർത്ഥത്തിലും സമ്പൂർണ്ണസ്വാതന്ത്ര്യം നേടാൻ ഇന്ത്യയെ സഹായിക്കുന്നതിനും എല്ലാ തരത്തിലുമുള്ള സഹായവും നല്കുന്നതിന് ജപ്പാൻ പ്രതിജ്ഞാബദ്ധമാണ്.

എന്നു പ്രഖ്യാപിച്ചു. ബോസാകട്ടെ ജപ്പാന്റെ ഇംഗിതകങ്ങളെയും മറ്റു സഖ്യരാജ്യങ്ങളോട് അതിനുള്ള ഇടപാടുകളെയും അപഗ്രഥിക്കുകയും ഇന്ത്യൻ സ്വാതന്ത്ര്യപ്രാപ്തിയോടുള്ള അതിന്റെ ആത്മാർത്ഥതയെക്കുറിച്ച് ബോദ്ധ്യപ്പെടുകയും ചെയ്തു. ഇന്ത്യൻ ഇന്റിപ്പെന്റൻസ്

റാഷ് ബിഹാരി ബോസ്

ലീഗിന്റെ പ്രശ്നങ്ങൾ റാഷ് ബിഹാരി ബോസ് അദ്ദേഹത്തിനു വിവരിച്ചു കൊടുത്തു. 1943 ജൂലൈ 2 ന് ബോസ് വിമാനമാർഗ്ഗം സിംഗപ്പൂരിലേക്കു പോയി.

സിംഗപ്പൂരിൽ ബോസിന് വമ്പിച്ച ജനാവലിയുടെ സ്വീകരണം ലഭിച്ചു. അദ്ദേഹം ജനങ്ങളുടെ മുഴങ്ങുന്ന ഹർഷാരവങ്ങൾക്കിടെ എ എൻ എ യുയെ ഗാർഡ് ഒഫ് ഓണർ പരിശോധിച്ചു. 1943 ജൂലൈ 4 ന് റാഷ് ബിഹാരി ബോസിൽ നിന്നും സുഭാസ് നേതൃത്വം ഏറ്റെടുത്തു. കാത്തേ സിനിമയിലെ ശബളമായ ഒരു ചടങ്ങിൽ വച്ച് സുഭാസ് ചന്ദ്രബോസ് ഇന്ത്യൻ ഇന്റിപ്പെന്റൻസ് ലീഗിന്റെ പ്രസിഡന്റു സ്ഥാനത്ത് അവരധിതനായി. അടുത്ത ദിവസം തന്നെ പൂർണ്ണ സൈനിക വേഷത്തിൽ സുഭാസ് സൈനികപരേഡിൽ പങ്കെടുത്തു. എ എൻ എ ഭടന്മാർക്ക് സമ്പൂർണ്ണ യുദ്ധത്തിന് സമ്പൂർണ്ണ സൈന്യ സജ്ജീകരണം എന്ന മുദ്രാവാക്യം നല്കി. ലീഗും ഐ എൻ എയും പുനഃസംഘടിപ്പിക്കുന്നതിൽ പിന്നെ ബോസ് മുഴുകി. 1943 ജൂലൈ 25 ന് അദ്ദേഹം ഐ എൻ എയുടെ സുപ്രീം കമാന്ററായി. അടുത്ത ദിവസം തന്നെ അദ്ദേഹം വ്യാപകമായ ഒരു പൂർവ്വേഷ്യൻ സഞ്ചാരപരിപാടി ആരംഭിച്ചു. മലയ, തായ്ലാൻഡ് ബർമ്മ, ഫ്രെഞ്ച്, ഇന്തോ ചൈന എന്നീ രാജ്യങ്ങൾ സന്ദർശിക്കുകയും ഇന്ത്യൻ വിമോചനത്തിനായുള്ള അന്തിമ സമരത്തിനായി ജീവനും സ്വത്തും ബലികൊടുക്കാൻ അവിടങ്ങളിലുള്ള ഇന്ത്യക്കാരെ പ്രോത്സാഹിപ്പിക്കുകയും ചെയ്തു. അഭൂതപൂർവ്വമായ പ്രതികരണമാണ് സുഭാസ് ബോസിനു ലഭിച്ചത്.

സ്വതന്ത്ര ഇന്ത്യയുടെ താല്ക്കാലിക ഗവൺമെന്റു രൂപീകരിക്കുക എന്നതായിരുന്നു ബോസിന്റെ അടുത്ത ലക്ഷ്യം. ജപ്പാൻ ലയ്സാൺ ഡിപ്പാർട്ടുമെന്റായ ഹിക്കാരികികൻ (Hikoric kiken) എതിർപ്പുണ്ടായിരുന്നിട്ടും പ്രധാനമന്ത്രി ജനറൽ നോജോയുടെ അനുമതിയോടെ സുഭാസ് മുന്നോട്ടുപോയി. ഒരു താല്ക്കാലിക

ഗവൺമെന്റ് രൂപീകരിച്ചതായി അദ്ദേഹം 1943 ഒക്ടോബറിൽ പ്രഖ്യാപിച്ചു. താല്ക്കാലിക ഗവൺമെന്റിന്റെ ലക്ഷ്യത്തെ സംബന്ധിച്ച് ഇന്ത്യൻ ജനനതിയുടെ ഇച്ഛയ്ക്കനുസരിച്ച് അവരുടെ വിശ്വാസമാർജ്ജിച്ചുള്ള ഒരു സ്ഥിരം ആസാദ് ഹിന്ദ് ദേശീയ ഗവൺമെന്റ് സ്ഥാപിക്കുവാൻ ഉതകുന്നതരത്തിൽ പോരാട്ടമാരംഭിക്കുകയും നടത്തുകയുമായിരിക്കും താല്ക്കാലിക ഗവൺമെന്റിന്റെ കർത്തവ്യം" എന്ന് അദ്ദേഹം പ്രസ്താവിച്ചു. (ജെ എസ് ബ്രൈറ്റ് *ഇംപോർട്ടന്റ് സ്പീച്ചസ് ആൻഡ് റൈറ്റിങ്സ് ഓഫ് സുഭാസ് ബോസ്* പേജ് 339.)

നക്ഷത്രശോഭയായി ചരിത്രത്തിൽ

സുഭാസ് ചന്ദ്രബോസ് രാഷ്ട്രത്തലവനായും താല്ക്കാലിക ഗവൺമെന്റിന്റെ പ്രധാനമന്ത്രിയുമായി ക്യാപ്റ്റൻ ശ്രീമതി ലക്ഷ്മി സ്വാമി നാഥൻ. എസ് എ അയ്യർ, കേണൽ എഡി ചാറ്റർജി, ലഫ് കേണൽ അസീസ് അഹമ്മദ് എന്നിവരടങ്ങുന്നതായിരുന്നു ക്യാബിനറ്റ്.

അടുത്ത ദിവസം, ഒക്ടോബർ 23 ന് താല്ക്കാലിക ഗവൺമെന്റ് ബ്രിട്ടനും അമേരിക്കയ്ക്കുമെതിരെ യുദ്ധം പ്രഖ്യാപിച്ചു. തലേദിവസം നേതാജി ജാൻസി റാണി റജിമെന്റ് ക്യാമ്പ് ഉദ്ഘാടനം ചെയ്തിരുന്നു. നൂറുകണക്കിനു സ്ത്രീകളും പെൺകുട്ടികളും ആവേശഭരിതരായി ക്യാമ്പിൽ അണിചേർന്നു. അവർ വ്യാപകമായ പട്ടാള പരിശീലനം നേടുകയും ഇന്ത്യൻ വിമോചന സേനയിൽ ഭടന്മാരായി തീരുകയും ചെയ്തു. ചുരുങ്ങിയ ദിവസങ്ങൾക്കുള്ളിൽ തന്നെ ആസാദ് ഹിന്ദ് താൽക്കാലികഗവൺമെന്റ് ഒൻപതു രാഷ്ട്രങ്ങളുടെ അംഗീകാരത്തോടെ അന്താരാഷ്ട്ര നിയമസാധുത്വം നേടി. ജപ്പാൻ, ജർമ്മനി, ഇറ്റലി, ക്രോയേഷ്യ, ബർമ്മ (ഇന്നത്തെ മ്യാൻമർ) തായ്ലന്റ്, ദേശീയ ചൈന, ഫിലിപ്പൈൻസ്, മഞ്ചൂറിയ എന്നിവയായിരുന്നു. ആസാദ് ഹിന്ദ് ഗവൺമെന്റിനെ അംഗീകരിച്ച രാഷ്ട്രങ്ങൾ താല്ക്കാലിക ആസാദ് ഹിന്ദ് ഗവൺമെന്റ് രൂപീകരിച്ച് ഒരാഴ്ചയ്ക്കുശേഷം സുഭാസ് ബോസ് ഗ്രേറ്റർ ഈസ്റ്റ് ഏഷ്യാ കോൺഫറൻസിൽ പങ്കെടുക്കുകയും അവിടെ അദ്ദേഹത്തെ ഒരു രാഷ്ട്രത്തലവന് അർഹമായ പദവിയോടെ ജപ്പാൻ ചക്രവർത്തി വരവേല്ക്കുകയും ചെയ്തു. കോൺഫറൻസിൽവച്ച്, ആന്റഡമാൻ നിക്കോബാർ ദ്വീപുകൾ താല്ക്കാലിക ഗവൺമെന്റിന് കൈമാറുന്നതായി പ്രധാനമന്ത്രി നോജോ പ്രഖ്യാപിച്ചു. നേതാജി അവയെ യഥാക്രമം സഹീദ് എന്നും സ്വരാജ് എന്നും നാമകരണം ചെയ്തു. 1943 ഡിസംബർ 31 ന് നേതാജി രണ്ടു

ദ്വീപുകളും സന്ദർശിച്ചു.

1944 ജനുവരിയിൽ നേതാജി ബർമ്മയിലെ റങ്കൂണിൽ ഇന്ത്യൻ ഇന്റിപ്പെന്റൻസ് ലീഗിന്റെയും താല്ക്കാലിക ഗവൺമെന്റിന്റെയും ഐ എൻ എയുടെയും മറ്റൊരു ആ സ്ഥാനം കൂടെ തുറന്നു. ഇന്ത്യയുമായി അതിർത്തി പങ്കിടുന്ന രാജ്യമാണ് ബർമ്മ എന്ന നിലയിൽ റങ്കൂൺ ആസ്ഥാനം ഒരു ആക്രമണ താവളമാക്കി വികസിപ്പിക്കുവാൻ നേതാജി പരിശ്രമിച്ചു.

1944 ഫെബ്രുവരി 4 ന് ഐ എൻ എ അരക്കാൻ (Rakkina) മുന്നണിയിൽ ബ്രിട്ടനെതിരെ യുദ്ധം ആരംഭിച്ചു. മാർച്ച് 18 ന് ജപ്പാൻ സൈന്യത്തോടൊപ്പം ഐ എൻ എ ബർമ്മയുടെ അതിർത്തി കടന്ന് ഇന്ത്യയിൽ പ്രവേശിച്ചു. ബ്രിട്ടനെതിരായ യുദ്ധത്തിൽ ഐ എൻ എ ഭടന്മാരുടെ ധീരതയും വീര്യവും എല്ലാ ഭാഗത്തുനിന്നും വിലമതിക്കപ്പെട്ടു. എന്നാൽ ഐ എൻ എയ് ക്ക് ആധുനിക സൗകര്യങ്ങളില്ലായിരുന്നു. അതിന് വ്യോമസേനയോ പീരങ്കിപ്പടയോ ഇല്ലാതിരുന്നു; ടെലിഫോൺ, വയർ ലസ് സൗകര്യങ്ങൾ അപര്യാപ്തമായിരുന്നു. മതിയാവുന്നത്ര ഭക്ഷണവും ചികി ത്സാ സൗകര്യവും ലഭ്യമില്ലായിരുന്നു. ഈ എല്ലാ അസൗകര്യങ്ങളുമുണ്ടായിട്ടും ജപ്പാൻകാരോടൊപ്പം ഐ എൻ എ ധീരോദാത്തമായും വിജയകരമായും പോരാടി.

ഏറെ സംസാരിക്കപ്പെട്ട ഇംഫാൻ കൊഹീമാ സൈനിക മുന്നേറ്റം 1944 മാർച്ച് ആദ്യവാരം ആരംഭിച്ചു. ഐ എൻ എയെ മുന്നണിയിൽ അണിനിരത്തുന്നതിനുള്ള നേതാജിയുടെ നിർദ്ദേശം നിരാകരിക്കപ്പെട്ടു. ജാപ്പനീസ് സേനയുടെ നേതൃത്വത്തിൽ അവരോടൊപ്പം ഐ എൻ എ യുദ്ധം ചെയ്തു. യുദ്ധത്തിന്റെ ഒന്നാം പാദത്തിൽ ഇന്തോ ജാപ്പനീസ് സേന വിജയിച്ചു മുന്നേറുകയായിരുന്നു. ഒരു ചുരുങ്ങിയ കാലത്തിനുള്ളിൽ ഇംഫാലിന്റെ വീഴ്ച ഏറക്കുറെ ഉറപ്പായിരുന്നു. വ്യോമസുരക്ഷ (aircore) ഇല്ലാതിരുന്നത് ഇന്തോജാപ്പനീസ് സേനയ്ക്കു വിനാശകരമായി തീർന്നു. ബ്രിട്ടൻ വ്യോമസേനാ നടപടികൾക്ക് ആക്കം കൂട്ടി. കനത്ത മഴയും നിരന്തരമായ വ്യോമാക്രമണവും നിമിത്തം ഇന്തോ ജാപ്പനീസ് സേനയുടെ സപ്ലൈ മാർഗ്ഗങ്ങൾ മുറിഞ്ഞുപോയി.

1944 ജൂലൈയിൽ ഇംഫാൽ ആക്രമണം നിർത്തിവയ്ക്കപ്പെട്ടു. ഐ എൻ എ ഏറക്കുറെ തകർന്ന അവസ്ഥയിലായിരുന്നുവെങ്കിലും അവർ അടുത്ത യുദ്ധത്തിലേക്കുള്ള തയ്യാറെടുപ്പ് ആരംഭിച്ചു. ശുഭാപ്തിവിശ്വാസിയായിരുന്ന നേതാജി ഒരിക്കലും പ്രതീക്ഷ കൈവെടിഞ്ഞിരുന്നില്ല. വിമോചനസേനയെ പുനർനവീകരിക്കുവാൻ നേതാജി മുഴുവൻ സമയവും ഊർജ്ജവും വിനിയോഗിച്ചു. എന്നാൽ ഈ കാലത്ത് നിരവധി സമരമുഖങ്ങളിൽ ജപ്പാൻ ബ്രിട്ടണോടു പരാജയപ്പെട്ടുകൊണ്ടിരുന്നു. ബ്രിട്ടൺ സിംഗപ്പൂരിലേക്ക് മുന്നേറ്റം ആരംഭിച്ചു.

സഹപ്രവർത്തകരുടെ നിർബ്ബന്ധപൂർവ്വമായ പ്രേരണയ്ക്കു മുമ്പിൽ നേതാജി റങ്കൂണിൽനിന്നും പിൻവാങ്ങാൻ സമ്മതിച്ചു. എന്നാൽ

ഝാൻസി റാണി റജിമെന്റിനെ തന്നോടൊപ്പം കൊണ്ടുപോകണമെന്നു നിർബ്ബന്ധം പിടിച്ചു. തന്റെ പട്ടാളക്കാരുടെ സുരക്ഷയായിരുന്നു സുഭാസിന്റെ ഏറ്റവും വലിയ പ്രശ്നം.

മേയ് മാസത്തിൽ ജർമ്മനി സഖ്യശക്തികളുടെ പട്ടാളത്തിനു മുൻപിൽ കീഴടങ്ങി. എന്നാൽ ജപ്പാൻ ഉറച്ചുനിന്നു പോരാടാൻ തന്നെ ഉറച്ചു. 1945 മേയ് മദ്ധ്യത്തിൽ ബാങ്കോക്കിൽ എത്തിയ നേതാജി ഐ എൻ എയുടെ പുനഃസംഘടനയെയും യുദ്ധതന്ത്രത്തെയുംകുറിച്ച് തന്റെ സഹപ്രവർത്തകരുമായി വിശദമായ ചർച്ചകൾ നടത്തി. ബ്രിട്ടന്റെ യുദ്ധയത്നങ്ങളിൽ കോൺഗ്രസിനെയും മുസ്ലീംലീഗിനെയും സഹകരിപ്പിക്കാൻ ലക്ഷ്യമിട്ട് വൈസ്രോയി വേവൽ പ്രഭു വിളിച്ചു ചേർത്ത സിംലോ കോൺഫറൻസിനെ സംബന്ധിച്ച് നേതാജി ഉൽക്കണ്ഠാകുലനായിരുന്നു. ഇന്ത്യൻ സ്വാതന്ത്ര്യത്തെ ഒരു ആഭ്യന്തരപ്രശ്നമാക്കി ഒതുക്കി നിർത്തുന്നതിനുള്ള പദ്ധതിയായിട്ടാണ് നേതാജി ഇതിനെ കണ്ടത്. അതുകൊണ്ടുതന്നെ സമ്മേളനം പരാജയപ്പെട്ടതിൽ നേതാജി സന്തോഷിച്ചു.

1945 ആഗസ്ത് 6, 9 തീയതികളിൽ ഹിരോഷിമയിലും നാഗസാക്കിയിലും ആറ്റംബോബ് വർഷിക്കപ്പെട്ടതോടെ ജപ്പാൻ ചെറുത്തുനില്പ് ഉപേക്ഷിച്ചു. ആഗസ്ത് 15 ന് ജപ്പാൻ ഔദ്യോഗികമായി കീഴടങ്ങി. എന്നാൽ ഐ എൻ എ കീഴടങ്ങിയില്ല. പക്ഷേ, സഖ്യശക്തികളുടെ സൈനികശക്തികൾക്കെതിരെ ജപ്പാന്റെ സഹായം കൂടാതെ യുദ്ധം തുടരാൻ ഐ എൻ എയ്ക്ക് ആവുമായിരുന്നില്ല. ജപ്പാന്റെ കീഴടങ്ങൽ അറിഞ്ഞുയടനെ നേതാജി മലയയിൽനിന്നും സിംഗപ്പൂരിൽ പാഞ്ഞെത്തി. സൈനികരെയും സാധാരണപൗരന്മാരെയും ധീരരായും അച്ചടക്കത്തോടെയും തുടരാൻ ആഹ്വാനം നല്കുകയും അധികം വൈകാതെ ഇന്ത്യ സ്വതന്ത്രയാകുമെന്ന് അവരെ ഉദ്ബോധിപ്പിക്കുകയും ചെയ്തു.

സഹപ്രവർത്തകരുടെ നിർബ്ബന്ധത്തിനു വഴങ്ങി നേതാജി തന്റെ ഏറ്റവും അടുത്ത സഹപ്രവർത്തകരുമായി ആഗസ്ത് 16 ന് സൈഗോണിലേക്കു വിമാനത്തിൽ സിംഗപ്പൂരിൽനിന്നും യാത്രയായി. 17 ന് പ്രഭാതത്തിൽ അവർ സെയ്ഗോണിലെത്തി. റഷ്യയിൽ എത്തിച്ചേർന്ന് അവിടെനിന്നും സമരം പുനരാരംഭിക്കാമെന്നായിരുന്നു നേതാജിയുടെ പദ്ധതി. 1945 ആഗസ്ത് 17 ന് ഒരു രഹസ്യലക്ഷ്യത്തിലേക്ക് ഐ എൻ എ ഡെപ്യൂട്ടി ചീഫ് ഓഫ് സ്റ്റാഫ് കേണൽ ഹബീബ് ഉൾ റഹ്മാനോടൊപ്പം വിമാനത്തിൽ യാത്രയായി.

ആഗസ്ത് 18 ന് ജപ്പാനിലേക്കുള്ള യാത്രാ മദ്ധ്യേ ഫോർ മോസയിൽ വിമാനം തകർന്ന് നേതാജി സുഭാസ് ചന്ദ്രബോസ് നിര്യാതനായതായി 22-ാം തീയതി ടോക്കിയോ റേഡിയോ ലോകത്തെ അറിയിച്ചു.

Bibliography

1. Anand Y P *The Essential Relationaship between Netaji Subhas Chandra Boss and Mahathma Gandhi* (New Delhi 1997)
2. Ayer SH *Selected Speeches of Subhas chandra Boss* (New Delhi Publication Division) 1974
2. Bhattacharya Budhadeve (Ed) *Freedom struggle and Amusuken Sanity*, Calcutta, 1979
4. Boss, Subhas Chandra, *An Indian Pilgrim : An unfinised autobiography and collected letters* (Bombay APL) 1965)
5. Boss Subhas Chandra *Impossion in Life* (Lahore Here publication) 1947
6. Boss Subhas Chandra Netaji *Collected books* 12 Vol (Calcutta) 1980- 1991
7. Boss Subhas Chandra *The Indian Struggle* (Calcutta 1948)
8. Grover Veribder, *Subhas Chnadra Bos* (Delhi 1999)
9. Gupta V P and Mohini Grepta *The request for freedom A Study of Netaji Subhas Chandra Boss* (New Delhi 1998)
10. Karan Singh Propat of Indian National book 1991.

Printed by Libri Plureos GmbH in Hamburg, Germany